ഗ്രീൻ ബുക്സ്

ഗുരുഗാഥ

ഒ.വി. ഉഷ

നോവലിസ്റ്റ്, കവി, വിവർത്തക, കോളമിസ്റ്റ്.
പാലക്കാട് ജില്ലയിൽ ജനനം.
വിദ്യാഭ്യാസം: ദില്ലി യൂണിവേഴ്സിറ്റിയിൽനിന്ന്
ഇംഗ്ലീഷ് സാഹിത്യത്തിൽ ബിരുദവും ബിരുദാനന്തരബിരുദവും.
ദില്ലിയിലെ ഇൻസ്റ്റിറ്റ്യൂട്ട് ഓഫ് മാസ് കമ്മ്യൂണിക്കേഷൻസിൽ
റിസർച്ച് അസിസ്റ്റന്റ്, ടാറ്റാ മക്ഗ്രോഹിൽ ബുക്ക് കമ്പനിയിൽ
എഡിറ്റോറിയൽ അസിസ്റ്റന്റ്, വികാസ് പബ്ലിഷിങ്
ഹൗസിൽ സീനിയർ എഡിറ്റോറിയൽ അസിസ്റ്റന്റ്,
അസിസ്റ്റന്റ് എഡിറ്റർ, അസോസിയേറ്റ് എഡിറ്റർ,
മഹാത്മാഗാന്ധി സർവകലാശാലയുടെ പ്രസിദ്ധീകരണവിഭാഗം
ഡയറക്ടർ എന്നീ തസ്തികകളിൽ സേവനമനുഷ്ഠിച്ചു.
ഇപ്പോൾ തിരുവനന്തപുരത്തെ ശാന്തിഗിരി
കമ്യൂണിക്കേഷൻസ് വിഭാഗത്തിൽ അഡ്വൈസർ,
കമ്യൂണിക്കേഷൻസ് ആയി ജോലി ചെയ്യുന്നു.
പുരസ്കാരങ്ങൾ: കേരളസാഹിത്യ അക്കാദമിയിൽ നിന്ന്
സമഗ്രസംഭാവനയ്ക്കുള്ള (2015 ലെ) അവാർഡ്.
ഷാർജ സുൽത്താന്റെ 'വെള്ളക്കാരൻ ഷെയ്ഖ്',
ഷിഹാബ് ഗാനിമിന്റെ ചില കവിതകൾ എന്നിവ
വിവർത്തനം ചെയ്തതിന്റെ പേരിൽ ഇൻഡോഅറബ്
കൾച്ചറൽ ലീഗ് ഏർപ്പെടുത്തിയ സാംസ്കാരിക
വിനിമയ അവാർഡ് (2017), ചലച്ചിത്ര ഗാനരചനയ്ക്കുള്ള
സംസ്ഥാനസർക്കാർ അവാർഡ് (2000),
ഏഷ്യാനെറ്റ്-ലക്സ് അവാർഡ്, ഭരതൻ സ്മാരക അവാർഡ്.
കഥ, അനുഭവം, കവിത, യാത്ര, നോവൽ
തുടങ്ങിയ മേഖലകളിൽ സജീവം.

ആദ്ധ്യാത്മികം
ഗുരുഗാഥ

ഒ.വി. ഉഷ

ഗ്രീൻ ബുക്സ്

green books private limited
gb building, civil lane road, ayyanthole,
thrissur- 680 003, kerala, ph: +91 487-2381066, 2381039
website: www.greenbooksindia.com
e-mail: info@greenbooksindia.com

malayalam
gurugaathha
spiritual
by
o.v. usha

first published january 2019
copyright reserved

cover design : g. biju

branches:
thrissur 0487-2422515
palakkad 0491-2546162
thiruvananthapuram 0471-2335301
calicut 0495 4854662
kannur 0497-2763038

isbn : 978-93-87357-72-3

---

no part of this publication may be reproduced,
or transmitted in any form or by any means,
without prior written permission of the publisher.

GBPL/1058/2019

മുഖക്കുറി

ശാന്തിയും സമാധാനവും പകർന്നുതരുന്ന സദ്ഗുരു ക്കളുടെ സ്മരണയിൽ നന്മയുടെയും കാരുണ്യത്തി ന്റെയും ധർമ്മത്തിന്റെയും സ്മൃതികളാണ് ഈ പുസ്തകം. ശ്രീനാരായണഗുരു, ചട്ടമ്പിസ്വാമികൾ തുടങ്ങിയ ഒട്ടേറെ ഗുരുക്കന്മാരുടെ സ്മരണാഞ്ജലി. കരുണാകരഗുരുവിന്റെ സ്ഥാനവും ഈ മഹദ്‌വ്യക്തി കളോടൊപ്പം അടയാളപ്പെടുത്തുന്നു. സ്ഥൂലത്തിൽനിന്ന് സൂക്ഷ്മത്തിലേക്കുള്ള ബ്രഹ്മനിയുക്തമായ ഗുരുവര്യ ന്മാർ ഹൃദയത്തിന്റെ തൊട്ടടുത്ത് നിൽക്കുന്ന അനുഭവ സാക്ഷ്യം.

കൃഷ്ണദാസ്
മാനേജിങ് എഡിറ്റർ

സമർപ്പണം

ശ്രീ കരുണാകരഗുരുവിന്റെ
തൃപ്പാദങ്ങളിൽ

ഉള്ളടക്കം

കൃതജ്ഞത 11
ഒ.വി. ഉഷ

അവതാരിക
കൈക്കുമ്പിളിലെ ഇടിമിന്നൽ 13
രാമചന്ദ്രൻ

അന്ധകാരവിനാശിത്വാത് 23
ഭുക്തിയും മുക്തിയും 25
അറിവിന്റെ അമൃതഫലം 27
ഗുരുകുലം 29
സത്യാന്വേഷണ വഴികൾ 31
മനുവിനെ മറന്ന മനുഷ്യൻ 33
കാലത്തിന്റെ അധികാരികൾ 35
അനുഭവങ്ങളുടെ ഗുരുപാഠം 37
അനുഭവം എന്ന ഉണർവ് 39
ദൈവത്തിന്റെ സന്ദേശങ്ങൾ 41
ദൈവത്തിന്റെ മുഖപടം 44
അവിവേകം എന്ന നിന്ദ 46
ആത്മശുദ്ധീകരണം 49
ഉയരാനുള്ള പ്രവണത 51
ഉയർച്ചയുടെ വഴി 53
കിഴക്കും പടിഞ്ഞാറും 56
ഗുരുസാക്ഷാൽക്കാരം 59
ഗുരു പരബ്രഹ്മം 61
വിശ്വാസത്തിന്റെ വഴികൾ 64

തിരിച്ചറിയുന്ന ഇടയസ്വരം 66
ജന്മസാധനയുടെ നിക്ഷേപങ്ങൾ 69
അപരിഗ്രഹം 71
ജന്മരഹസ്യ പ്രകാശധാര 74
കൊടുക്കൽ വാങ്ങലുകൾ 77
വൈദ്യന്മാരുടെ വൈദ്യൻ 80
മനുഷ്യരൂപത്തിൽ വരുന്ന ദൈവം 82
ദൈവങ്ങളുടെ ജാതി 84
തെറ്റും ശരിയും 87
സിദ്ധികളുടെ വിഷമവൃത്തം 90
അദ്ഭുതവും കാരുണ്യവും 93
അറിയേണ്ടത് ഗുരുതത്ത്വം 96
ഗുരുവിലേക്കെത്തുന്ന ശിഷ്യർ 98
മുള്ളു കളഞ്ഞ റോസാച്ചെടി 99
'അറിയുന്ന'വരുടെ ജീവകാരുണ്യം 105
കല്ലും കാഞ്ചനം 108
അവനവനെ അറിയുക 111
ബ്രഹ്മചര്യവും മിന്നൽപ്രഹരവും 113
വായുലോകനിവാസികൾ 116
നല്ലത്, കലിയുഗം 118
നിഗൂഢം കാരുണ്യം 121
ജന്മപാശം പാമ്പുപോലെ 124
അഹങ്കാരം എന്ന സാത്താൻ 127
പുനരപി, പുനരപി 130
യക്ഷിയും ഗന്ധർവ്വനും 133
ഏഴാമത്തെ പൗർണ്ണമി 136
അറിയാത്തവൻ അനുയായി 139
അക്ഷയപാത്രം 142
ചിത്രശലഭത്തിന്റെ ചുഴലിക്കാറ്റ് 144
പിതൃതർപ്പണം 147
ഒരു തിരി കത്തിക്കുക 150

കൃതജ്ഞത

എന്റെ മനസ്സിൽ ഈ പുസ്തകത്തിന്റെ ആശയം സ്വയമേവ ഉണ്ടായതല്ല. തികച്ചും അപ്രതീക്ഷിതമായി 2016ലെ തിരു വോണനാളിലാണ് വീണുകിട്ടിയത്. അന്ന് ജന്മഭൂമിയുടെ പത്രാധിപരായിരുന്ന ശ്രീ. രാമചന്ദ്രൻ പനിച്ചുകിടന്ന എന്നെ ഫോൺ ചെയ്ത് പറയുന്നു, "ഉഷ ജന്മഭൂമിയുടെ സംസ്കൃതി പേജിൽ എഴുതുന്നു." ഭാരതീയ സംസ്കാരത്തെപ്പറ്റി എഴു തണമെന്നാണ് രാമചന്ദ്രന്റെ താത്പര്യം. അദ്ദേഹം തന്നെ യാണ് വിഷയവും തന്നത്. പംക്തിക്ക് നാമകരണം ചെയ്തതും അദ്ദേഹം തന്നെ. ഗുരുവരം. അങ്ങനെയാണ് ഗുരുഗാഥയും ഉണ്ടായത്. വിജ്ഞാനപ്രദവും കാവ്യാത്മകവുമായ അവ താരിക എഴുതിത്തന്ന് ഈ ഉദ്യമത്തിന് പ്രൗഢത നൽകിയിരി ക്കുന്നു അദ്ദേഹം. രാമചന്ദ്രനോട് കടപ്പെട്ടിരിക്കുന്നു, ഗ്രീൻ ബുക്സിനോടും.

അമാനുഷികം എന്നു തോന്നിയേക്കാവുന്ന ചില അനുഭവങ്ങൾ സന്ദർഭവശാൽ ഈ പുസ്തകത്തിൽ വരുന്നുണ്ട്. മനുഷ്യ പ്രകൃതിക്ക് ചെന്നണയാവുന്ന ചില തലങ്ങളിലെത്തുമ്പോൾ അപൂർവ്വം ചിലർക്കെങ്കിലും അങ്ങനെയൊക്കെ സംഭവി ക്കാറുണ്ട്. അതീന്ദ്രിയത അന്ധവിശ്വാസമാണെന്ന് നല്ലൊരു ശതമാനം ആളുകളും കരുതിയേക്കാം. ശാസ്ത്രം ഇനിയും ശരിവെച്ചിട്ടില്ല എന്നതും നേരാണ്. എന്നിരിക്കലും അനുഭവ സത്യങ്ങൾ ഇല്ലാതാകുന്നതെങ്ങനെ?

വരണ്ടുകിടന്ന മണ്ണിൽ പൊടുന്നനെ വർഷപാതമുണ്ടായി തളിർപ്പച്ചകൾ നിറഞ്ഞതുപോലെയാണ് എഴുത്ത് നടന്നത്. ഈ പ്രക്രിയയിൽ ഗുരുകാരുണ്യം എന്നോടൊപ്പം ഉള്ളതായി അനുഭവപ്പെട്ടിരുന്നു. ഗുരു ശ്രീ കരുണാകരഗുരുവിന്റെ സ്നേഹ ത്തിന് പകരം നൽകാൻ എന്റെ കൈയിൽ ഒന്നുമില്ല.

സാധാരണ ജീവിതത്തെ ശുദ്ധമാക്കി, ധന്യമാക്കി എടുക്കാ നുള്ള പ്രയത്നമാണ് തന്റെ ശിഷ്യരിൽനിന്ന് എന്റെ ഗുരു പ്രതീക്ഷിച്ചിരുന്നത്. മനുഷ്യപുരോഗതിയുടെ മർമ്മം അതിലാണ് കിടക്കുന്നതെന്ന് ഗുരു സ്വജീവിതത്തിലൂടെ കാണിച്ചു തന്നു. ഗുരുക്കന്മാർ അങ്ങനെയാണ്. സമൂഹത്തെ ധർമ്മത്തിന്റെ വെളിച്ചത്തിലേക്ക് നയിക്കാൻ അവർ ശ്രമിക്കുന്നു. സ്നേഹത്തിലൂടെയാണ് അവർ അത് സാധിക്കുന്നത്. അവർ അദ്ഭുതങ്ങൾ പ്രവർത്തിക്കുന്നതിന്റെ പിന്നിലെ ശക്തി അവരുടെ കാരുണ്യമാണ്. ഇതെല്ലാം മനസ്സിലാക്കിത്തന്ന ഗുരുവിനും ഗുരുവിലൂടെ, ഗുരുക്കന്മാരിലൂടെ, സ്വയം പ്രകാശിക്കുന്ന ആ നൈയാമികശക്തിക്കും നന്ദി.

■

കൈക്കുമ്പിളിലെ ഇടിമിന്നൽ
രാമചന്ദ്രൻ

ഏതോ ജന്മപാശമാണ് ഒ.വി. ഉഷയെയും എന്നെയും ബന്ധിപ്പിച്ചു നിർത്തിയിരിക്കുന്നത്. ദില്ലി ചാണക്യപുരിയിലെ വസതിയിൽ ഒ.വി. വിജയനെ ഒരിക്കൽ കണ്ടു മടങ്ങിയതിനു പിന്നാലെയാണ് എന്നെ അന്വേഷിച്ച് ഉഷയുടെ കത്ത് വന്നത്. വിജയന്റെ വീട്ടിൽ ഉഷയുണ്ടായിരുന്നില്ല. കരുണാകരഗുരുവിനെപ്പറ്റി താനെഴുതിയ ഒരു ലേഖനപരമ്പര പ്രസിദ്ധീകരിക്കാനാവുമോ എന്നാരാഞ്ഞായിരുന്നു ഉഷയുടെ കത്ത്. മലയാളമനോരമയിൽ വാർത്തകളുടെ ഏകോപനത്തോടൊപ്പം ഞായറാഴ്ചപ്പതിപ്പിന്റെ കൂടി ചുമതലയുണ്ടായിരുന്നു എനിക്ക്.

മനോരമയുടെ സൺഡേ സപ്ലിമെന്റ് ഞായറാഴ്ചയായി ഉള്ളടക്കത്തിലും രൂപകല്പനയിലും എന്റെ പങ്കാളിത്തത്തിൽ മാറ്റിയെടുത്ത സമയമായിരുന്നു അത്. ക്രിസ്ത്യൻ അടിത്തറയുള്ള 'ഇന്നത്തെ ചിന്താവിഷയം' ഒന്നാംപുറത്തുനിന്ന് അകത്തേക്കു പോയി. ഞായറാഴ്ചയായി മാറ്റിയപ്പോൾ ആദ്യകഥ ഒ.വി. വിജയന്റേതായിരിക്കണമെന്ന് തോന്നി. അദ്ദേഹത്തെ വിളിച്ചു. വിജയൻ പറഞ്ഞു; ചെറുതായിരിക്കും, രണ്ടായിരം രൂപ തരണം.

ഈ സംഭാഷണം ഓർക്കുന്നതിനു കാരണം 30 വർഷത്തിനുശേഷവും ഒരു കഥാകൃത്തിന് പത്രമാധ്യമങ്ങൾ നൽകുന്നത് ഈ തുക തന്നെയോ അതിലും കുറവോ ആണ് എന്നതിനാലാണ്.

അങ്ങനെ വിജയൻ എഴുതിയ കഥയാണ് 'ഇടിമിന്നലിന്റെ നീളം'. ഗുരുവിനെപ്പറ്റി എഴുതാൻ അങ്ങോട്ട് ആവശ്യപ്പെടാനിരിക്കുകയായിരുന്നുവെന്ന് ഞാൻ ഉഷയ്ക്കെഴുതി. ഉഷ

നേരിട്ടുവന്നു. ഗുരുസ്മൃതികൾ അഞ്ച് അദ്ധ്യായങ്ങളിൽ രേഖ പ്പെടുത്തിയതുമായിട്ടാണ് വന്നത്. അതിൽ അഞ്ചാം അദ്ധ്യായം തത്ത്വചിന്തകളായിരുന്നു. ഞാൻ പറഞ്ഞു, തത്ത്വചിന്ത ഒഴിവാക്കാം. ഉഷയുടെ വ്യക്തിപരമായ അനുഭവങ്ങൾ മാത്രം എടുക്കാം. അങ്ങനെയാണ് പോത്തൻകോട്ടെ കരുണാകര ഗുരുവിനെ ബാഹ്യലോകം അറിയുന്നത്.

പിന്നീട് തിരുവനന്തപുരത്തു ചെന്നപ്പോൾ ഗുരുവിനെ കാണാൻ പോയി. ഒട്ടും കാത്തുനിൽക്കാതെ കണ്ടു. ശ്രീലങ്ക യിലെയും പഞ്ചാബിലെയും ഭീകരതകൾ അന്നു സംസാരിച്ചു എന്നാണ് ഓർമ്മ. തിരുവനന്തപുരത്തേക്കു പുറപ്പെടുംമുൻപ് പ്രമുഖ പത്രപ്രവർത്തകൻ കെ.ആർ. ചുമ്മാറിനെ വിളിച്ച് ഞാൻ ഗുരുവിനെപ്പറ്റി ചോദിച്ചു. ചുമ്മാറിന്റെ വർക്കലയിലെ ഒളിവുകാലത്ത് അവിടെ കരുണാകരശാന്തിയായിരുന്ന ഗുരു അദ്ദേഹത്തിനു ഭക്ഷണം പാകംചെയ്തു കൊടുത്തിരുന്നു. "അന്നും അയാളുടെ കണ്ണുകൾക്ക് തീക്ഷ്ണതയുണ്ടായി രുന്നു", ചുമ്മാർ എനിക്കു ധൈര്യം തന്നു. മടങ്ങുമ്പോൾ ഗുരു ഒരു ആപ്പിൾ തന്നു.

ആ പത്രപ്രവർത്തനകാലം വിട്ട് നീണ്ട ഇടവേള കഴി ഞ്ഞാണ് ജന്മഭൂമിയുടെ ചീഫ് എഡിറ്ററാകാൻ എന്നെ ക്ഷണി ച്ചത്. മനോരമയിൽ പറ്റാതിരുന്ന തത്ത്വചിന്താഖണ്ഡം ജന്മ ഭൂമിയിലെ 'സംസ്കൃതി' എന്ന പേജിൽ പറ്റുമെന്ന് തോന്നി. ഞാൻ ഉഷയെ വിളിച്ചു. പാലക്കാട്ട് പനിക്കിടക്കയിലായിരുന്ന ഉഷ ഉണർന്നു. അങ്ങനെ തുടങ്ങിയ 'ഗുരുവരം' എന്ന പംക്തി യിൽ വന്ന കുറിപ്പുകളാണ് ഈ പുസ്തകം. പത്രാധിപസമിതി യുമായി ബന്ധമില്ലാത്ത ഒരാൾ തന്റെ വ്യക്തിതാത്പര്യ ങ്ങൾക്ക് പത്രത്തെ കരുവാക്കുന്നതു മടുത്ത് അഞ്ചുമാസം മാത്രമേ ഞാൻ ആ പത്രത്തിലുണ്ടായിരുന്നുള്ളൂ. പിരിയു മ്പോൾ പംക്തി തുടരാൻ ഞാൻ ഉഷയെ ഉപദേശിച്ചു. ആദ്യത്തെ ചില കുറിപ്പുകൾക്കുശേഷം വന്നവയിൽ എന്റെ കൈ പതിഞ്ഞില്ല. പംക്തി അവസാനിപ്പിച്ചശേഷം കുറിപ്പുകൾ ഉഷ എന്നെ ഏൽപ്പിച്ചു. എന്തും ചെയ്യാനുള്ള സ്വാതന്ത്ര്യവും തന്നു. അപൂർവ്വം സ്ഥലങ്ങളിലേ അത് പ്രയോഗിക്കുകയുണ്ടാ യുള്ളൂ. കാരണം ഗുരുവായി ഞാൻ കാണുന്നത് രമണമഹർഷി യെയാണ്. ഞാൻ ജനിക്കുന്നതിനും പത്തുകൊല്ലം മുൻപേ അദ്ദേഹം സമാധിയായി. ഉഷയ്ക്കാകട്ടെ, താൻ കണ്ടെത്തിയ

ഗുരുവിനെ അടുത്തുനിന്നു ശുശ്രൂഷിക്കാനും അനുഭവിക്കാനും കഴിഞ്ഞു. ഗുരുവരം എന്നേക്കാൾ ഉള്ളത് ഉഷയ്ക്കാണ്. ഗുരുക്കന്മാർ നൈരന്തര്യമാകയാൽ എല്ലാ ഗുരുക്കന്മാരും ഒന്നാണ്. അജ്ഞത കൊണ്ടാണ് ചട്ടമ്പിസ്വാമികൾ ശ്രീനാരായണന്റെ ഗുരുവായിരുന്നു എന്നു പറയുമ്പോൾ ചിലർ വാളെടുക്കുന്നത്. ശ്രീനാരായണൻ, രമണമഹർഷിയെ തിരുവണ്ണാമലയിൽ പോയിക്കണ്ടതും അതേപ്പറ്റി ശ്ലോകം എഴുതിയതും ആ മനസ്സുകൾ പരസ്പരം അറിഞ്ഞതു കൊണ്ടാണ്. ഗുരുക്കളിൽ ആരാണ് കേമൻ എന്ന ചർച്ച മൗഢ്യമാണ്. ചട്ടമ്പിസ്വാമികളും ശ്രീനാരായണഗുരുവും രമണമഹർഷിയും അരവിന്ദമഹർഷിയും ഗാന്ധിയും ഒരേകാലത്താണ് ഇവിടെ ജീവിച്ചത് എന്നതാണ് എന്നെ അദ്ഭുതപ്പെടുത്തുന്നത്. പ്രവാചകന്മാർ ഏഷ്യയിലേ ഉണ്ടായിട്ടുള്ളൂ എന്ന വാസ്തവം വിവേകാനന്ദസാഹിത്യസർവ്വസ്വം വായിക്കുമ്പോഴാണ് അമ്പരപ്പോടെ തിരിച്ചറിഞ്ഞത്.

രമണമഹർഷിയെ 1916 ൽ സന്ദർശിച്ചശേഷം രമണാശ്രമത്തിലെ ചാമ്പമരച്ചുവട്ടിൽ കൂടെയുണ്ടായിരുന്ന സ്വാമി വിദ്യാനന്ദയ്ക്ക് നാരായണഗുരു പറഞ്ഞുകൊടുത്തതാണ് 'നിർവൃതി പഞ്ചകം'.

"കോ നാമ ദേശഃ കാ ജാതിഃ
പ്രവൃത്തിഃ കാ കിയദ്വയഃ
ഇത്യാദി വാദോപരതിർ-
യസ്യ തസ്യൈവ നിർവൃതിഃ

ആഗച്ഛ ഗച്ഛ മാഗച്ഛ
പ്രവിശ ക്വനു ഗച്ഛസി
ഇത്യാദി വദോപരതിർ-
യസ്യ തസ്യൈവ നിർവൃതിഃ

ക്വ യാസ്യസി കദാ*f*യാതഃ
കുത ആയാസി കോ*f*സി വൈ
ഇത്യാദി വാദോപരതിർ
യസ്യ തസ്യൈവ നിർവൃതിഃ

അഹം ത്വം സോ*f*യമന്തർഹി
ബഹിരസ്തി ന വാസ്തി വാ
ഇത്യാദി വാദോപരതിർ
യസ്യ തസ്യൈവ നിർവൃതിഃ

ജ്ഞാതാജ്ഞാത സമഃ സ്വാന്യ-
ഭേദ ശൂന്യഃ കുതോ ഭിദാ
ഇത്യാദി വാദോപരതിർ-
യസ്യ തസ്യൈവ നിർവൃതിഃ"

ഇതിന്റെ അർത്ഥം ഇങ്ങനെ സംഗ്രഹിക്കാം:

എന്താണ് നിങ്ങളുടെ പേര്? എവിടന്നാണ്? എന്താണ് ജാതി? എന്താ ജോലി? എത്രയാണ് വയസ്സ്? ഇത്തരം ചോദ്യങ്ങളിൽ നിന്ന് മുക്തനായവനാണ് നിർവൃതി.

വരൂ! പോകരുത്! വരൂ! എങ്ങോട്ടു പോകുന്നു? ഇത്തരം ഭാഷണങ്ങളിൽ നിന്നു മുക്തനായവനാണ് നിർവൃതി.

എപ്പോഴാണ് പോയത്? എപ്പോഴാണ് വന്നത്? എവിടന്നാണ് വന്നത്? നിങ്ങൾ ആരാണ്? ഇത്തരം ചോദ്യങ്ങളിൽ നിന്നു മുക്തനായവനാണ് നിർവൃതി.

നീ, ഞാൻ, അവൻ, ഇവൻ, അകത്ത്, പുറത്ത് എന്നീ അന്വേഷണങ്ങളിൽ നിന്നു മുക്തനായവനാണ് നിർവൃതി.

ജ്ഞാതത്തോടും അജ്ഞാതത്തോടും സമദൂരം. അവനവനോടും അന്യരോടും സമഭാവന. എന്നിട്ടും എന്തേ ഈ വൈജാത്യം എന്നീ ചോദ്യങ്ങളിൽ നിന്നു മുക്തനായവനാണ് നിർവൃതി.

ശ്രീനാരായണഗുരു 1928ൽ ശിവഗിരിയിൽ അസുഖബാധിതനാണ് എന്നറിഞ്ഞപ്പോൾ അദ്ദേഹത്തെ ശുശ്രൂഷിക്കാൻ രമണമഹർഷി പഴനിസ്വാമിയെയും കുഞ്ചുസ്വാമിയെയും അയച്ചു. നാരായണഗുരുവിന്റെ പരമ്പരയിലെ സേലം ശാന്തിലിംഗസ്വാമികൾ, സ്വാമി അച്യുതാനന്ദ, നടരാജഗുരു, സ്വാമി മംഗളാനന്ദ, നിത്യചൈതന്യയതി, സ്വാമി ജ്ഞാനാനന്ദ തുടങ്ങിയവരും രമണമഹർഷിയെ കണ്ടു. നാരായണഗുരു ശിഷ്യരായ സ്വാമി ഗോവിന്ദാനന്ദയും ആത്മാനന്ദയും കാഞ്ചീപുരത്തെ ആശ്രമത്തിൽ നിന്ന് രമണമഹർഷിക്ക് ഔഷധങ്ങൾ അയച്ചുകൊടുത്തു. നാരായണഗുരുവിന്റെ 1916 ലെ സന്ദർശനത്തെപ്പറ്റി കൂടുതലറിയാൻ മംഗളാനന്ദ പിന്നീട് രമണമഹർഷിയെ കണ്ടപ്പോൾ മഹർഷി പറഞ്ഞു; "ഗുരു മഹാനാണ്. അദ്ദേഹം എന്നോട് ഒന്നും സംസാരിച്ചില്ല. അദ്ദേഹത്തിന് എല്ലാം അറിയാമായിരുന്നു."

രമണമഹർഷിയുടെ ഭക്തനായ സ്വാമി ബാലാനന്ദ ഒരിക്കൽ ഗുരുദേവൻ എഴുതിയ ആത്മോപദേശ ശതകം

മഹർഷിയെ വായിച്ചു കേൾപ്പിച്ചു. വായന മുന്നേറിയപ്പോൾ മഹർഷി തുടകളിൽ താളം പിടിച്ച്, 'അപ്പടി താൻ, അപ്പടി താൻ' എന്ന് പറഞ്ഞുകൊണ്ടിരുന്നു. ആത്മസാക്ഷാൽക്കാരത്തിന്റെ ഭാഗമെത്തിയപ്പോൾ മഹർഷി നിരീക്ഷിച്ചു: 'എല്ലാം തെരിഞ്ചവർ, എല്ലാം തെരിഞ്ചവർ'. മധ്യഭാഗമെത്തിയപ്പോൾ മഹർഷി എഴുന്നേറ്റ് ഉദ്ഘോഷിച്ചു, 'പെരിയോർകൾ, പെരിയോർകൾ'.

ഗുരുക്കന്മാർ തമ്മിൽ കണ്ടപ്പോൾ ഒന്നും സംസാരിച്ചില്ല എന്നത് ശ്രദ്ധിക്കേണ്ടതാണ്. ആത്മാക്കൾ പരസ്പരം തിരിച്ചറിയുകയാണ്.

സ്കന്ദപുരാണത്തിലെ ഗുരുഗീത ആധാരമാക്കി, ഭാരതീയഗുരുപരമ്പരയിലൂടെ ഉഷ നടത്തുന്ന യാത്രയാണ് 'ഗുരുഗാഥ'. ഗുരുവിനെ കണ്ടെത്തലിലേക്കു നയിച്ച സാഹചര്യങ്ങളും ജ്ഞാനാന്വേഷണവും പുസ്തകങ്ങളും ആചാര്യന്മാരും അനുഭവങ്ങളുമൊക്കെ ഉഷ പങ്കുവെയ്ക്കുന്നു.

ഇന്ത്യയുടെ ഗുരുപാരമ്പര്യം ആ രാജ്യത്തെ മുരടിപ്പിച്ചു എന്ന് രണ്ടു ജർമ്മൻ തത്ത്വചിന്തകർ; കാൾമാർക്സും മാക്സ് വെബറും അഭിപ്രായപ്പെട്ടതിനെതിരെയുള്ള തന്റെ നിലപാടുകൾ കൂടിയാണ് ഈ പുസ്തകം. ഇന്ത്യയുടേത് അലസ-ഗ്രാമ്യസമ്പദ്‌വ്യവസ്ഥയും അതിനു കാരണം ഹിന്ദുമതവുമാണെന്നാണ് മാർക്സ് 1853ൽ 'ന്യൂയോർക്ക് ഹെറാൾഡ് ട്രിബ്യൂണി'ലെ ലേഖനങ്ങളിൽ എഴുതിയത്. ഇതിനു കാരണം ഇന്ത്യയുടെ ഗുരുക്കന്മാരിലാണ് വെബർ, 'ഇന്ത്യയുടെ മതം' എന്ന പുസ്തകത്തിൽ കണ്ടെത്തിയത്. ഇന്ത്യ മുരടിച്ചത് ബ്രിട്ടീഷ് ഭരണം നിലനിന്ന 1900-1946 കാലത്താണെന്ന് കണക്കുകൾ തെളിയിച്ചതോടെ ഈ നിലപാടിന് അടിസ്ഥാനമില്ലാതായി.

മാർക്സ് ഇന്ത്യയെപ്പറ്റി എഴുതിയ 33 ലേഖനങ്ങളിൽ 'ഇന്ത്യയിലെ ബ്രിട്ടീഷ് ഭരണം', 'ഇന്ത്യയിലെ ബ്രിട്ടീഷ് ഭരണത്തിന്റെ ഭാവിഫലങ്ങൾ' എന്നിവയാണ് കുപ്രസിദ്ധം. ബ്രിട്ടൻ ഇന്ത്യയിൽ സാമൂഹ്യവിപ്ലവം നടപ്പാക്കിയ ചരിത്രത്തിന്റെ അബോധാത്മക ഉപകരണമായിരുന്നുവെന്നതായിരുന്നു ആദ്യ ലേഖനം. ഹനുമാൻ എന്ന കുരങ്ങിന്റെയും കാമധേനു എന്ന പശുവിന്റെയും മുന്നിൽ സാഷ്ടാംഗം പ്രണമിക്കുന്ന കിരാതനാണ് ഹിന്ദു എന്ന് മാർക്സ് വിമർശിച്ചു. ഇതേപ്പറ്റി മാർക്സ് എങ്ങനെ എഴുതി:

“പൗരസ്ത്യദേശത്തെ അയർലന്റാണ് അത്. ഇറ്റലിയുടെയും അയർലന്റിന്റെയും കൂടിയുള്ള വിചിത്രമായ ഈ സംലയനം, സുഖഭോഗങ്ങളുടെ ലോകവും കഷ്ടപ്പാടുകളുടെ ലോകവും തമ്മിലുള്ള ഈ ചേരുവ, ഹിന്ദുസ്ഥാനിലെ പ്രാചീന മതപാരമ്പര്യം വിഭാവനം ചെയ്തിട്ടുള്ള ഒന്നാണ്. അതിരുകടന്ന കാമാസക്തിയുടെയും ആത്മപീഡനത്തോളമെത്തുന്ന സർവ്വസംഗപരിത്യാഗത്തിന്റെയും മതമാണ് അത്. ലിംഗാരാധനയുടെയും ആത്മബലിയുടെയും മതമാണ് അത്. ഭിക്ഷുവിന്റെയും അതേസമയം ദേവദാസിയുടെയും മതമാണ് അത്.”

ഭാരതത്തിനൊരു സുവർണ്ണയുഗമുണ്ടായിരുന്നതായി താൻ വിശ്വസിക്കുന്നില്ലെന്നും മാർക്സിന്റെ നിഗമനം.

‘ഇന്ത്യയുടെ മതം’ എന്ന പുസ്തകത്തിൽ വെബർ എഴുതിയത് മുസ്ലീങ്ങളുടെ സൈനികാധിപത്യവും രാഷ്ട്രീയാധീശത്വവും ഇന്ത്യയിലെ ഹിന്ദുവരേണ്യവർഗ്ഗത്തിന്റെ രാഷ്ട്രീയാധികാരത്തെ അട്ടിമറിച്ചുവെന്നാണ്. ഈ രാഷ്ട്രീയാധികാരം ഗുരുസ്വാധീനത്തിന് സ്വതന്ത്രാധികാരം നൽകുകയും അതിനെ ബീഭത്സമായ ഉയരങ്ങളിലെത്തിക്കുകയും ചെയ്തു: വെബർ നിരീക്ഷിക്കുന്നു. ഈ ഗുരുപരമ്പര ജീവിതത്തിന്റെ യുക്തിവിചാരത്തെ ഹനിക്കുകയാൽ ഇന്ത്യയ്ക്ക് മുതലാളിത്തത്തിന്റെ സത്തയിലെത്തിച്ചേരാൻ കഴിഞ്ഞില്ല എന്നാണ് വെബറുടെ കണ്ടെത്തൽ.

ഇന്ത്യയെ സംബന്ധിച്ച മാർക്സിന്റെ നിരീക്ഷണങ്ങൾക്ക് മാർക്സിസ്റ്റ് സാമ്പത്തികശാസ്ത്രജ്ഞർ തന്നെ പ്രസക്തി കല്പിക്കുന്നില്ല. ഇതിന്റെ വിശദാംശങ്ങൾ മാർക്സിസ്റ്റ് സൈദ്ധാന്തികരായ ടെറി ഈഗിൾടൺ, എറിക് ഹോബ്സ്ബാം, ഐജാസ് അഹമ്മദ് തുടങ്ങിയവരുടെ പുസ്തകങ്ങളിൽ കാണാം. വെബറുടെ ഒരു നിരീക്ഷണം മാർക്സിസത്തെ തന്നെ നിരാകരിക്കുന്നതാണ്. ഭരണം, സൈനികസേവനം, വക്കീൽപണി തുടങ്ങിയ പല മേഖലകളിലും ഏർപ്പെടുന്നതിന് പ്രൊട്ടസ്റ്റന്റ് മതം അതിന്റെ അനുയായികൾക്ക് വിലക്കേർപ്പെടുത്തിയതിനാൽ അവർക്ക് കച്ചവടത്തിൽ കേന്ദ്രീകരിക്കേണ്ടി വരികയും അങ്ങനെ മുതലാളിത്തം ഉണ്ടാവുകയും ചെയ്തു എന്ന അദ്ദേഹത്തിന്റെ നിരീക്ഷണമാണ് ഇവിടെ വിവക്ഷ. ഇന്ത്യയിൽ മതത്തിന്റെ ജോലി മുതലാളിത്തം സൃഷ്ടിക്കുന്നതിൽ ആയിരുന്നില്ല; അതിന്റെ

ലക്ഷ്യം ഭൗതികേതരമായിരുന്നു എന്ന് നമുക്ക് അനുമാനിക്കാം!

മുസ്ലീം അധിനിവേശത്തോടെ ബ്രാഹ്മണാധിപത്യം തകർന്നപ്പോഴാണ് ഇന്ത്യയിൽ ഗുരുക്കന്മാർക്ക് പ്രാധാന്യം കൈവന്നത് എന്നത് മാർക്സോ വെബറോ അറിഞ്ഞിട്ടില്ല. അവർണ്ണരും അങ്ങനെ ഗുരുക്കന്മാരായി. ബ്രിട്ടീഷുകാരാണ് നമുക്ക് സന്ന്യാസം തന്നത് എന്ന് ശ്രീനാരായണഗുരു പറഞ്ഞതും ഓർക്കാം. ഇന്ത്യയിൽ മതവും ഗുരുപരമ്പരയും നിർവ്വഹിച്ച ദൗത്യം മനുഷ്യന്റെ ആന്തരിക ശുദ്ധീകരണമായിരുന്നുവെന്ന് ഉഷയുടെ പുസ്തകം വെളിവാക്കുകയും അങ്ങനെ അത് പാശ്ചാത്യഭൗതികവാദത്തിന് മറുപടിയാവുകയും ചെയ്യുന്നു. കരുണാകരഗുരു പ്ലാവിലക്കുമ്പിളിൽ കഞ്ഞികുടിച്ചിരുന്നതുപോലെ ലാളിത്യത്തിന്റെ സന്ദേശമാണ്, മുതലാളിത്ത സന്ദേശമല്ല ഇന്ത്യ ലോകത്തിനു നൽകിയത്.

ഇന്ത്യ കാണാത്ത മാർക്സിനെയും വെബറിനെയും പോലെ മണ്ടന്മാരായിരുന്നില്ല യൂറോപ്പിലെ ചിന്തകർ എല്ലാവരും എന്നതിന് മാക്സ് മുള്ളറും കാൾ യുങ്ങും റൊമെയ്ൻ റൊളാങ്ങും മോണിയർ വില്യംസും ഹോൾഡർലിനും (Friedrich Holderlin) ഉദാഹരണങ്ങളാണ്. ജർമ്മൻ മഹാകവി ഹോൾഡർലിന്റെ മഹാകാവ്യത്തിന്റെ പേരുതന്നെ 'ബ്രഹ്മജ്ഞാനം' എന്നാണ്. സത്യാന്വേഷണം നടത്തുന്നത് എപ്പോഴും കവികളായിരിക്കും; സാമ്പത്തിക-സാമൂഹിക ശാസ്ത്രജ്ഞന്മാരാവില്ല.

ഇന്ത്യയിൽ വന്ന് മാനസാന്തരം വന്നയാളാണ് ഫ്രോയ്ഡ് കഴിഞ്ഞാൽ അടുത്ത മനഃശാസ്ത്രജ്ഞനായ യുങ്. 1936ൽ യുങ് എഴുതിയ പ്രബുദ്ധഭാരതലേഖനത്തിൽ പാശ്ചാത്യർക്കു ചേർന്നതല്ല യോഗ എന്നു പറഞ്ഞിരുന്നു. അതു കഴിഞ്ഞുള്ള ശിശിരത്തിൽ കൊൽക്കത്തയിലെ ബേലൂർ മഠത്തിലെത്തി അദ്ദേഹം. തുടർന്നുള്ള പ്രബന്ധത്തിൽ മഠത്തിലെ ശ്രീരാമകൃഷ്ണ പ്രതിമയെപ്പറ്റി ഓർമ്മിച്ചത്, 'സമാധി' എന്ന വാക്കു കേട്ടാൽ ഏതു ഭാരതീയനും ഈ നിലയിലുള്ള യോഗിയെയാണ് ഓർക്കുക എന്നാണ്. 1939ൽ 'ഭാരതം നമ്മെ പഠിപ്പിക്കുന്നത്' എന്ന ലേഖനത്തിൽ ഹിന്ദുമതത്തിന്റെ സമഗ്രത പാശ്ചാത്യർക്കു മാതൃകയാണെന്ന് അദ്ദേഹം എഴുതി. 1943ൽ യുങ് 'പൗരസ്ത്യ ധ്യാനത്തിന്റെ മനഃശാസ്ത്രം' എഴുതി. 1944ൽ രമണമഹർഷിയുടെ 'ഉപദേശസാരം' ഹെന്റിച്ച് സിമ്മർ (Heinrich Zimmer) പരിഭാഷപ്പെടുത്തിയപ്പോൾ അതിന്

അവതാരികയും എഴുതി. രമണമഹർഷിയെ അദ്ദേഹം കണ്ടിട്ടില്ല. ആത്മൻ എന്ന വാക്കിന്റെ ആഴമറിയാൻ മനഃശാസ്ത്രം വളർന്നിട്ടില്ല എന്ന് അദ്ദേഹം കുമ്പസാരിച്ചു.

ഹിന്ദുമതത്തിന്റെ കാതൽ നാരായണഗുരു നിർവൃതിപഞ്ചകത്തിൽ എടുത്തുകാട്ടിയ ഭേദചിന്ത വെടിഞ്ഞ സമഗ്രദർശനമാണ്. ഒറ്റ ഇടിമിന്നലിന്റെ നീളം ഒരിഞ്ചു വീതിയിൽ അഞ്ചു മൈൽ ആയിരിക്കുമെന്നാണ് കണക്ക്. അമേരിക്കയിലെ ഡാലസിൽ ഒരിക്കൽ കണ്ട ഇടിമിന്നലിന്റെ നീളം 118 മൈൽ ആയിരുന്നു. ഒറ്റ ഇടിമിന്നലിൽ 200 ദശലക്ഷം വോൾട്ട് വൈദ്യുതിയുണ്ടാകും. ഗുരുക്കന്മാരുടെ ലോകവും ഇടിമിന്നലിന്റെ ലോകമാണ്. അളക്കാൻ കഴിയാത്തതാണ് അതിന്റെ നീളം. ആ ഇടിമിന്നലിന്റെ ലോകമാണ് ഈ പുസ്തകം. എന്തെങ്കിലും ശബ്ദം കേട്ടാൽ പേടിക്കരുത് എന്ന് ഗുരു രണ്ടു കുടുംബാംഗങ്ങളോടു പറഞ്ഞ കഥ ഉഷ ഇതിൽ വിവരിക്കുന്നുണ്ട്. പിന്നാലെ മിന്നൽ പ്രവാഹമുണ്ടായി.

വ്യക്തിപരമായി, ആചാരാനുഷ്ഠാനങ്ങൾക്കു പുറകെ നടക്കുന്ന ഒരാളല്ല ഞാൻ. അസത്തുക്കൾക്കൊപ്പം കൂടി ദുർവ്യയം ചെയ്യുന്ന നിമിഷങ്ങളുടെ ആകെത്തുകയാണ് ജീവിതം. പൂർവ്വജന്മപുണ്യംപോലെ അപൂർവ്വമായി ഗുരുസാന്നിധ്യങ്ങളിൽ നിന്ന് നമ്മുടെ മടിയിലും ഇടിമിന്നലിന്റെ തരികൾ വന്നുവീഴും. അത്തരം വൈദ്യുതകമ്പനമുള്ള നക്ഷത്രത്തരികളുടെ ശേഖരമാണ് ഈ പുസ്തകം.

കുടുംബങ്ങൾ നിർമ്മിക്കുന്ന പൊങ്ങച്ചസ്മൃതികളിൽ താത്പര്യമില്ലെങ്കിലും പിതൃതർപ്പണസുകൃതം പോലെ ഒന്ന്, ശ്രാദ്ധങ്ങൾ നടത്താത്ത എന്നിൽ ഈ വായനകൊണ്ടുണ്ടായി. പാരമ്പര്യമായി ഞങ്ങൾ ആത്രേയ ഗോത്രത്തിൽപെടുന്നു എന്നാണ് വിശ്വാസം. അത്രി മുനിയുടെ പൈതൃകം എന്നർത്ഥം. അത്രിമുനി ആരാണ് എന്നന്വേഷിക്കാൻ ഞാൻ തുനിഞ്ഞില്ല. എന്നാൽ ഉഷയുടെ സ്മൃതികൾക്കൊടുവിൽ സപ്തർഷിമാരിൽ തേജോമയരായ രണ്ടുപേരാണ് ഭൃഗുവും അത്രിയും എന്നുകണ്ടു. അത്രിയുടെ പതിവ്രതയായ പത്നി അനസൂയയെ കളങ്കപ്പെടുത്താൻ ത്രിമൂർത്തികൾ ഭാര്യമാരുടെ ഉപദേശം കേട്ടിറങ്ങിയ കഥയാണ് അത്. നമ്മുടെ വലിയ ആരാധനാമൂർത്തികൾ ഇന്ന് ജീവിച്ചിരുന്നെങ്കിൽ പോക്സോ നിയമപ്രകാരം വിചാരണ ചെയ്യപ്പെടും എന്നു തോന്നി. ആ സന്തോഷത്തിനും പിതൃസ്മരണയുടെ ശ്രാദ്ധത്തിനും ഉഷയ്ക്കു നന്ദി. ■

ഗുകാരഃ പ്രഥമോ വർണ്ണോ മായാദി
ഗുണഭാസകാഃ
രുകാരോ അസ്തി പരം ബ്രഹ്മ
മായാ ഭ്രാന്തി വിമോചകം

(ഗുകാരം യഥാതഥമെന്നു നമുക്കു തോന്നുന്ന മായാ ലോകമാണ്. രുകാരം മായയുടെ കടുംപിടുത്തത്തിൽ നിന്നു മുക്തമായ അതീതബോധവും.)

ഗുരുഗീത, 16-ാം ശ്ലോകം.

ഒന്ന്

അന്ധകാരവിനാശിത്വാത്

നമുക്ക് ജീവിക്കാൻ ഒരു ഗുരുവിന്റെ ആവശ്യമുണ്ടോ? ഒരു തെലുങ്കു ബാലനിൽ ലോകഗുരുവിന്റെ ലക്ഷണങ്ങൾ കണ്ട് തിയോസഫിക്കൽ സൊസൈറ്റിക്കാരായ ആനി ബെസന്റും ലെഡ് ബീറ്ററും അവനെ ദത്തെടുത്ത് വിദ്യാഭ്യാസം നൽകി ധ്യാനമുറകൾ പരിശീലിപ്പിച്ച് വളർത്തി. യുവാവായപ്പോൾ താൻ ലോകഗുരുവല്ല എന്നു പറഞ്ഞു ആ കുട്ടി. പിൽക്കാലത്ത് പ്രസിദ്ധചിന്തകനായി ജനസഞ്ചയങ്ങളെ ആകർഷിച്ച ജിദ്ദു കൃഷ്ണമൂർത്തിയായിരുന്നു അത്. ആരെയും ഗുരുവായി സ്വീകരിക്കേണ്ട, അവനവന്റെ വഴി സ്വയം കണ്ടെത്തുക എന്ന സന്ദേശമാണ് അദ്ദേഹം നൽകിയത്.

ഉയർന്ന മാനസികതലങ്ങളുള്ള വ്യക്തികളെ സംബന്ധിച്ചിടത്തോളം അത് പ്രസക്തമാണ്. അവർക്ക് സ്വയം വഴികൾ കണ്ടെത്താൻ സാധ്യമായിരിക്കാം. പൊതുവെ മനുഷ്യർക്ക് അതത്ര എളുപ്പമല്ല. പ്രകൃതിയോട് പൂർണമായി ഇണങ്ങി ജീവിക്കുന്ന ഒരു ജീവികുലമായിരുന്നതിനാൽ ഒരുപക്ഷേ നമുക്ക് ആരുടെയും ആവശ്യമില്ലായിരുന്നിരിക്കാം. പക്ഷിമൃഗാദികളെ ശ്രദ്ധിച്ചാൽ നമുക്കതു മനസ്സിലാകും. പ്രകൃതി അവർക്കായി കൊടുത്തിട്ടുള്ള നിയമങ്ങൾ അനുസരിച്ച് അവർ ജനിച്ച് ജീവിച്ച് മരിക്കുന്നു.

മനുഷ്യന്റെ കാര്യം കൂടുതൽ സങ്കീർണ്ണമാണ്. 'പ്രതിജനഭിന്ന വിചിത്രമാർഗ്ഗമാം' എന്നാണു കവി മനുഷ്യജീവിതത്തെ വിശേഷിപ്പിക്കുന്നത്. ഓരോ മനുഷ്യനും ഓരോ വഴി. ഓരോ കർമ്മഗതി. ഈ വൈവിധ്യത്തിൽ ഭിന്നിച്ചുഭിന്നിച്ചു പോകുന്ന അവസ്ഥയാണ് നമ്മുടേത്. കുടുംബം, ജാതി, മതം, വർഗ്ഗം, വർണം, രാഷ്ട്രീയം, പ്രാദേശികത എന്നിങ്ങനെ പല ഘടകങ്ങളുടെയും സ്വാധീനത്തിൽ, 'എന്റേത്' എന്ന തോന്നലിൽ, നാം ഒരുമിക്കുന്നുണ്ടെങ്കിലും തങ്ങളെപ്പോലുള്ള മറ്റു കൂട്ടങ്ങളിൽനിന്ന് ഭിന്നിക്കാനുള്ള ഉപാധികളായി അവയെയും നാം മാറ്റുന്നു.

നാം അറിയുന്ന ചരിത്രവും സമകാലിക ലോകരംഗവും നമ്മെ മനസ്സിലാക്കിത്തരുന്നത് അതാണല്ലോ. എന്തിന്, പുരാണങ്ങളും

ഇതിഹാസങ്ങളും ഉടനീളം സംഘർഷങ്ങളുടെ ഗാഥകളാണല്ലോ. ഈ ഭിന്നിപ്പുകളെ മെരുക്കാൻ, സംഘർഷങ്ങൾക്ക് പരിഹാരങ്ങൾ കണ്ടെത്താൻ നമ്മെ ഒടുവിൽ സഹായിക്കുന്നത് ഗുരുക്കന്മാർ തന്നിട്ടുള്ള ആദ്ധ്യാത്മിക സാംസ്കാരിക മൂല്യങ്ങളാണ്. പലപ്പോഴും മറന്നുപോകുന്ന, കൈവിട്ടുകളയുന്ന ഈ മൂല്യങ്ങളിൽത്തന്നെയാണ് നാം ഒടുവിൽ അഭയം തേടുന്നതും ആശ്രയിക്കുന്നതും. നമ്മുടെ നീതിയും ന്യായവും ഒക്കെ അവയിൽനിന്ന് പുറപ്പെട്ടിട്ടുള്ളതാണ്. അതായത് നമ്മുടെ അറിവില്ലായ്മയുടെയും അതു ഹേതുവായി ഉണ്ടാകുന്ന അഹങ്കാരത്തിന്റെയും അന്ധകാരം അകറ്റാൻ വെളിച്ചമാകുന്നത് ഗുരുക്കന്മാരുടെ വാക്കുകളാണ്. അവയിൽ നിക്ഷിപ്തമായ ഈശ്വരേച്ഛയുടെ ശാശ്വതമൂല്യങ്ങളാണ്. 'അന്ധകാരവിനാശിത്വാത് ഗുരുരിത്യഭിധീയതേ' (അറിവുകേടിന്റെ) ഇരുട്ടിനെ നശിപ്പിക്കാനുള്ള കഴിവിനാൽ, (അറിവിന്റെ) വെളിച്ചം എന്നു വിളിക്കപ്പെടുന്നു എന്നാണ് സ്കന്ദപുരാണത്തിലെ ഗുരുഗീത പറയുന്നത്.

രണ്ട്

ഭുക്തിയും മുക്തിയും

അറിവുകേടിന്റെ ഇരുൾ നീക്കുന്ന അറിവിന്റെ വെളിച്ചമായി ഗുരുവിനെ സങ്കല്പിക്കുന്നുവെന്നു പറഞ്ഞല്ലോ. ഗുരുഗീതയിലെ ഈ ആശയം ഉപനിഷത്തുകളിലും കാണുന്നു. ഗുരുത്വത്തിനു കനപ്പെട്ടത് എന്ന അർത്ഥവും കൂടിയുണ്ട്. തമ്മിൽ പൊരുത്തപ്പെടാത്ത അർത്ഥങ്ങളല്ല രണ്ടും. അറിവു നൽകുന്നതുപോലെ മുഖ്യമായി മറ്റ് എന്താണുള്ളത്?

എന്നാൽ നാം ഗുരു എന്ന പദം കൊണ്ട് എന്താണ് സാധാരണഗതിയിൽ ഉദ്ദേശിക്കുന്നത്? പൊതുവെ ഭൗതികമായ അറിവു തരുന്ന അധ്യാപകരെയും പരിശീലകരെയുമാണ് നാം കൂടുതലും ഗുരുക്കന്മാരായി കണക്കാക്കുന്നത്. കണക്ക്, സാമൂഹ്യശാസ്ത്രം, ഭാഷ മുതലായ ഏതെങ്കിലും വിഷയം പഠിപ്പിക്കുന്നവരെയും സംഗീതം, നൃത്തം, ചിത്രമെഴുത്ത് തുടങ്ങിയ കലകളോ അല്ലെങ്കിൽ ഏതെങ്കിലും തൊഴിലുകളോ അഭ്യസിപ്പിക്കുന്നവരെയും നാം ഗുരു എന്നു വിളിക്കാറുണ്ട്. അധ്യാപകരെ മാനിക്കുന്ന ഒരു രീതിയാണത്. ഒരളവോളം ആ സംബോധനയിൽ സാംഗത്യവും ഉണ്ടെന്നു വെക്കാം. ഒരു വ്യക്തിക്ക് ഉപകരിക്കുന്ന വിവരങ്ങളോ അല്ലെങ്കിൽ ഏതെങ്കിലും നൈപുണ്യങ്ങളോ പകർന്നു കിട്ടുകയാണല്ലോ.

അങ്ങനെയുള്ള പകർന്നുകിട്ടലുകളെ പറ്റി ചിന്തിച്ചാൽ ആദ്യം ഗുരുവാകുന്നത് അമ്മയാണെന്നു കാണാം. അച്ഛനിൽ നിന്ന് സാധാരണഗതിയിൽ കുട്ടി ഒരുപാടു കാര്യങ്ങൾ ഗ്രഹിക്കുന്നു. (അമ്മയോ അച്ഛനോ ആകുന്നതിലുമുണ്ട് പാഠങ്ങൾ എന്ന് മറക്കുന്നില്ല.) പ്രചാരത്തിലുള്ള ഒരു പറച്ചിലുണ്ട്: മാതാ പിതാ ഗുരു ദൈവം. ജീവിക്കാനുള്ള അടിസ്ഥാനം ഉണ്ടാക്കിക്കൊടുക്കുന്ന മാതാപിതാക്കളെയും അധ്യാപകരെയും ദൈവതുല്യരായി കാണണം എന്നൊരർത്ഥം ആ ചൊല്ലിലുണ്ട്. കുട്ടിയെ ദൈവത്തിലേക്കു നയിക്കുന്ന, ഒരു ഗുരുവിലെത്തിക്കാൻ മാതാപിതാക്കൾ ചുമതലപ്പെട്ടവരാണെന്നു കൂടി ഒരർത്ഥം നമുക്കതിനു കൊടുക്കാവുന്നതാണ്. ആദർശപരമായ ഒരു പ്രക്രിയയെ ആണ് സൂചിപ്പിച്ചത്. അച്ഛനമ്മമാർക്ക് ആ വിധത്തിലുള്ള ഉണർവ്വ് സർവ്വസാധാരണമല്ല.

അപഭ്രംശങ്ങൾ എല്ലാ മേഖലകളെയും ഗ്രസിച്ചിരിക്കുന്ന കാലമാണിത്. മുൻ തലമുറകളിലൂടെ കൈമാറിക്കിട്ടുന്ന അറിവുകേടുകൾ കൂടി ഓരോ പുതിയ തലമുറയേയും ബാധിക്കുന്നു. അടിസ്ഥാനം ദൃഢമല്ലാതെ വരുന്നു. മൂല്യങ്ങൾ മറയുന്നു. അറിവുകൾ പോലും അറിവുകേടിന്റെ ഫലം ചെയ്യുന്നു എന്നു പറഞ്ഞാൽ തെറ്റാവില്ല. പ്രകൃതിയെ മാനിക്കാനുള്ള അറിവാണ്, പ്രകൃതിയുടെ ഭാഗമാണ് തങ്ങൾ എന്ന ഓർമ്മയാണ്, പടിപടിയായി നമ്മുടെ കൈപ്പിടിയിൽ നിന്ന് പൊയ്ക്കൊണ്ടിരിക്കുന്നത്. അതേസമയം നമ്മളെപ്പോലെ പുരോഗമിക്കുന്നു എന്ന് അവകാശപ്പെടാനില്ലാത്ത പക്ഷിമൃഗാദികൾ പ്രകൃതി നൽകിയ സഹജമായ അറിവുകൾ അനുസരിച്ച് ജീവിച്ചുപോകുന്നു.

ഈ സാഹചര്യങ്ങളിൽ ഭൗതികമായ അറിവുകൾ ശാസ്ത്രങ്ങളെന്നു പറയാം. ജീവിക്കാൻ അത്യന്താപേക്ഷിതമായിരിക്കെത്തന്നെ ഭൗതികം മാത്രമല്ലാത്ത മൂല്യങ്ങളെക്കൂടി ഒപ്പം ചേർത്തല്ലേ നാം നീങ്ങേണ്ടത്? ഈ സങ്കീർണ്ണതകളിൽ വഴി നടക്കാനുള്ള ആശയങ്ങൾ ഭൗതികേതരമായ മനനങ്ങളിൽ നിന്നുകൂടി നമുക്ക് സ്വീകരിക്കേണ്ടതില്ലേ? ഭുക്തിയും മുക്തിയും (ഭൗതികമായ ഐശ്വര്യങ്ങളും മോക്ഷത്തിനുള്ള വഴികളും) ഒരേപോലെ കൈകാര്യം ചെയ്യാൻ കഴിവുള്ള ഗുരുക്കന്മാരെയല്ലേ നാം ആഗ്രഹിക്കുന്നത്?

മൂന്ന്
അറിവിന്റെ അമൃതഫലം

അറിവാണല്ലോ ജീവിതത്തെ മുന്നോട്ടു നയിക്കുന്നത്. സാമാന്യമായി പറഞ്ഞാൽ അത് മനുഷ്യനടക്കമുള്ള എല്ലാ ജീവജാലങ്ങൾക്കും പ്രകൃതി യിൽ നിന്നു കിട്ടുന്നതാണ്. ഒരു വിത്തിനു മണ്ണും ഈർപ്പവും കിട്ടിയാൽ മുള പൊട്ടുവാൻ കഴിയുന്നതു പോലെ, ജനിക്കാനും വളരാനും സാഹചര്യ ങ്ങളോടു പ്രതികരിക്കാനുമൊക്കെയുള്ള കഴിവ് പ്രകൃതി നമ്മിൽ നിക്ഷേ പിക്കുന്ന അറിവിന്റെ ഫലമായി കരുതാം. ഇത് സാർവ്വലൗകികമാണു താനും.

മനുഷ്യന്റെ കാര്യത്തിൽ ഈ അറിവിനുപുറമേ വിശേഷബുദ്ധിയും സ്വതന്ത്രമായ ചിന്താശക്തിയും പ്രവർത്തനശേഷിയും കൂടിച്ചേർന്നിരി ക്കുന്നു. ഈ കഴിവുകൾ നമുക്ക് അഹങ്കാരവും അതിൽനിന്നു വരുന്ന അന്ധതയും ക്രമേണ വളർത്തിക്കൊണ്ടുവന്നു. ഈ കുറവ് ചില്ലറ ദുരിത ങ്ങളൊന്നുമല്ല ഉണ്ടാക്കിയിട്ടുള്ളത്. സംഘർഷങ്ങളും സമാധാനമില്ലാ യ്മയും മനസ്സിന്റെ ഉൾത്തലങ്ങളിൽ നിന്ന് ലോകത്തിന്റെ പുറംപരപ്പു കളിലേക്ക് വ്യാപിപ്പിക്കുന്ന കുറവാണിത്.

ഈ അവസ്ഥ പണ്ടുപണ്ടേ മനുഷ്യനെ വലയ്ക്കാൻ തുടങ്ങിയിരി ക്കണം. ഗുരു എന്ന വാക്ക് വേദോപനിഷത്തുക്കളുടെ കാലത്ത് പ്രയോഗ ത്തിൽ വന്നു എന്ന വസ്തുത നമ്മെ മനസ്സിലാക്കിത്തരുന്നത് അതാണ്. അന്ധത നീക്കുന്ന ഗുരുവിനെ ഭാരതം അന്നേ കണ്ടെത്തിയിരുന്നു. പരി ണാമപ്രക്രിയയുടെ ഉന്നതി മനുഷ്യരാശിക്ക് സമ്മാനിക്കുന്ന ഒരു അമൃത ഫലമാണ് ഗുരു. മറ്റുള്ളവരെ വശീകരിക്കാനായി അത്ഭുതവേലകൾ ചെയ്യുന്നവരല്ല അവർ. എന്നാൽ അവരുടെ സ്നേഹശക്തിയുടെ അല്ലെ ങ്കിൽ കാരുണ്യത്തിന്റെ പ്രവർത്തനം നന്മയിലേക്കുള്ള അദ്ഭുതാവഹ മായ പരിവർത്തനങ്ങൾ ഉണ്ടാക്കുന്നു.

കാട്ടുവഴികളിൽ സഞ്ചരിക്കേണ്ടി വരുന്നവരെ കൊള്ളയടിച്ചിരുന്ന രത്നാകരൻ, മഹർഷിയായി മാറിയ കഥയാണ് ഓർമ്മ വരുന്നത്. ഒരു

ദിവസം രത്നാകരൻ ആക്രമിക്കാൻ ചെന്നത് സപ്തർഷികളെയായിരുന്നു. അധാർമ്മികമായ ജീവിതവൃത്തിയിൽ എന്തിനായിട്ടാണ് ഏർപ്പെട്ടിരിക്കുന്നത് എന്ന് അവർ ചോദിച്ചപ്പോൾ ഭാര്യക്കും മക്കൾക്കും വേണ്ടിയായിരുന്നു എന്നു പറയാൻ രത്നാകരനു സംശയിക്കേണ്ടി വന്നില്ല. കർമ്മത്തിന്റെ ഫലം പങ്കുവെയ്ക്കുവാൻ കുടുംബം തയ്യാറാവുമോ എന്ന് മഹർഷിമാർ ആരാഞ്ഞു. അതിനാരും ഒരുക്കമല്ലായിരുന്നു.

അവനവൻ ചെയ്യുന്ന കർമ്മഫലം സ്വയം അനുഭവിച്ചു തീർക്കണമെന്ന് രത്നാകരനു ബോധ്യപ്പെട്ടു. രാമമന്ത്രം നാവിനു വഴങ്ങാതെ ആദ്യം 'മരാ' (മരിച്ചു) എന്നാണത്രെ ഉരുവിട്ടു തുടങ്ങിയത് (ആ മരം ഈ മരം എന്ന് ജപിച്ചുവെന്ന പാഠഭേദവുമുണ്ട്). ജപിച്ച് ജപിച്ച് ചുറ്റുപാടുകളെ വിസ്മരിക്കുകയും അഗാധമായ ധ്യാനത്തിൽ ആണ്ടു പോവുകയും ചെയ്തു; സ്വന്തം ശരീരത്തെ 'വല്മീകം' (ചിതൽപ്പുറ്റ്) വന്നുമൂടിയതു പോലും അറിയാതെ. വല്മീകത്തിൽനിന്ന് പുറത്തുവന്ന ആൾ പഴയ രത്നാകരനായിരുന്നില്ല, പ്രണയപാരസ്പര്യത്തിൽ ചുറ്റുപാടുകളറിയാതിരുന്ന ഇണപ്പക്ഷികളിലൊന്ന് വേടന്റെ അമ്പേറ്റു വീണതും മറ്റേത് നൊന്ത് ഹൃദയംപൊട്ടി മരിച്ചതും കണ്ട് ദുഃഖാകുലനായ മഹർഷി വാല്മീകിയായിരുന്നു. ആ ദുഃഖത്തിൽ നിന്നാണ് ആദ്യത്തെ ശ്ലോകം ജനിച്ചത്. കാമമോഹിതരായി പരിസരം മറന്നിരുന്ന ക്രൗഞ്ചപ്പക്ഷികളിലൊന്നിനെ ഹനിച്ച കാട്ടാളനെ നോക്കി കാട്ടാളാ നിനക്ക് ഒരുകാലത്തും സമാധാനം ഉണ്ടാവാൻ പോകുന്നില്ല എന്നാണദ്ദേഹം പറഞ്ഞത്.

ഏറ്റവും ഗഹനമായ മനഃശാസ്ത്ര ചിന്തയാണ് ഗുരുവായി പരിണമിക്കുന്ന മനുഷ്യൻ പ്രവർത്തിപഥത്തിൽ കൊണ്ടുവരുന്നത്.

നാല്

ഗുരുകുലം

തൊഴിലുകൾ പരിശീലിപ്പിക്കുന്നവരെ, സുകുമാരകലകൾ അഭ്യസിപ്പിക്കുന്നവരെ എന്നു തുടങ്ങി ആത്മീയമായി വഴികാട്ടുന്നവരെവരെ നമ്മുടെ രാജ്യത്തിലെ ജനങ്ങൾ ഗുരു എന്ന വാക്കുമായി ബന്ധപ്പെടുത്തി വരുന്നു. ഏതു രംഗത്തായാലും ഒരു ശിഷ്യനു മാത്രം വിദ്യ പകരുന്ന ഗുരുക്കന്മാരുണ്ട്, ഒരു കൂട്ടം ശിഷ്യരെ സ്വീകരിക്കുന്നവരും. ഗുരുവിന്റെ വീട്ടിൽ നിന്നുകൊണ്ടുള്ള പരിശീലനമാണ് പണ്ട് നടന്നിരുന്നത്. ഗുരുവും ശിഷ്യരും വിദ്യാഭ്യാസകാലത്ത് ഒത്ത് കഴിയുന്ന രീതി.

ഗുരുകുലം എന്ന് ഗുരുവിന്റെ വീട് അറിയപ്പെട്ടു. കുലത്തിന് കുടുംബമെന്നും വംശമെന്നും ഒക്കെ അർത്ഥമുണ്ടല്ലോ. ഗുരുവിന്റെ സ്വന്തക്കാരായി കഴിയുകയാണ് അറിവ് സമ്പാദിക്കാൻ എത്തുന്ന ഇളംതലമുറ. വീട്ടിനാവശ്യമുള്ള പണികളൊക്കെ അവരും കൂടിയാണ് ചെയ്യുന്നത്. പിൽക്കാലത്ത് ജഗദ്ഗുരുവായിത്തീർന്ന ശ്രീകൃഷ്ണൻ തന്റെ ഗുരു സന്ദീപനി മഹർഷിയുടെ അടുക്കളയിലേക്കുള്ള വിറക് ശേഖരിക്കാൻ കാട്ടിൽ പോയിരുന്നു എന്നല്ലേ പറയുന്നത്.

ശ്രീകൃഷ്ണന്റേതുപോലെ സമൂഹത്തിൽ അംഗീകാരമുള്ള കുടുംബങ്ങളിൽ നിന്നായിരിക്കാം പണ്ട് ശിഷ്യരെ സ്വീകരിച്ചിരുന്നത്. എന്നാൽ പല ഗുരുക്കന്മാരും അർഹതയുള്ള ശിഷ്യരെ കിട്ടിയാൽ അവരുടെ ചുറ്റുപാടുകൾ പരിഗണിക്കാതെ സ്വീകരിക്കുകയും ചെയ്തുകാണണം. ഛാന്ദോഗ്യോപനിഷത്തിലുള്ള പ്രസിദ്ധമായ കഥയിൽ മഹർഷി ഗൗതമൻ വിദ്യ അഭ്യസിക്കുവാൻ തന്റെ മുന്നിലെത്തിയ ബാലനോട് ആദ്യം അന്വേഷിക്കുന്നത് അച്ഛനാരെന്നാണ്. അച്ഛനാരെന്ന് അവനറിയില്ലായിരുന്നു. അമ്മയോട് അന്വേഷിച്ചുവരാൻ മഹർഷി നിർദ്ദേശിച്ചു.

അവൻ തിരിച്ചുവന്ന് അമ്മ പറഞ്ഞത് അതേപടി മഹർഷിയെ അറിയിച്ചു. അമ്മ പല വീടുകളിലും വേല ചെയ്താണ് ജീവിച്ചിരുന്നത്. ആരുടെ കുഞ്ഞാണ് തനിക്കുണ്ടായതെന്ന് അമ്മയ്ക്കറിയില്ല. ജാബലയുടെ മകൻ

ജാബാലിയാണെന്ന് മഹർഷിയോടു പറയുക എന്നാണ് അമ്മ പറഞ്ഞയച്ചത്. ബാലന്റെ സത്യസന്ധതയിൽ മഹർഷിക്ക് പ്രീതിയുണ്ടായി. 'ഇനി മുതൽ സത്യകാമൻ എന്നാണ് നിന്റെ പേർ, സത്യകാമജാബാലി. സത്യത്തെ അന്വേഷിക്കാൻ നീ സർവഥാ അർഹനാണ്', എന്ന് മഹർഷി പറഞ്ഞു. സത്യകാമൻ വലിയ അറിവുള്ള ഋഷിയായി. ഗൗതമൻ ആ ബാലന്റെ സാധ്യതകൾ കണ്ടറിഞ്ഞ് അവനെ ആ നിലയ്ക്ക് വളർത്തിയെടുത്തു എന്നും പറയാം.

പഴയകാലങ്ങളിലെ ഈ ഗുരുകുലങ്ങളുടെ ചെറുസമൂഹങ്ങളാണ് അറിവുകൾ അർപ്പണബുദ്ധിയോടെ ത്യാഗം സഹിച്ച് ക്രോഡീകരിച്ച് തലമുറകളിൽ നിന്ന് തലമുറകളിലേക്ക് കൈമാറിയത്. അവർ തന്ന വേദോപനിഷത്തുകളും ബ്രാഹ്മണങ്ങളും ആരണ്യകങ്ങളുമൊക്കെ ഭാരത സംസ്കാരത്തിന്റെ അടിത്തറയായി ഇന്നും സ്വാധീനം ചെലുത്തുന്നു. എപ്പോഴോ ജ്ഞാനസമ്പാദനത്തിന് ജാതി വിലങ്ങുതടിയായി മാറിയെങ്കിലും അറിവുകൾ സൂക്ഷിച്ചുപോന്നതായി കാണാം. പകൽ മാത്രം പഠിപ്പിക്കുന്ന, അടിസ്ഥാനവിദ്യാഭ്യാസം മാത്രം നൽകുന്ന, ആശാൻ പള്ളിക്കൂടങ്ങൾക്കുപോലും മാതൃക ഗുരുകുലങ്ങൾ തന്നെയല്ലേ? ബ്രിട്ടിഷുകാർ നമ്മുടെ വ്യവസ്ഥകളിൽ മാറ്റം വരുത്തുന്നതുവരെ ഗുരുകുലരീതി ഭാരതത്തിൽ ഉടനീളം നിലനിന്നു പോന്നു.

അഞ്ച്

സത്യാന്വേഷണ വഴികൾ

ഏതെങ്കിലും തരത്തിലും തലത്തിലുമുള്ള അറിവിന്റെ അടിസ്ഥാനത്തി ലാണല്ലോ എല്ലാവരും ചിന്തിക്കുകയും പ്രവർത്തിക്കുകയും ചെയ്യുന്നത്. ഗ്രഹണശക്തി അനുസരിച്ച് എന്നും പറയാം. വിദ്യാഭ്യാസസ്ഥാപനങ്ങ ളിൽനിന്ന് കിട്ടുന്നതിലേറെ സമൂഹത്തിൽനിന്നു കിട്ടുന്നു. ചിന്തിക്കു മ്പോൾ ലോകം തന്നെ പാഠശാലയാണെന്നു തോന്നും. എല്ലാ അനുഭവ ങ്ങളും പാഠങ്ങളായി മാറുന്ന പോലെ. ഗുരുതത്ത്വം, ബോധത്തിന്റെ ഒരു പാരസ്പര്യം, അറിവിന്റെ ഒരു പകരൽ, എന്തിലും ഏതിലും പ്രതിഫലിച്ചു നിൽക്കുന്ന പോലെ. അങ്ങനെ പ്രകൃതിയുടെ പ്രതിഭാസങ്ങൾവരെ സചേതനമായി സംവദിക്കുന്നു.

ഗുരുവായ ഗൗതമ മഹർഷിയുടെ പശുക്കളെ നോക്കാൻ നിയുക്ത നായ സത്യകാമന്റെ കഥയുണ്ട് ഛാന്ദോഗ്യോപനിഷത്തിൽ. 400 പശു ക്കളേയുള്ളൂ. അവ ആയിരമാകുമ്പോൾ, അപ്പോൾ മാത്രം, അവയേയും കൊണ്ട് തിരികെ വരാനായിരുന്നു ഗുരുവിന്റെ നിർദ്ദേശം. അതിനുശേഷം പഠിപ്പിക്കാം എന്നായിരുന്നു ഗുരുവിന്റെ വാക്ക്. വിദ്യയോടുണ്ടായിരുന്ന അഭിനിവേശം തണുത്ത് ഇല്ലാതെയാവേണ്ടിയിരുന്ന ദീർഘകാലം. ഒടുവിൽ ആയിരം പശുക്കളുമായി ശിഷ്യൻ ഗുരുവിന്റെ അടുത്ത് തിരി ച്ചെത്തി.

അയാളിൽ ബ്രഹ്മജ്ഞാനിയുടെ ലക്ഷണം കണ്ട ഗുരു അന്വേഷിച്ച പ്പോൾ തന്നോട് പഞ്ചഭൂതങ്ങൾ സംവദിച്ചിരുന്നു എന്നയാൾ പറഞ്ഞു. പശുക്കളെ തീറ്റാൻ പോയപ്പോൾ കാള, അഗ്നി, ഹംസം, നീർകാക്ക എന്നിവയോടാണ് സത്യകാമൻ സംവദിച്ചത്. അവ വായു, അഗ്നി, സൂര്യൻ, പ്രാണൻ എന്നിവയുടെ ബിംബങ്ങളാണെന്ന് അവർ പറഞ്ഞു. ഇവയി ലെല്ലാം അന്തർലീനമായിട്ടുള്ളത് ബ്രഹ്മനാണെന്ന് സത്യകാമൻ മനസ്സി ലാക്കുന്നു. സർവ്വ ചരാചരങ്ങളിലും സ്ഫുരിക്കുന്നത് ബ്രഹ്മമാണെന്ന പരമസത്യത്തിലേക്കാണ് സത്യകാമൻ എത്തിച്ചേർന്നത്. ഏതറിവ്

ലഭിച്ചാൽ എല്ലാം അറിയുന്നുവോ ആ അറിവ് സ്വീകരിക്കാൻ ശിഷ്യനു പ്രാപ്തി വന്നു എന്ന് ഗുരുവിനു ബോധ്യമായി. കഥയാണെങ്കിലും അതിലെ നേരുകളിൽ ഒന്ന്, അറിഞ്ഞോ അറിയാതെയോ നമ്മൾ ചുറ്റു മുള്ളതിനോട് സംവദിച്ച് സത്യാന്വേഷണത്തിന്റെ പാതയിൽ വിദ്യാർത്ഥി കളായി ഈ ലോകത്ത് കഴിയുന്നു എന്നതാണ്.

എന്നാൽ കഥയിലെ കാലം പോലെയല്ല ഇന്നത്തെ കാലം. ബാഹ്യ മായ അന്വേഷണത്തിനാണ് ഇന്ന് മുഖ്യസ്ഥാനം. ആ വഴിക്കുള്ള ശാസ്ത്രീയതയിലാണ് നമുക്ക് വിശ്വാസം. ശാസ്ത്രത്തിനു പരിധിയില്ല എന്നും നമ്മൾ കരുതുന്നുണ്ട്. ഭൂമിയേക്കാൾ പത്തു മടങ്ങ് വലിപ്പമുള്ള, ഇതുവരെ കണ്ടെത്തിയിട്ടില്ലാത്ത, ഒരു ഗ്രഹം സൗരയൂഥത്തിലുള്ളതിനു തെളിവുകൾ കിട്ടിയതായി അടുത്തിടെ വായിച്ചു. എന്നുവച്ചാൽ ഈ സൗര യൂഥത്തെക്കുറിച്ചുപോലും അറിഞ്ഞു തീർന്നില്ല. ശാസ്ത്രം ഓരോ ദിവസം ഓരോന്ന് കണ്ടെത്തിക്കൊണ്ടിരിക്കുകയാണെങ്കിലും കോടാനുകോടി നക്ഷത്രസമൂഹങ്ങളും ഗ്രഹങ്ങളും ഉപഗ്രഹങ്ങളും നിറഞ്ഞ ഈ മഹാ പ്രപഞ്ചത്തെക്കുറിച്ച് എന്നറിഞ്ഞു തീരാൻ? ആലോചിച്ചാൽ ഒരു സാധ്യതയും കാണുന്നില്ല.

ഏതൊന്നറിഞ്ഞാലാണ് എല്ലാം അറിയുന്നത് ആ അറിവിന് ഇന്നും പ്രസക്തിയുണ്ടെന്ന് നമുക്ക് ഈ സാഹചര്യത്തിൽ അനുമാനിക്കാം. ആ അറിവിലേക്കുള്ള പുരാതനവഴികൾ കാടുമൂടി മറഞ്ഞു. വകഞ്ഞുമാറ്റി സഞ്ചരിക്കാനോ പുതിയ വഴികൾ കണ്ടെത്താനോ ശ്രമിച്ചവരെയും കാണാം. നമ്മുടെ ജ്ഞാനഗുരുക്കന്മാർ, ഈ വഴികളിൽ കുറച്ചു ദൂരം നടത്തുന്നവരുണ്ട്, കൂടുതൽ ദൂരം നടത്തുന്നവരുണ്ട്.

ചിലരുടെ ദൗത്യം അഞ്ഞൂറു കൊല്ലത്തേക്കാവും. ചിലരുടേത് ആയിരം കൊല്ലവും. മറ്റു ചിലരുടെ ദൗത്യം അയ്യായിരത്തിനും പതിനായി രത്തിനും അതിൽ കൂടുതൽ കാലങ്ങൾക്കും ഒക്കെ ആവാം. അതിദീർഘ ങ്ങളായ മഹായുഗങ്ങളുടെ ആത്മീയനായകന്മാരായ മനുക്കളെപ്പറ്റി ഭാരതീയപാരമ്പര്യം പറയുന്നു. ഒരു മനുവിന്റെ അധികാരകാലമാണല്ലോ ഒരു മന്വന്തരം. നാലുലക്ഷത്തി മുപ്പത്തിരണ്ടായിരം വർഷം വരുന്ന മന്വന്തരം ഇന്ന് പൊതുകാലഗണനയിലില്ല. മനുക്കളെയും നാം സാരമായി ഓർക്കുന്നില്ല. മരുക്കളാണ് നമുക്ക് പഥ്യം.

ആറ്

മനുവിനെ മറന്ന മനുഷ്യൻ

ഈ കല്പത്തിലെ ആദ്യത്തെ മനുഷ്യൻ തന്നെ മനുവാണെന്ന് ഒരു ധാരണ കാണുന്നു. സ്വായംഭുവ മനു. എന്നുവച്ചാൽ തന്നത്താൻ ഉണ്ടായ മനു. ഇപ്പോൾ നടപ്പിലുള്ളത് ഈ കല്പത്തിലെ ഏഴാമത്തെ മന്വന്തരമായ വൈവസ്വതമന്വന്തരമാണ്. ഒരു കല്പം പതിന്നാലു മനുക്കളെക്കൊണ്ടാണ് പൂർത്തിയാകുന്നത്. ഒരു മനുവിന്റെ കാലം അഥവാ മന്വന്തരം എഴുപത്തിയൊന്നു ചതുർയുഗങ്ങളാണ്. ഓരോ മന്വന്തരത്തിന്റെയും കാരണക്കാരൻ ഓരോ മനുവാണെന്നും പറയുന്നു.

ഒരു ചതുർയുഗമെന്നാൽ സത്യയുഗം, ത്രേതായുഗം, ദ്വാപരയുഗം, കലിയുഗം എന്നിങ്ങനെ നാലു യുഗങ്ങൾ ചേർന്ന മഹായുഗം. ഇപ്പോഴത്തെ കല്പത്തിലെ ഏഴാമത് മന്വന്തരത്തിലെ ഇരുപത്തിയെട്ടാമത് ചതുർയുഗത്തിന്റെ കലിയിലൂടെയാണ് ലോകം കടന്നുപോയിക്കൊണ്ടിരിക്കുന്നത്. ഓരോ യുഗത്തിനും ലക്ഷക്കണക്കിന് വർഷങ്ങളാണെന്നുമുണ്ട്. ഒരു വേള അന്തരാളഘട്ടങ്ങളും ഉണ്ടാവാം. ഇങ്ങനെ എഴുപത്തിയൊന്നു കാലങ്ങൾ. മനുവിൽ നിന്ന് അടുത്ത മനുവിലേക്കും കല്പത്തിൽ നിന്ന് കല്പത്തിലേക്കും അന്തരാളഘട്ടങ്ങൾ ഉണ്ടാവാം. (ചാനൽ മാറ്റുന്ന പോലെ മാറുന്നതാവണമെന്നില്ല കാലം.) ഭാവനാതീതമായ വലിയ കാലങ്ങളുടെ അവസാനം മഹാപ്രളയമാണ്.

(ഏകനും അദ്വിതീയനും സർവ്വശക്തനും ആയ) അള്ളാഹുവിന്റെ ഖജനാവിൽ മാത്രമാണ് അനന്തമായ സമയമുള്ളത് എന്ന് വൈക്കം മുഹമ്മദ് ബഷീർ പറഞ്ഞത് ഓർത്തുപോകുന്നു. ഒന്നു മാറ്റിപ്പറയുകയാണെങ്കിൽ അതിങ്ങനെ ആവും: ഏകനും അദ്വിതീയനും അദൃശ്യനും അധൃഷ്യനും സർവ്വത്തിന്റെയും ഉറവിടവും അറിവിന്റെ പ്രഭവകേന്ദ്രവും സർവ്വാധികാരിയുമായ ആ പരബ്രഹ്മശക്തിയുടെ പക്കൽ മാത്രമാണ് അനന്തമായ സമയമുള്ളത്. സമയമാണല്ലോ എന്തിനും അടിസ്ഥാനമായ കണക്ക്. കണക്കുകളിലാണ് സർവ്വകാര്യങ്ങളും പ്രകൃതിയിൽ നടക്കുന്നത്.

പ്രകൃതി തന്നെ ആ പരബ്രഹ്മസത്തയുടെ സ്ഫുരണമാണെന്ന് ചിന്തകർ അഭിപ്രായപ്പെട്ടിട്ടുണ്ട്. അതുകൊണ്ടാണ് കുടത്തിൽ ആകാശം (അന്തരീക്ഷം) എന്നതുപോലെ മൃണ്മയമായ നമ്മുടെ ശരീരം ആ പരമസത്തയെ ഉൾക്കൊണ്ടു നിൽക്കുന്നു എന്ന് പൂർവ്വസൂരികൾ ഉപമ പറഞ്ഞിരിക്കുന്നത്. ഏകകോശജീവിയിൽ തുടങ്ങുന്ന (ഗുരുക്കന്മാരും പ്രവാചകന്മാരും മനുക്കളും വരെയുള്ള) ഓരോ ജീവനിലും അതിനുൾക്കൊള്ളാവുന്ന തരത്തിൽ അഥവാ പ്രകൃതി ആവശ്യപ്പെടുന്ന തരത്തിൽ അതിന്റെ ചാലകശക്തിയായി ഈ ശക്തിയാണ് നിൽക്കുന്നത് എന്നാണ് മനസ്സിലാവുക. നമ്മുടെ ഉള്ളിലെ അറിവ് എന്ന് അതിനെ വിശേഷിപ്പിക്കാം.

മനുവിലേക്കു തിരിച്ചുവരാം. ബ്രഹ്മാവിന്റെ മാനസപുത്രനാണ് സ്വായംഭുവമനുവെന്നു പറയുന്നു. ബ്രഹ്മാവ് ശതരൂപ എന്നൊരു സ്ത്രീയെയും സങ്കൽപംകൊണ്ട് സൃഷ്ടിച്ച് മനുവിന് ഇണയായി നൽകിയത്രെ. അവർക്ക് അഞ്ചു മക്കളുണ്ടായി. ഇവരിൽ ചിലരെ മഹർഷിമാരുടെ മക്കൾക്ക് വേളി കഴിച്ചുകൊടുത്തു എന്നാണ് കഥ. ആദാമിനെയും ഹവ്വയെയുംപോലെ മനുവും ശതരൂപയും ആദ്യത്തെ പുരുഷനും സ്ത്രീയും ആയിരുന്നുവെങ്കിൽ അവരുടെ മക്കളെ വിവാഹം കഴിക്കാൻ ഈ മഹർഷിമാരുടെ മക്കളെ എവിടെ നിന്നു കിട്ടി? മനനം ചെയ്യുന്നവരിൽ മുൻപനായി മനുഷ്യകുലത്തെ മുന്നോട്ടു നയിക്കാൻ പ്രാപ്തനായിത്തീർന്ന ജ്ഞാനിയായിരിക്കാം മനു. മനുഷ്യൻ എന്ന സാധ്യതയുടെ പൂർത്തീകരണത്തിൽ എത്തുന്ന ജീവൻ ദൈവത്തിന്റെ തലത്തിലേക്ക് ഉയരുകയാവാം.

എന്തുകൊണ്ട് പിന്നെ വൈവസ്വതമനുവിനെ ഈ മന്വന്തരത്തിലെ ലോകം മറന്നിരിക്കുന്നു എന്നത് ഒരു ചോദ്യമാണ്. 'മനുസ്മൃതി' എന്ന നിയമാവലി മനുവിന്റേതായി നമുക്ക് കിട്ടിയിട്ടുണ്ട്. മനുസ്മൃതിയിൽ കർക്കശമായ ജാതിപ്രതിബദ്ധതയും സ്ത്രീവിരുദ്ധതയുമുണ്ട് എന്ന് എല്ലാവർക്കും അറിയാം. (സ്ത്രീകൾ പൂജിക്കപ്പെടുന്ന സ്ഥലത്ത് ദേവതകൾ സന്തോഷിക്കുന്നു എന്ന് പറയുന്ന വൈരുദ്ധ്യാത്മകതയും അതിലുണ്ട്.) കാരുണ്യമില്ലാത്ത, നീതിയില്ലാത്ത നയമായി മാത്രമേ ഇന്നതിനെ കാണാൻ കഴിയൂ. വൈവസ്വതമനു അത്രയും ക്രൂരമായി ചിന്തിച്ചിരുന്നുവെന്ന് കരുതാൻ ബുദ്ധിമുട്ടാണ്. ക്രൂരതയുള്ള ഒരു ജീവന് മനുവിന്റെ സ്ഥാനം എങ്ങനെ കിട്ടും? കാലങ്ങളുടെ പ്രയാണത്തിൽ ആരുടെയൊക്കെയോ കുടിലബുദ്ധി തിരുകിക്കയറ്റിയ അബദ്ധങ്ങളാവാനാണ് വഴി. ഒരുപക്ഷേ ഇങ്ങനെയുള്ള ച്യുതികളും മനുവിന്റെ വ്യവസ്ഥയ്ക്കു ശാപമായിത്തീർന്നിരിക്കാം.

ഗുരുക്കന്മാരെക്കുറിച്ചു ചിന്തിക്കുമ്പോൾ ഭാരതീയപാരമ്പര്യത്തിലെ ആദിമമായ മനുസങ്കൽപത്തെ നമുക്ക് കണക്കിലെടുക്കേണ്ടി വരും. ഗുരുസ്വഭാവത്തിലാണ് മനുക്കൾ നിൽക്കുന്നത്.

ഏഴ്

കാലത്തിന്റെ അധികാരികൾ

മനുക്കൾ മഹായുഗങ്ങളുടെ കൂട്ടങ്ങൾക്ക് 'വലിയ കാലങ്ങൾക്ക്' അധികാരികളാണെന്നാണല്ലോ പുരാതന ഭാരതീയ സങ്കൽപം. മനുക്കൾ ഭൂമിയിൽ ജന്മം കൊള്ളുന്നവരാണെന്നാണ് സൂചന. ഈ മന്വന്തരത്തിന്റെ അധികാരിയായ വൈവസ്വതമനു ഭൂമിയിൽ ജീവിച്ചതായി ഐതിഹ്യത്തിൽ കാണുന്നു. ദ്രാവിഡരാജ്യത്തിന്റെ അധിപനായിരുന്നു ഈ മനുവെന്നും ഈ മനുവിന്റെ കാലത്ത് മത്സ്യാവതാരം വന്ന് പ്രളയമുണ്ടാക്കി എന്നുമാണ് പുരാണം. സത്യവ്രതൻ, ശ്രാദ്ധദേവൻ എന്നീ പേരുകളും കൂടി ഉള്ള ഈ മനു ഇത് മുൻകൂട്ടി അറിഞ്ഞ് നോഹയുടെ പേടകം പോലെയുള്ള ഒരു ജലയാനമുണ്ടാക്കി. മനു, കുടുംബം, സപ്തർഷികൾ എന്നിവരടങ്ങിയ ഈ പേടകത്തെ മത്സ്യരൂപത്തിലുള്ള വിഷ്ണു പ്രളയത്തിൽനിന്ന് രക്ഷിച്ചു. ശരീരം ഉപേക്ഷിച്ചതിനുശേഷം ജ്ഞാനികളുടെ പരമ്പരയിലൂടെ സൂക്ഷ്മലോകങ്ങളിൽ നിന്നുകൊണ്ട് മനുക്കൾ ഈ ലോകത്തിനു വേണ്ടി പ്രവർത്തിച്ചുവെന്ന് അനുമാനിക്കാം.

വളരെ കുറച്ചു കാലം ഭൂമിയിൽ വസിക്കുന്ന നമുക്ക് ഇതിന്റെയൊക്കെ സത്യാംശം വേർതിരിച്ചെടുക്കാൻ എങ്ങനെ കഴിയാനാണ്? കഴിഞ്ഞതും നടപ്പിലിരിക്കുന്നതും വരാനിരിക്കുന്നതുമായ എന്നുവെച്ചാൽ ഭൂതം, വർത്തമാനം, ഭാവി എന്നീ മൂന്നുകാലങ്ങളുടെയും ഗതിവിഗതികളെക്കുറിച്ച് അതീന്ദ്രിയജ്ഞാനം ലഭിക്കുന്ന ത്രികാലജ്ഞാനികൾ കാലാകാലങ്ങളിൽ ജന്മം കൊള്ളുന്നു എന്ന് ചിന്തിക്കാം. മനുക്കളിൽക്കൂടി സാക്ഷാൽക്കരിക്കപ്പെട്ട ഗുരുതത്ത്വം ലോകത്തിന്റെ ഒരു ആന്തരികക്രമമായി വിഭാവനം ചെയ്യപ്പെട്ടതായി കരുതാവുന്നതാണ്. സൃഷ്ടിയുടെ പ്രേരണയിൽ തന്നെ ആലിന്റെ വിത്തിൽ ആലെന്ന പോലെ അത് നിക്ഷിപ്തമായിരുന്നു കാണും. ജീവന്റെ 'ബോധത്തിന്റെ' ആ പ്രകാശം ഏതുറവിടത്തിൽ നിന്നാണോ ആ ബ്രഹ്മമാണ് അങ്ങനെ ചിന്തിക്കുമ്പോൾ പരമഗുരുവായിരിക്കുന്നത്.

അണു മുതൽ എണ്ണിയാൽ തീരാത്ത ക്ഷീരപഥങ്ങളടങ്ങിയ ഈ ബ്രഹ്മാണ്ഡം വരെ ഓരോന്നിനും അതതായി പ്രവർത്തിക്കാനുള്ള അറിവ്

ആ ചൈതന്യത്തിന്റെ പ്രഭാവത്തിൽ നിന്നാണ് കിട്ടുന്നതെന്നും വ്യക്തമാണ്. 'ഈശാവാസ്യമിദം സർവം' എന്ന് ഉപനിഷത്ത് പറയുന്നത് അതല്ലേ? വ്യാസന്റെ ശ്രീകൃഷ്ണൻ പറഞ്ഞുവെച്ചിരിക്കുന്നതും ഇതുമായി ബന്ധപ്പെടുത്തിക്കാണാം.

'മത്തഃ പരതരം നാന്യത് കിഞ്ചിദസ്തി ധനഞ്ജയ
മയി സർവമിദം പ്രോതം സൂത്രേ മണിഗണാ ഇവ'

ചരടിൽ രത്നക്കൂട്ടങ്ങളെന്ന കണക്ക് എല്ലാമെല്ലാം തന്നെ എന്നിൽ ഇണങ്ങി നിൽക്കുന്നു എന്നും ആ ഞാൻ അല്ലാതെ മറ്റൊന്നുമില്ല എന്നും കൃഷ്ണൻ പറയുന്നു. പരമമായ ഗുരുതത്ത്വത്തിന്റെ പ്രതിനിധിയായി യോഗേശ്വരനായ കൃഷ്ണനെ ഈ ആശയത്തിൽ ദർശിക്കാൻ കഴിയുന്നു. തെളിമലയാളത്തിൽ ശ്രീനാരായണഗുരുവിന്റെ 'ദൈവദശകം' പ്രതിപാദിക്കുന്നതും മറ്റൊന്നല്ല.

'നീയല്ലോ സൃഷ്ടിയും സ്രഷ്ടാവായതും സൃഷ്ടിജാലവും
നീയല്ലോ ദൈവമേ സൃഷ്ടിക്കുള്ള സാമഗ്രിയായതും
നീയല്ലോ മായയും മായാവിനോദനും
നീയല്ലോ മായയെ നീക്കി സായൂജ്യം നൽകുമാര്യനും
നീ സത്യം ജ്ഞാനമാനന്ദം നീ തന്നെ വർത്തമാനവും
ഭൂതവും ഭാവിയും വേറല്ലോതും മൊഴിയുമോർക്കിൽ നീ'

ലോകവ്യവഹാരത്തിൽ ഒറ്റക്കൊറ്റയ്ക്ക് നിൽക്കുന്ന ജീവജാലങ്ങളിൽ ഈ ബോധം മറഞ്ഞുകിടക്കുന്നു. കാലത്തിന്റെ അധികാരികളിൽക്കൂടി അവരുടെ പരമ്പരകളിൽക്കൂടി അത് ഉണർത്തപ്പെടുകയും ചെയ്യുന്നു.

പല തട്ടുകളിലും തരങ്ങളിലുമായി നാം അവരെ ആരാധനാപാത്രങ്ങളാക്കുന്നു. ആരെ ആരാധിച്ചാലും ബ്രഹ്മനിശ്ചിതമായി ഓരോ കാലത്തിനും അധികാരിയായി വരുന്നവരിലേക്ക് ആ ആരാധനയോ പ്രാർത്ഥനകളോ എത്തുന്നു എന്നു സൂചിപ്പിക്കുന്ന ഒരു ശ്ലോകമുണ്ട്, ഋഗ്വേദ/യജുർ വേദ സന്ധ്യാവന്ദനത്തിൽ:

'ആകാശാത് പതിതം തോയം യഥാ ഗച്ഛതി സാഗരം
സർവദേവനമസ്കാരഃ കേശവം പ്രതി ഗച്ഛതി'

എപ്രകാരമാണോ ആകാശത്തിൽ നിന്നു വീഴുന്ന വെള്ളം കടലിനെ ലക്ഷ്യമാക്കി ഒഴുകുന്നത് അതുപോലെ എല്ലാ ദേവന്മാർക്കും ചെയ്യുന്ന ആരാധനയും കേശവനിൽ, ശ്രീകൃഷ്ണനിൽ എത്തുന്നു. ശ്രീകൃഷ്ണൻ ഇവിടെ ആ ഏകശക്തിയുടെ ഇച്ഛയാൽ വന്നു പോയ ഒരു മഹാചാര്യനായി (ദ്വാപരകലി സന്ധിയിൽ) കരുതാനാണ് എനിക്കു തോന്നുന്നത്. ഒരു കാലത്തിന്റെ അധികാരി.

എട്ട്
അനുഭവങ്ങളുടെ ഗുരുപാഠം

ഭഗവദ്ഗീതയിലെ ഏറ്റവും പ്രശസ്തമായ ആശയങ്ങളിലൊന്ന് ധർമ്മം പുനഃസ്ഥാപിക്കാൻ വേണ്ടി യുഗം തോറും ഭഗവാൻ ശ്രീകൃഷ്ണൻ മനുഷ്യജന്മമെടുക്കും എന്നാണല്ലോ. ഗീതയിൽ മറ്റൊരിടത്ത് ഇങ്ങനെയും പറയുന്നു:

"ബഹൂനി മേ വ്യതീതാനി തവ ജന്മാനി ചാ/ർജ്ജുന
താന്യഹം വേദ സർവാണി ന ത്വം വേത്ഥ പരംതപ."

എനിക്കും നിനക്കും അനേകം ജന്മങ്ങൾ കടന്നു പോയിരിക്കുന്നു. എനിക്കതെല്ലാം അറിയാം, നിനക്കറിയില്ല അർജ്ജുനാ എന്ന്. അങ്ങനെ ആലോചിച്ചു നോക്കുമ്പോൾ ശ്രീകൃഷ്ണൻ യുഗങ്ങൾ തോറുമാണോ വന്നത്? ഒരു യുഗത്തിൽ തന്നെ പലതവണ വന്നുവോ? മഹായുഗങ്ങളിലും യുഗാന്തരാളങ്ങളിലും ഇടവേളകളിലും ഒക്കെ വന്നിരിക്കുമോ? വീണ്ടും വീണ്ടും യുഗധർമ്മം സംസ്ഥാപിതമാവുക, വീണ്ടും വീണ്ടും അപചയം വരിക, ദൈവശക്തിയായ കൃഷ്ണൻ നിരവധി ജന്മങ്ങൾ എടുക്കുക, ഇതെല്ലാം സൂചിപ്പിക്കുന്നത് ഒരു യുഗത്തിൽ തന്നെ പല തവണ വന്നിരിക്കാമെന്നതാണ്.

മഥുരയിൽ മാത്രമല്ല കൃഷ്ണൻ ജനിച്ചിട്ടുണ്ടാവുക എന്നും കരുതാം. ഗുരുപരമ്പര മുഴുവൻ ആ മഹാത്മാവിന്റെ വിവിധ ജന്മങ്ങൾ ആയിക്കൊള്ളണമെന്നുമില്ല. പ്രകൃതിയിൽ ഏതു പ്രതിഭാസത്തിലും സമൃദ്ധിയാണ് കാണാൻ കഴിയുക. അതുകൊണ്ട് ശ്രീകൃഷ്ണനെ പോലെ നേരിട്ട് പരബ്രഹ്മത്തിന്റെ മാധ്യമങ്ങളായി അയയ്ക്കപ്പെടുന്നവർ പലരും ഉണ്ടായിരിക്കണം. മനുപരമ്പരയിൽപെട്ട ഗുരുക്കന്മാർ അങ്ങനെ ആയിരുന്നിരിക്കാം. മനുവിനെ നാം മറന്നതും നമുക്ക് ലഭിച്ച മനുസ്മൃതിയിൽ അപമാനവീകരണത്തിന്റെ അംശങ്ങൾ കടന്നുകൂടിക്കാണുന്നതും ആ ഗുരുധാരയുടെ ഒഴുക്കിനു ഒരു വ്യതിയാനം വന്നതിന്റെ സൂചനയായി കണക്കാക്കാം.

ഗുരുഗാഥ

വ്യതിയാനം വൈദികമായ കർമ്മകാണ്ഡത്തിലൂടെയും വന്നില്ലേ? ദൈവത്തിന്റെ ഇച്ഛ നടപ്പാക്കാൻ വന്നവരേക്കാൾ പ്രാബല്യം ഇടനിലക്കാർക്കായി എന്ന അവസ്ഥ. പൗരോഹിത്യം. അതിനു പ്രതികരണമായിട്ടെന്നോണം വീണ്ടും ഗുരുതത്ത്വം ഉദ്ഘോഷിക്കുന്ന ഉപനിഷത്തുക്കൾ ഉണ്ടായി വന്നു. വേഷം, ഭാഷ, കാലം ഇവയ്ക്ക് അനുസരിച്ച് നായകന്മാരും അവരുടെ അറിവുകളുടെ സങ്കലനങ്ങളായ ഗ്രന്ഥങ്ങളും അങ്ങനെ ഉണ്ടാകുന്നു. ഒന്നുമറിയാത്ത കുട്ടികൾപോലും വലിയ പാഠങ്ങൾ നൽകുന്നതും കാണാം.

പേർഷ്യയിൽ പണ്ടു നടന്നതെന്ന് പറയപ്പെടുന്ന ഒരു സംഭവം ഓർമ്മ വരുന്നു. ഫൊസേയ്ൽ എന്നൊരാൾ തന്റെ നാലു വയസ്സായ കുഞ്ഞിനെ മടിയിലിരുത്തി വാത്സല്യത്തോടെ കളിപ്പിക്കുകയായിരുന്നു. അതിനിടയ്ക്ക് കുട്ടി ചോദിച്ചു:

എന്നെ അച്ഛനിഷ്ടമാണല്ലോ! എങ്ങനെയാണച്ഛൻ എന്നെ ഇഷ്ടപ്പെടുന്നത്?"

ഫൊസേയ്ൽ പറഞ്ഞു: "ഹൃദയം കൊണ്ട്."

കുട്ടി അന്വേഷിച്ചു: "ദൈവത്തെ സ്നേഹിക്കുന്നുണ്ടോ?"

പിതാവ് പറഞ്ഞു: "ഉണ്ട്. കുട്ടിക്ക് സംശയമായി: എത്ര ഹൃദയമുണ്ട്?"

ഫൊസേയ്ൽ പറഞ്ഞു: "ഒന്ന്."

സംശയം കൂടുതലായ കുട്ടിച്ചോദ്യം വന്നു: "ഒരു ഹൃദയംകൊണ്ട് എന്നെയും ദൈവത്തെയും സ്നേഹിക്കുന്നത് എങ്ങനെയാണച്ഛാ?"

കുട്ടി സംസാരിച്ചതായല്ല ദൈവം കുട്ടിയിലൂടെ സംസാരിച്ചതായാണ് അയാൾക്കു തോന്നിയത്. അയാൾ വീടു വിട്ടുപോയി അവധൂതനായി സർവസംഗപരിത്യാഗിയായി. ഇതൊരു വലിയ പാഠത്തിന്റെ കഥ. സാധാരണ ജീവിതത്തിന്റെ കാര്യങ്ങളിലും കുട്ടികൾ മുതിർന്നവരുടെ കണ്ണു തുറപ്പിക്കാറുണ്ട്.

ശ്രീകൃഷ്ണാർജ്ജുനസംവാദമാകട്ടെ, ഫൊസേയിലിനു കിട്ടിയ ബോധോദയമാകട്ടെ, നമ്മുടെ സ്വന്തം അനുഭവങ്ങളിൽ നിന്നു നാം ഗ്രഹിക്കുന്നതാകട്ടെ എല്ലാം നമുക്ക് പാഠങ്ങൾ തരുന്നു. നമുക്കുണ്ടാകുന്ന ഓരോ അനുഭവവും വാസ്തവത്തിൽ പാഠങ്ങളാണ്, പ്രത്യേകിച്ച് കഷ്ടാനുഭവങ്ങൾ. അവ ഓർമ്മയിൽ കൂടുതൽ വ്യക്തമായി നിൽക്കുന്നു. അനുഭവം ഗുരു എന്നു പറയുന്നതിൽ കാര്യമില്ലേ?

പക്ഷേ സമീപകാലചരിത്രത്തിൽ കൃഷ്ണനെ പോലെ ഒരു ഏകസത്തയെക്കുറിച്ച് നമ്മെ ധരിപ്പിക്കുന്നവർ വന്നിട്ടുണ്ട്. കൃഷ്ണൻ തന്നെ ആ ഏകസത്തയെ പ്രതിനിധീകരിച്ചു വന്നതാണെന്ന് സമകാലീനർക്ക് മനസ്സിലാക്കിക്കൊടുക്കാൻ ശ്രമിച്ചിട്ടുള്ളതായി തോന്നുന്നു.

ഒമ്പത്

അനുഭവം എന്ന ഉണർവ്

'**അ**നുഭവം' എന്ന വാക്ക് നമ്മൾ നിത്യജീവിതത്തിൽ ഉപയോഗിക്കുന്ന ഒന്നാണ്. യാതനയും ദുരിതവും നേരിടേണ്ടിവരുമ്പോൾ നമുക്കത് 'ഹോ, വല്ലാത്ത ഒരനുഭവം' തന്നെ. വസ്തുവകകളിൽ നിന്നുള്ള ആദായങ്ങളും ഗുണങ്ങളും അനുഭവമായി നമ്മൾ വിശേഷിപ്പിക്കുന്നു. ശബ്ദതാരാവലിയിൽ ഈ വാക്കിന്റെ ക്രിയാപദത്തിനു കൊടുത്തിട്ടുള്ള അർത്ഥങ്ങളിൽ ഒന്ന് ഇപ്രകാരമാണ്: ഇന്ദ്രിയങ്ങളിലൂടെയോ പരീക്ഷണങ്ങൾ, മനനം തുടങ്ങിയവയിലൂടെയോ ജ്ഞാനം നേടുക.

ഈ അർത്ഥത്തെക്കുറിച്ച് എനിക്ക് ആദ്യമായി തിരിച്ചറിവുണ്ടാകുന്നത് എന്റെ ഗുരുവിന്റെ ജീവിതകഥയുടെ ചുരുക്കം ഒരു സന്ന്യാസി എനിക്കു പറഞ്ഞു തന്നപ്പോഴാണ്: ഗുരുവിന്റെ ഉള്ളിൽ ഒരു പ്രകാശം കാണുന്ന അനുഭവം ഓർമ്മ വച്ചപ്പോൾ മുതൽ ഒൻപതു വയസ്സു വരെ ഉണ്ടായിരുന്നു. ഗുരുവിനു അരുവിപ്പുറത്തെ കൊടിതൂക്കിമലയിൽ വച്ച് ഗുരുവിന്റെ ഗുരുവുമായുള്ള സമ്പർക്കത്തിൽ അനുഭവമുണ്ടായി. ഗുരുവിന്റെ ഗുരു തിരുവനന്തപുരത്തു ജീവിച്ചിരുന്ന പഠാണി സ്വാമി എന്നും ഖുറൈഷ്യാ ഫക്കീർ എന്നും അറിയപ്പെട്ടിരുന്ന സൂഫി സന്ന്യാസിയായിരുന്നു. ആദ്യത്തെ കൂടിക്കാഴ്ചയിൽ ഒരു കടലാസുതുണ്ടിൽ എന്തോ എഴുതി (അന്ന് 'കരുണാകരശാന്തി' എന്ന ചെറുപ്പക്കാരനായിരുന്ന) ഗുരുവിനു കൊടുത്തിട്ട് അതു ജപിക്കണമെന്നും രണ്ടുമാസത്തിനകം സ്വപ്നത്തിലോ ജാഗ്രത്തിലോ അടയാളം കിട്ടും എന്നും അപ്പോൾ വീണ്ടും തന്റെ അടുത്ത് വരണമെന്നും അറിയിച്ചു. പഠാണി സ്വാമി പറഞ്ഞപോലെ സംഭവിച്ചു. തുടക്കം മാത്രമായിരുന്നു അത്.

എനിക്ക് ഈ ആഖ്യാനം കേൾക്കുന്ന കാലഘട്ടത്തിൽ (1981) അതീന്ദ്രിയാനുഭവങ്ങളെക്കുറിച്ച് അറിയാമായിരുന്നു. ഈ വക വിശേഷങ്ങളടങ്ങിയ പുസ്തകങ്ങൾ കുറെ കയ്യിൽ വന്നു ചേർന്നിരുന്നു. ഇ.എസ്.പി അഥവാ എക്സ്ട്രാ സെൻസറി പെർസെപ്ഷൻ എന്നും മിസ്റ്റിക് എക്സ്പീരിയൻസ് എന്നും ഒക്കെയാണ് എനിക്കു വായിച്ചും കേട്ടും പരിചയം.

(കൂടുതലും ഇംഗ്ലീഷ് ഭാഷയിലായിരുന്നു വായന, അതുപയോഗിച്ചായിരുന്നു ജോലി.) പക്ഷേ അതിനെയൊക്കെ, സരളമായി, മലയാളത്തിൽ അനുഭവം എന്ന വാക്കു കൊണ്ട് വിവക്ഷിക്കാമെന്ന് അറിഞ്ഞിരുന്നില്ലെന്നു മാത്രം.

അനുഭവങ്ങളുടെ വഴികളാണ് ഗുരുക്കന്മാരുടെ സഞ്ചാരപഥം. അവ മനുഷ്യന്റെ ആന്തരികവളർച്ചയെ ത്വരിതപ്പെടുത്തുന്നു. ഏകാഗ്രത ആവശ്യമായി വരുന്നു. അതുകൊണ്ട് ധ്യാനസ്വഭാവം കൈവരിക്കുന്ന ഏതു കർമ്മവും നമുക്ക് വ്യക്തതയും ശക്തിയും നൽകുന്നുണ്ട്. അനുഭവങ്ങളുടെ അടിത്തറ ഉണ്ടാവുന്നത് ഈ ഉണർച്ചയിലാണ്, അതിന്റെ ആഴം കൂടിക്കൂടി വരുമ്പോഴാണ്.

പ്രകൃതിയിൽ ഒരു കാട്ടുജീവി ഇര പിടിക്കുന്നതിൽ പോലും ധ്യാനത്തിന്റെ നേരിയൊരംശം കാണുന്നില്ലേ? ഏതു ജീവിയുടെയും തള്ള, കുഞ്ഞിന്റെ ആവശ്യങ്ങളറിയുകയും സുരക്ഷിതത്വം കാത്തുസൂക്ഷിക്കുകയും ചെയ്യുന്ന ജാഗ്രതയിൽ അതിന്റെ നിഴലാട്ടമില്ലേ? മനുഷ്യന്റെ ഓരോ പ്രയത്നങ്ങളും അതിജീവനങ്ങളും അറിവുകൾ സൃഷ്ടിക്കുന്നു. അറിവുകളിലൂടെ നാം പരിണമിക്കുന്നു. ധനാത്മകമായും ഋണാത്മകമായുമുള്ള ഗതികൾ അവക്കുണ്ടാവുകയും ചെയ്യുന്നു.

ധ്യാനാത്മകമായ ഗതികളാണ് നമ്മുടെ അന്തരാത്മാവു തേടുന്നത്. (അവനവനും മറ്റുള്ളവർക്കും ഉപദ്രവമായി മാറുന്നവർ പോലും 'നന്നാവാൻ' ഉള്ള വഴി നോക്കുന്നവരാണല്ലോ.) ആ വഴി തെളിയിക്കുന്നവരാണ് ഗുരുക്കന്മാർ. ഗുരുമാർഗ്ഗത്തിൽ ഗുരുശുശ്രൂഷ അല്ലെങ്കിൽ ആചാര്യനെ അനുസരിക്കൽ തന്നെ ഒരു ധ്യാനമായി തീരുന്നു.

പത്ത്

ദൈവത്തിന്റെ സന്ദേശങ്ങൾ

ആന്തരികമായി വലിയ നിലകളിൽ ഉയർന്നവർക്ക് അതീന്ദ്രിയമായ 'അനുഭവം' കിട്ടിയിട്ടുള്ളപ്പോഴൊക്കെ അത് മനുഷ്യരാശിയെ ആഴത്തിൽ സ്വാധീനിച്ചതായി പറയാവുന്നതാണ്. വേദങ്ങളാവാം കാലത്തെ അതിജീവിച്ച ഏറ്റവും പഴയ അടയാളം. ഉൽകൃഷ്ടാശയങ്ങൾ കുടികൊള്ളുന്ന വേദമന്ത്രങ്ങൾ കാഴ്ചകളായി കരുതപ്പെടുന്നു. അതുകൊണ്ട് വേദമന്ത്രങ്ങൾ രചിച്ച ഋഷിമാരെ മന്ത്രങ്ങൾ കണ്ടവർ (മന്ത്രദ്രഷ്ടാക്കൾ) എന്ന നിലയ്ക്കാണ് വിശേഷിപ്പിക്കുന്നത്.

വേദങ്ങളിലെ ആ ദർശനങ്ങൾ അഥവാ കാഴ്ചകൾ പോലെയാണ് പ്രവാചകപരമ്പരയിലെ 'വെളിപാടുകൾ' (revelations) എന്ന പ്രതിഭാസത്തിന്റെ സ്വഭാവം എന്നു പറയാം. ഏകവും അദ്വിതീയവും ആയ, സൃഷ്ടിസ്ഥിതിലയങ്ങളുടെ മൂലകാരണമെന്ന് ലോകത്തെമ്പാടുമുള്ള ഒരുപാട് ദൈവവിശ്വാസികൾ മനസ്സിലാക്കുന്ന, അചിന്ത്യവും അവ്യക്തവും ആയ ആ ശക്തിവിശേഷം അതിന്റെ സൃഷ്ടികളായ നമുക്ക് തരുന്ന അറിവുകളാണിതെല്ലാം.

ഇതിനെ മനോവിഭ്രാന്തിയായി ചിലർ തള്ളിക്കളയുന്നു. പ്രവാചകനായ നബി പോലും ആദ്യം ദർശനം കിട്ടിയപ്പോൾ എന്തെന്നറിയാതെ വിഷമിച്ചതായി പറയപ്പെടുന്നു. ഹിറാ പർവതത്തിലെ ഗുഹയിൽ ആയിരുന്നു ആദ്യദർശനം. ഭയന്നു വിറച്ച അദ്ദേഹം ഭാര്യ ഖദീജയുടെ അരികിലെത്തി 'എന്നെ പുതപ്പിക്ക്, എന്നെ പുതപ്പിക്ക്' എന്നു പറഞ്ഞുവത്രെ. അവർ കുറെ സമാധാനിപ്പിച്ച ശേഷമേ എന്താണുണ്ടായതെന്ന് വിവരിക്കാൻ അദ്ദേഹത്തിനു കഴിഞ്ഞുള്ളൂ. തനിക്ക് മനോവിഭ്രാന്തിയോ ബാധയോ ആണുണ്ടായത് എന്ന് നബി ഭയന്നു. കടന്നുപോയ പ്രവാചന്മാർക്കുണ്ടായതു പോലെയുള്ള അനുഭവമാണുണ്ടായതെന്ന് വിശ്വസിച്ചതും നബിയെ ബോധ്യപ്പെടുത്തിയതും ഭാര്യയാണ്. അവർ അദ്ദേഹത്തെ തന്റെ ഒരു അടുത്ത ബന്ധുവിന്റെ അടുക്കലേക്ക് കൂട്ടിക്കൊണ്ടുപോയി.

ആ ബന്ധു ജൂത-ക്രിസ്തീയ ഗ്രന്ഥങ്ങളിൽ അഗാധപാണ്ഡിത്യമുള്ള ആളായിരുന്നു. ഇദ്ദേഹം സ്ഥിരീകരണം നൽകി. പ്രവാചകപരമ്പരയിൽ ഏറ്റവും ഒടുവിൽ വന്നിരിക്കുന്ന പ്രവാചകനാണെന്ന് വിലയിരുത്തി.

ഹിറാ ഗുഹയിൽ ജിബ്രീൽ മാലാഖയുടെ പ്രത്യക്ഷമാണു നബിക്കുണ്ടായത്. പ്രവാചകപരമ്പരയിൽപ്പെട്ട പലർക്കും ദൈവത്തിന്റെ നിർദ്ദേശങ്ങളും നിശ്ചയങ്ങളും ഇങ്ങനെ ദേവദൂതന്മാരിൽ കൂടി ലഭിക്കുന്നതായി കാണാം. വയസ്സായിക്കഴിഞ്ഞ സെഖര്യാ പ്രവാചകന് ഒരു കുട്ടി ജനിക്കുമെന്ന് ദൈവദൂതൻ അറിയിക്കുകയായിരുന്നു. സ്നാപകയോഹന്നാനായിരുന്നു ആ കുട്ടി. യേശുവിനു 'ജ്ഞാനസ്നാനം' നൽകിയ ഈ താപസൻ ഇസ്ലാമിൽ യഹ്യ എന്ന പ്രവാചകനായി അറിയപ്പെടുന്നു. കന്യകയായിരുന്ന മറിയത്തിനു തിരുപ്പിറവിയെക്കുറിച്ചുള്ള അറിയിപ്പു കിട്ടിയത് ദൈവദൂതനിൽ നിന്നായിരുന്നു.

ജൂത-ക്രൈസ്തവ-ഇസ്ലാമിക മതങ്ങളുടെ തുടക്കം അബ്രഹാമിൽ നിന്നാണല്ലോ. ഇസ്ലാമിൽ ഈ പിതാമഹൻ ഇബ്രാഹിം നബി എന്നറിയപ്പെടുന്നു. അബ്രഹാമിനും ഭാര്യ സാറയ്ക്കും വയസ്സാവുന്നതുവരെ മക്കളുണ്ടായില്ല. അങ്ങനെയിരിക്കുമ്പോഴാണ് ദൈവദൂതർ പ്രത്യക്ഷപ്പെട്ട് സാറയ്ക്ക് കുഞ്ഞുണ്ടാവുമെന്ന് അറിയിക്കുന്നത്. അസംഭവ്യമെന്ന് കരുതി സാറ ഹാഗർ (ഇസ്ലാമിൽ ഹാജറ) എന്ന സ്ത്രീയെ ഭർത്താവിന്റെ അടുത്തേക്കയച്ചു. ഹാഗറിനു അബ്രഹാമിൽ നിന്ന് ഒരു പുത്രൻ ജനിച്ചു 'ഇസ്മയിൽ'. ഈ കുട്ടി കൗമാരത്തിലെക്ക് കടന്ന സമയത്താണ് അപ്പോഴേക്ക് നല്ലപോലെ വയസ്സായ സാറയ്ക്ക് ദൈവസന്ദേശത്തിന്റെ പൂർത്തീകരണമായി ഒരു കുഞ്ഞ് ജനിച്ചത് 'ഇസ്ഹാക്ക്'. സാറയുടെ താവഴിയിൽ ക്രിസ്തുമതവും ഹാഗറിന്റെ താവഴിയിൽ ഇസ്ലാമും ഉണ്ടായി. രണ്ടും ഇന്നും ലോകത്തെ സ്വാധീനിച്ചുകൊണ്ടിരിക്കുന്ന മുഖ്യമതങ്ങൾ.

ഇതിനൊക്കെ മുൻപ് മോശെ എന്ന പ്രവാചകനു സിനായ് പർവതത്തിന്റെ മുകളിൽ വെച്ച് ദൈവത്തിൽ നിന്ന് 'പത്ത് കൽപനകൾ' കിട്ടിയതായും ഐതിഹ്യമുണ്ട്. ചുരുക്കത്തിൽ, ദൈവം നേരിട്ടും ദൂതരിൽ കൂടിയും നിശ്ചയങ്ങളും നിയമവും ഭാവികാര്യങ്ങളും ഒക്കെ വെളിപ്പെടുത്തുന്നുവെന്ന് പറയാം.

സഞ്ചിതസംസ്കാരവും പാണ്ഡിത്യവും അഹങ്കാരവുമെല്ലാം മനുഷ്യമനസ്സിനെ 'കണ്ടീഷൻ' ചെയ്യുന്നുണ്ട്. ഈ കണ്ടീഷനിംഗ് വരാതെ സൂക്ഷിക്കുന്ന, ജീവിതം തന്നെ തപസ്സാക്കുന്ന, കർമ്മയോഗികളെയും തപസ്സിലൂടെ കർമ്മചക്രത്തിൽ നിന്ന് മുക്തരാവുന്ന സന്യാസികളെയും ദൈവം ഉപകരണമാക്കുന്നു.

പ്രവാചകനായി തിരഞ്ഞെടുക്കപ്പെടുന്നവന്റെ നാവിൽ സന്ദേശങ്ങളും നിയങ്ങളും മനുഷ്യനുവേണ്ടി എത്തിക്കുമെന്ന് ദൈവം അറിയിച്ചിട്ടുള്ളതായി ബൈബിളിൽ പറയുന്നുണ്ട്. ഒരിക്കൽ, വർഷങ്ങൾക്കു മുൻപ്

ദില്ലിയിൽ വെച്ച് ഏട്ടൻ ഒ.വി. വിജയനും സന്ന്യാസിയായ സാധു മോഹനും ഈവക കാര്യങ്ങൾ സംസാരിച്ചുകൊണ്ടിരിക്കുമ്പോൾ ഏട്ടൻ നടത്തിയ ഒരു നിരീക്ഷണം ഓർമ്മയിൽ വരുന്നു. എല്ലാ വെളിപാടുകളും ദൈവ സന്ദേശങ്ങളും മനുഷ്യന്റെ, ഓരോ വ്യക്തികളുടെ, ഉള്ളിലേക്കാണ് ആദ്യം എത്തുന്നത്. അപൗരുഷേയം എന്ന് ഭാരതത്തിലെ പൂർവസൂരികൾ വിശേഷിപ്പിച്ചിരുന്ന അറിവുകളുടെ ഗണത്തിൽ വരാവുന്നവയാണെങ്കിലും ആ അറിവുകൾ കിട്ടുന്ന മനസ്സിന്റെ - ഋഷിയുടെയോ പ്രവാചകന്റെയോ ആരുടെയെങ്കിലുമാവട്ടെ - അരിപ്പയിലൂടെ കടന്നാണ് സമകാലികരി ലേക്കും തലമുറകളിലേക്കും എത്തുന്നത്. മൈൻഡ് ഫിൽറ്റർ (mind filter) എന്നായിരുന്നു ഏട്ടൻ പറഞ്ഞത്.

ബൃഹദാരണ്യകോപനിഷത്തിൽ പ്രജാപതി മൂന്നുകൂട്ടർക്ക് ഒരേ ഉപ ദേശം കൊടുക്കുന്നു. 'ദ' എന്ന ഒരക്ഷരം. സ്വർഗ്ഗസുഖങ്ങളിൽ മുഴുകിയ ദേവന്മാർ മനസ്സിലാക്കി സ്വർഗ്ഗസുഖങ്ങളിൽ മുഴുകിയ തങ്ങൾക്ക് ദ എന്ന ശബ്ദത്തിലൂടെ ദമ്യത 'ആത്മസംയമനം' നേടാൻ ആണ് ഉപദേശി ച്ചത് എന്ന്. അസുരന്മാർക്ക് ദ ദയാധ്വം കാരുണ്യം ശീലിക്കൽ എന്ന അർത്ഥം കിട്ടി. സ്വാർത്ഥത കൂടുതലുള്ള മനുഷ്യർ തങ്ങൾക്കുണ്ടാ വേണ്ടത് ദ ദത്ത എന്ന്, കൊടുക്കാനുള്ള മനസ്സാണ് എന്ന് ഗ്രഹിച്ചു.

നമ്മളും ഗുരുപ്രവാചകരിലൂടെ എത്തുന്ന ദൈവികമായ ഉപദേശനിർ ദ്ദേശങ്ങൾ നമ്മുടെ മൈൻഡ് ഫിൽറ്ററുകളിലൂടെ സ്വീകരിച്ച്, നമ്മുടെ തോന്നലുകളനുസരിച്ച് ജീവിതത്തിൽ പകർത്തുന്നു. ആത്മീയം ആയിരം പേർക്ക് ആയിരം വിധമാണെന്ന് എന്റെ ഗുരു പറഞ്ഞത് ഇവിടെ ചേർത്തു വായിക്കാമെന്നു തോന്നുന്നു.

പതിനൊന്ന്

ദൈവത്തിന്റെ മുഖപടം

മനുഷ്യനോട് സംവദിക്കേണ്ട അവസരത്തിൽ ദൈവം അണിയുന്ന മുഖപടമാണു ഗുരു എന്ന് സ്വാമി വിവേകാനന്ദൻ പറഞ്ഞതായി വായിച്ചിട്ടുണ്ട്. മനുഷ്യനും മനുഷ്യനും തമ്മിലല്ലേ ആശയവിനിമയം നടത്താൻ കഴിയൂ. എന്നാൽ പുതിയ ആകാശവും പുതിയ ഭൂമിയും സൃഷ്ടിക്കാൻ നിയുക്തനായ മനുഷ്യനെ സമകാലികർ തിരസ്കരിച്ചിട്ടുള്ളതായാണ് കണ്ടുവരുന്നത്.

നമ്മുടെ മുന്നിലുള്ള ഒരു ഉദാഹരണം ശ്രീകൃഷ്ണന് നേരിടേണ്ടി വന്നതായി പറയുന്ന വിഷമങ്ങളാണ്. പെങ്ങളുടെ വിവാഹം കഴിഞ്ഞ ഉടനെ ഉണ്ടായ ഒരു അശരീരി കൃഷ്ണന്റെ അമ്മാവനായ കംസനെ വിറളി പിടിപ്പിക്കുകയാണ്. പെങ്ങൾക്ക് എട്ടാമതായി ജനിക്കുന്ന മകൻ കംസന്റെ അന്തകനായി ഭവിക്കുമെന്നാണ് സന്ദേശം. പെങ്ങൾക്ക് ജനിച്ച ഏഴു കുട്ടികളെയും കംസൻ കൊന്നു. അദ്ഭുതകരമായ രീതിയിൽ എട്ടാമത്തെ കുട്ടി 'കൃഷ്ണൻ' സുരക്ഷിതമായ സ്ഥലത്ത് എത്തിക്കപ്പെടുകയാണ്. കൃഷ്ണനെ കണ്ടുപിടിച്ച് ഇല്ലാതാക്കുക എന്നതായി കംസന്റെ ജീവിത ലക്ഷ്യം.

ഒരു മഹാത്മാവിനെ ഉന്മൂലനം ചെയ്യാൻ നിരന്തരശ്രമങ്ങൾ നടന്നതിന്റെ സൂചകങ്ങളാണാ കഥകൾ. വിപ്രപത്നീമോക്ഷം എന്ന കഥ ബ്രാഹ്മണരുടെ എതിർപ്പിനെയാണ് അടയാളപ്പെടുത്തുന്നത്. ശ്രീകൃഷ്ണൻ പിറന്നത് അവർണ്ണനായിട്ടാണല്ലോ. ഭഗവദ്ഗീതയിൽ ഭഗവാൻ ഇങ്ങനെ പറയുന്നു: 'അവജാനന്തി മാം മൂഢാ മാനുഷീം തനുമാശ്രിതം/ പരം ഭാവമജാനന്തോ മമ ഭൂതമഹേശ്വരം...' മനുഷ്യരൂപത്തിലാകയാൽ ജീവജാലങ്ങളുടെ തമ്പുരാനാണ് ഞാനെന്ന് ഗ്രഹിക്കാതെ അറിവില്ലാത്തവർ എന്നോട് അനാദരം കാണിക്കുന്നു എന്നാണ് ശ്രീകൃഷ്ണപരമാത്മാവ് പറയുന്നത്.

ബൈബിൾക്കഥകളിലും പ്രവാചകന്മാരോട് സമകാലികർ കാണിച്ച അറിവില്ലായ്മകൾ എടുത്തുപറയുന്നുണ്ട്. ഒടുവിൽ രക്ഷകനായ യേശുവിനെ കുരിശിലേറ്റുക വരെ ചെയ്തു. മുഹമ്മദ് നബിക്ക് സമകാലികരുടെ ഉപദ്രവങ്ങൾ കാരണം യുദ്ധങ്ങളിലേർപ്പെടേണ്ടിവന്നു.

ഏതാനും അനുഭവശാലികളാവും ഒരു ഗുരുവിനെ അല്ലെങ്കിൽ പ്രവാചകനെ വിശ്വസിക്കുക, ദൈവത്തിന്റെ ഇച്ഛ ആ സ്വരൂപത്തിൽ പ്രവർത്തിക്കുന്നുവെന്നറിയുക. പകർന്നു കിട്ടുന്ന മാർഗ്ഗരേഖകൾ തുടർന്നു വരുന്ന തലമുറകളിലേക്ക് പകർന്നുകൊടുത്തിട്ടുള്ളത് അവരാണ്. അച്ചടിയോ ലിപി പോലുമോ ഇല്ലാത്ത കാലഘട്ടങ്ങളിൽ വാമൊഴിയായി അറിവുകളെ നിലനിർത്തി വന്നിരിക്കാം. അക്ഷരങ്ങൾ രൂപംകൊണ്ട ശേഷവും താളിയോലയിലും മറ്റും എഴുതി സൂക്ഷിച്ചതും പകർപ്പുകളുണ്ടാക്കിയതും മറ്റും എത്ര ശ്രമകരമായ വേലയായിരുന്നിരിക്കും! തലമുറകളായി പകർന്നുവരുന്ന എഴുത്തുകളിൽ പല കൂടിച്ചേരലുകളും അറിഞ്ഞോ അറിയാതെയോ സംഭവിച്ചിരിക്കാനുമിടയുണ്ട്.

നമ്മുടെ ധർമ്മശാസ്ത്രങ്ങളിൽ ഏറ്റവും പ്രധാനപ്പെട്ടത് എന്ന് ഗണിക്കപ്പെട്ടിട്ടുള്ള മനുസ്മൃതിയിൽ പ്രകടമായ സ്ത്രീവിരുദ്ധതയും ഉച്ചനീചത്വവും ഉണ്ട്. അത് ഇങ്ങനെ ക്രമേണ പല കൈകളിലൂടെ കടന്നുവന്നതിന്റെ ഫലമായിരിക്കും. ഏതു പുസ്തകത്തിൽ നിന്നും കാരുണ്യവും സ്നേഹവും സമാധാനപരമായ സഹവർത്തിത്വവും ദൈവോന്മുഖമായ ആന്തരികവളർച്ചയും പരിപോഷിപ്പിക്കുന്നതെല്ലാം സ്വീകരിക്കാം എന്നു നമുക്ക് ചിന്തിക്കാൻ കഴിഞ്ഞാൽ എത്ര നന്നായിരുന്നു! ദൈവത്തിന്റെ മുഖപടമായി, മനുഷ്യരിലൊരാളായി വരുന്നവർ അതായിരിക്കും ആഗ്രഹിക്കുക. അവർ ലോകത്തെ സമാധാനത്തിന്റെ വഴിക്ക് നയിക്കാൻ ശ്രമിക്കുന്നവരാണല്ലോ.

പന്ത്രണ്ട്

അവിവേകം എന്ന നിന്ദ

സമകാലികസമൂഹത്തിന് ഗുരുക്കന്മാരെയും പ്രവാചകന്മാരെയും തിരിച്ചറിയാൻ കഴിയുന്നില്ല. അവർ ദൈവനിയോഗത്താൽ വരുന്നവരാണെന്ന് ചുറ്റുമുള്ളവർക്ക് സാധാരണഗതിയിൽ മനസ്സിലാവില്ല. നന്മയ്ക്കായുള്ള സന്ദേശങ്ങളാണ് അവർ മുഖാന്തരം കിട്ടുന്നതെന്നും തിരിച്ചറിയുന്നില്ല. ഈ കഴിവില്ലായ്മ പലപ്പോഴും ഗുരുനിന്ദയായിത്തീരുന്നു. സമകാലികരിൽ കുറച്ചുപേർ മാത്രമാണ് ഒരു ഗുരുവിനെയോ പ്രവാചകനെയോ മാനിച്ച് അനുസരിക്കുന്നത്.

പൗരാണികകാലത്തെ ഗുരുക്കന്മാരെ മാതൃകാപരമായി അനുസരിച്ച ശിഷ്യന്മാരുടെ കഥകൾ ധാരാളമുണ്ട്. ആത്മീയമഹത്തുക്കളെ പൊതുവിൽ ആദരിച്ച പാരമ്പര്യം ഉണ്ടെങ്കിലും സത്തുക്കളെ നിന്ദിച്ച സൂചനകളും ഇല്ലാതില്ല. മൗനവ്രതമെടുത്ത് ധ്യാനത്തിൽ ലയിച്ചിരുന്ന ശമീകൻ എന്ന ഋഷിയെ അപമാനിച്ച പരീക്ഷിത്ത് രാജാവിന്റെ കഥ അത്തരത്തിലുള്ള ഒന്നാണ്. കാട്ടിൽ നായാട്ടിനുപോയി കൂട്ടം തെറ്റിയ രാജാവ് ദാഹിച്ചും വിശന്നും വലഞ്ഞ അവസ്ഥയിലാണ് ഋഷിയുടെ പർണ്ണശാലയിൽ എത്തിപ്പെട്ടത്. രാജാവിന്റെ ചോദ്യങ്ങൾക്ക് ശമീകനിൽ നിന്ന് പ്രതികരണം കിട്ടാതെ വന്നപ്പോൾ പെട്ടെന്നുള്ള കോപത്തിൽ അടുത്തെവിടെയോ കിടന്ന ചത്ത പാമ്പിനെ വില്ലറ്റംകൊണ്ട് തോണ്ടിയെടുത്ത് ആ മുനിയുടെ കഴുത്തിലിട്ടിട്ടു പോയി.

ഇതറിഞ്ഞ് മുനിയുടെ മകൻ ശൃംഗി രാജാവിനെ ശപിച്ചു. അന്നേക്ക് ഏഴുദിവസത്തിനകം രാജാവ് തക്ഷകന്റെ വിഷം തീണ്ടി മരിക്കട്ടെ എന്നായിരുന്നു ശാപം. ഇതിൽ ശമീകൻ വിഷമിക്കുകയാണുണ്ടായത്. നീതിമാനായ രാജാവിനു പറ്റിയ ക്ഷന്തവ്യമായ ഒരു പിഴയെന്നേ മുനി കരുതിയിരുന്നുള്ളൂ. അദ്ദേഹം മകനെ ഗുണദോഷിക്കുകയും സ്വയരക്ഷയ്ക്കായി മുൻകരുതലെടുക്കാൻ രാജാവിനു സന്ദേശം നൽകുകയും ചെയ്തു. എല്ലാം വിഫലമാക്കിക്കൊണ്ട് രാജാവ് തക്ഷകന്റെ കടിയേറ്റ് മരിച്ചു.

സത്തുക്കളെ അപമാനിക്കുന്നതും ദ്രോഹിക്കുന്നതും വലിയ ദോഷം വരുത്തിവെക്കുന്നു എന്നു മനസ്സിലാക്കാം.

നമുക്ക് പരിചിതമായ യേശുക്രിസ്തുവിന്റെ കുരിശാരോഹണം സത്തുക്കളെ നിന്ദിച്ചതിന് ഏറ്റവും വലിയ ഒരുദാഹരണമാണ്. യേശുവിനെ വിചാരണ ചെയ്ത പീലാത്തോസ് യേശുവിൽ കുറ്റം കാണാൻ കഴിഞ്ഞില്ല എന്നുപറഞ്ഞിട്ടും ജൂതപൗരോഹിത്യം സമ്മതിച്ചില്ല. താൻ ദൈവപുത്ര നാണെന്ന് യേശു അവകാശപ്പെട്ടു എന്നതായിരുന്നു വധശിക്ഷാർഹമായി അവർ കണ്ടെത്തിയ കുറ്റം. 'പെസഹ' എന്ന വിശേഷദിവസം പ്രമാണിച്ച് ഒരു കുറ്റവാളിക്ക് മാപ്പു കൊടുക്കുന്ന പതിവുണ്ടായിരുന്നു. 'ഈ രക്ത ത്തിൽ എനിക്ക് പങ്കില്ല' എന്നുപറഞ്ഞ് പീലാത്തോസ് കൈകഴുകി ഒഴിഞ്ഞപ്പോൾ 'അവനെ ക്രൂശിക്ക!' എന്ന് ജനങ്ങൾ ആർത്തു വിളിച്ചു. കൊലപാതകിയായ ബറബാസിനാണ് മോചനം കിട്ടിയത്. യേശുവിനെ അവർ ഏറ്റവും നിന്ദ്യമായ രീതിയിൽ അപമാനിച്ച് കുരിശിൽ തറച്ചു എന്നാണ് പറയുന്നത്. ജൂതവംശത്തിന് പിൽക്കാലത്ത് കൊടിയ ദുരിത ങ്ങളാണുണ്ടായത്. രണ്ടാം ലോകയുദ്ധകാലത്ത് അതിഭയങ്കരമായ ക്രൂരത കൾ നേരിടേണ്ടിവന്നത് സമീപകാലചരിത്രം.

കേരളത്തിലും മഹാത്മാക്കളുടെ സാന്നിധ്യം ഉണ്ടായിട്ടുണ്ടല്ലോ. ജഗദ് ഗുരു എന്നു പേരു കേട്ട ആദിശങ്കരൻ കേരളത്തിലെ കാലടിയിലല്ലേ ജനിച്ചത്. സ്വമാതാവിന്റെ ദേഹവിയോഗത്തിനു മുൻപ് വീട്ടിലെത്തി വേണ്ട പോലെ അമ്മയെ പരിചരിച്ചു. മാതാവിന്റെ അന്ത്യകർമ്മങ്ങളിൽ സന്ന്യാസി ഇടപെടുന്നത് ആചാരവിരുദ്ധമാണെന്ന് പറഞ്ഞ് ബന്ധുക്കളും സമുദായക്കാരും വിട്ടുനിന്നു. ആചാര്യസ്വാമികൾ അമ്മയുടെ മൃതദേഹം കൊണ്ടുപോയി ദഹിപ്പിച്ചത് ഒറ്റയ്ക്കാണെന്നാണ് ഐതിഹ്യം. ആ മഹാ ത്മാവിന് വന്ന ദുരനുഭവം നാമറിയാതെ ശാപമായി നമ്മുടെയൊക്കെ മേൽ ഉണ്ടായിരിക്കാം.

ജീവകാരുണ്യത്തിന്റെ തമ്പുരാനായിരുന്നു ചട്ടമ്പി സ്വാമികൾ. എല്ലാ ജീവജാലങ്ങളോടും സ്നേഹം കാണിച്ചിരുന്നു. ആ മാതൃക നമ്മുടെ ഓർമ്മയിലുള്ളതായി തോന്നുന്നില്ല. കേരളത്തെ ഗ്രസിച്ചിരിക്കുന്ന മദ്യ വിപത്തിനെ മുന്നേകൂട്ടി കണ്ടിട്ടെന്ന പോലെയാണെന്നു തോന്നുന്നു മദ്യം ഉണ്ടാക്കുന്നതും കൊടുക്കുന്നതും കുടിക്കുന്നതും നിർത്താൻ ശ്രീനാരാ യണഗുരു സമകാലികരോട് പറഞ്ഞത്. ശ്രീനാരായണഗുരുവിന്റെ വാക്കു കൾ അന്ന് അവർ ഉൾക്കൊണ്ടിരുന്നുവെങ്കിൽ മദ്യം കേരളത്തെ ഇങ്ങനെ കീഴ്പ്പെടുത്തുമായിരുന്നില്ല. നാം നമ്മുടെ ആത്മീയനായകന്മാരെ കുറെ യൊക്കെ അംഗീകരിച്ചിട്ടുണ്ട് എന്നതും അടിച്ചോടിച്ചില്ല എന്നതും നേരാണ്. എന്നിരിക്കിലും ആശയപരമായി ഉൾക്കൊള്ളാതെ ഒരുവിധത്തിൽ ഇല്ലാ താക്കിയ പ്രതീതിയല്ലേ?

ഗുരുഗാഥ

വേദകാലത്തിനു മുൻപും ആത്മീയപുരുഷന്മാർ ഉണ്ടായിരുന്നിരിക്കു മല്ലോ. ഖുർആൻ-ൽ ദൈവത്തിന്റെ അറിയിപ്പായി പറയുന്നത് മനുഷ്യ രാശിക്കായി 1,240,000 (ഒരു ലക്ഷത്തി ഇരുപത്തിനാലായിരം) പ്രവാച കരെ അന്നാൾ വരെ ഏതോ അനാദികാലം മുതൽ, ഖുർആൻ-ൽ അവ തരിച്ച കാലം വരെ ഭൂമിയിലേക്ക് അയച്ചിട്ടുണ്ടെന്നാണ്. മനുപരമ്പര എന്ന സങ്കൽപം വെച്ചു നോക്കുകയാണെങ്കിലും മനുക്കളുടെ കീഴിൽ എണ്ണ മറ്റ ഗുരുക്കന്മാർ വന്നുപോയിക്കാണും. ഗുരുതത്ത്വം സൃഷ്ടിയിൽ അനാദി കാലം മുതൽ പ്രവർത്തിച്ചിരിക്കണം; ദൈവത്തിന്റെ, പ്രകൃതിയുടെ നിയമ ങ്ങൾ ഭൂമിയിൽ നടപ്പാകുന്നതിന്. കാലാകാലങ്ങളായി മനുഷ്യർ എവിടെ യൊക്കെയോ തെറ്റിച്ചു കൊണ്ടിരുന്നു, നാം ഇന്നു തെറ്റിച്ചുകൊണ്ടിരി ക്കുന്നു എന്ന് തീർച്ചയാണ്. അതുകൊണ്ടല്ലേ ഇന്ന് ലോകത്തിൽ സംഘർഷ ങ്ങളും അഭയാർത്ഥിപ്രവാഹങ്ങളും അസമാധാനവും മൂല്യച്യുതിയും കടുത്ത പ്രകൃതിചൂഷണവും പ്രദൂഷണവും ഒക്കെ കൂടിവരുന്നത്?

പതിമ്മൂന്ന്

ആത്മശുദ്ധീകരണം

എന്റെ ഗുരു ശ്രീ കരുണാകരഗുരു അനുയായികളോട് ചോദിച്ച ഒരു ചോദ്യവും മറുപടി കാക്കാതെ ഗുരു തന്നെ പറഞ്ഞ ഉത്തരവും ഇങ്ങനെയാണ്: 'എന്താണ് നിങ്ങൾക്കാവശ്യം, ആത്മശുദ്ധീകരണം മാത്രം.' ഒറ്റ നോട്ടത്തിൽ ലളിതമായി തോന്നാം. പക്ഷേ അതേപ്പറ്റി ചിന്തിക്കുമ്പോൾ അറിയാനാകാത്ത ആഴങ്ങളുടെ മുന്നിലെത്തിയതു പോലെ. ഏതാനും പേരോടായി പറഞ്ഞതാണെങ്കിലും അതൊരു പൊതു ആവശ്യമായി, കാലത്തിന്റെ ആവശ്യമായി എനിക്ക് തോന്നുന്നു.

കലിയുഗം എല്ലാവിധ തിന്മകളും അജ്ഞതയും നിറഞ്ഞതായിരിക്കുമെന്ന് ഭാരതീയ പൗരാണിക പാരമ്പര്യം പ്രവചിച്ചിട്ടുണ്ട്. നമ്മൾ ഓർക്കേണ്ടത് ഈ അവസ്ഥ പൊടുന്നനെ ഈ കലിയുഗത്തിന്റെ അയ്യായിരത്തി ഒരുനൂറ്റി ശിഷ്ടം വർഷങ്ങൾകൊണ്ടു മാത്രം ഉണ്ടായതാവാൻ വഴിയില്ല എന്നാണ്. പോയ മൂന്നു യുഗങ്ങളിലൂടെയും വളരെ പതുക്കെ ഉണ്ടായി വന്ന അപചയങ്ങൾ അടിഞ്ഞതായിരിക്കണം, യുഗാന്തരങ്ങളിലൂടെ മനുഷ്യരാശിയുടെ കർമ്മങ്ങൾ ദുഷിച്ചെത്തിയതായിരിക്കണം, നമ്മുടെ വർത്തമാനകാലം. മന്വന്തരകലണ്ടർ അനുസരിച്ച് നമ്മൾ ഈ കൽപത്തിന്റെ പകുതിയിലാണ്; ഏഴാമത്തെ മന്വന്തരത്തിൽ.

ഈ മന്വന്തരത്തിന്റെയാകട്ടെ പകുതി ആയിട്ടില്ല. ഇരുപത്തിയെട്ടാമത്തെ ചതുർയുഗത്തിന്റെ കലിയുടെ തുടക്കമേ ആയിട്ടുള്ളൂ. കണക്കനുസരിച്ച് വളരെ നീണ്ട ഒരു കാലയളവാണ് ബാക്കി നിൽക്കുന്നത്. ഈ ചതുർയുഗത്തിന്റെ അവസാനപാദത്തിന് നാലുലക്ഷത്തിൽപ്പരം വർഷം ഇനിയുമുണ്ടെന്നാണ് കണക്ക്. അടുത്തത് സത്യയുഗമായിരിക്കുമല്ലോ. അങ്ങനെയെങ്കിൽ ഈ കലിയുഗത്തിൽ തന്നെ നടത്തുന്ന ശ്രമം കൊണ്ടു മാത്രമേ മനുഷ്യന് സത്യയുഗത്തിലെ പൗരനായി മാറാൻ ഒക്കുകയുള്ളൂ എന്നു വേണം കരുതാൻ. സത്യയുഗമനുഷ്യർ കളങ്കമില്ലാത്തവരായിരിക്കും എന്നാണല്ലോ പറയുന്നത്.

അങ്ങനെ നോക്കുമ്പോൾ ആത്മശുദ്ധീകരണത്തിന്റെ വഴികൾ ഇപ്പോഴേ തേടാൻ തുടങ്ങുക തന്നെയാണ് മനുഷ്യന്റെ ആവശ്യം. മനസ്സിന്റെ പടിപടിയായുള്ള വിമലീകരണം മർത്യപരിണാമത്തിന്റെ ഭാഗമാണ്. വിമലീകരണം വഴിതെളിക്കുന്നത് സഹജാവബോധത്തിന്റെ വികാസത്തിനാണ്. ബോധത്തിന് വികാസമുണ്ടാവുന്നു, തെളിച്ചം വർദ്ധിച്ചു വരുന്നു. നമ്മൾ ആന്തരികമായി ഉയരുന്നു.

പ്രകൃതി ഒരു പരിണാമചക്രത്തിലാണ് നമ്മെ അകപ്പെടുത്തിയിരിക്കുന്നത്. ലോകത്തിൽ കിട്ടുന്ന അവസരം നമ്മുടെ കർമ്മവിപര്യയങ്ങൾ കാരണം പലപ്പോഴും ഫലപ്രദമായി ഉപയോഗിക്കാൻ കഴിയാറില്ല. ഉയരുന്ന മനുഷ്യനു വീഴ്ച പറ്റുന്നതിനും സാധ്യതകൾ ഏറെ. ഭാരതീയ പാരമ്പര്യം പറയുന്നത് ഉയർച്ചതാഴ്ചകൾ വീണ്ടും ജനിക്കാൻ കാരണമാകുന്നു എന്നാണ്. ജീവിതത്തിൽ ചെയ്യുന്ന കർമ്മങ്ങളിലൂടെ ഉയർന്നുയർന്ന് ജനിമൃതിചക്രത്തിന്റെ പുറത്തു കടന്ന് ജന്മവും കർമ്മവും അറ്റാൽ മുക്തി കിട്ടുമെന്നാണല്ലോ വിശ്വാസം.

അടുത്ത ജന്മങ്ങളും മുക്തിയും സത്യയുഗത്തിലേക്കുള്ള ചുവടു വയ്പും മാറ്റിനിർത്തിയാലും നമുക്ക് ആത്മശുദ്ധിയുടെ ആവശ്യമുണ്ട്. നല്ല മനസ്സുകൾക്കേ ഒരു നല്ല സമൂഹം രൂപപ്പെടുത്താനാകൂ. ഭൗതികമായ മെച്ചങ്ങൾക്കായി പ്രവർത്തിക്കുന്നതിനും സമൂഹത്തിൽ ശാന്തമായ അന്തരീക്ഷം വേണ്ടതാണ്. രാഷ്ട്രത്തിന്റെ പുരോഗതിയും മനുഷ്യനന്മയിലും സന്തോഷത്തിലും അധിഷ്ഠിതമാണ്.

പണത്തിനും അതുവഴി നേടാവുന്ന സൗകര്യങ്ങൾക്കും വേണ്ടി മിടുക്ക് കാണിക്കാൻ മത്സരിക്കുന്ന ഈ ലോകത്തിൽ, ഇന്നത്തെ സ്ഥിതിവിശേഷത്തിൽ, ഒരു ശുദ്ധീകരണത്തിനു നമുക്ക് മനസ്സു വരിക എന്നത് അസാധ്യം എന്നുതന്നെ പറയാം. എങ്കിലും 'ഗുരൂപദിഷ്ട മാർഗ്ഗേണ മനഃശുദ്ധിം തുകാരയേത്' എന്ന പൗരാണികമായ ഗുരുഗീതാവാക്യത്തിനു വലിയ പ്രസക്തിയാണുള്ളത്.

പതിന്നാല്

ഉയരാനുള്ള പ്രവണത

"താനൊറ്റയായ് ബ്രഹ്മപദം കൊതിക്കും
തപോനിധിക്കെന്തൊരു ചാരിതാർത്ഥ്യം?"

എന്ന് വള്ളത്തോൾ നിരീക്ഷിച്ചിട്ടുണ്ട്. തനിക്കുമാത്രമായി ഏറ്റവും ഉയർന്ന നില ആഗ്രഹിക്കുന്നതിൽ എങ്ങനെയാണ് ഒരാൾക്ക് തൃപ്തി കണ്ടെത്താനാവുക എന്നാണോ കവി അർത്ഥമാക്കിയത്? അതോ മറ്റൊരാളെക്കുറിച്ച് ചിന്തയില്ലാത്ത തപോനിധിയുടെ ചാരിതാർത്ഥ്യം അത്ര അഭികാമ്യമല്ല എന്നാണോ?

തപസ്സു ചെയ്ത ഒരുപാടു കഥാപാത്രങ്ങളെ പുരാണേതിഹാസങ്ങളിൽ കാണാം. കാളിദാസൻ, ജഗത്തിന്റെ ജനയിതാക്കൾ (അത്രയും പൗരാണികരാണ് അവർ രണ്ടുപേരും) എന്നുവിളിച്ച പാർവതീപരമേശ്വരന്മാരുടെ കാര്യമെടുക്കാം. തന്റെ ഭാര്യ സതി ജീവനൊടുക്കിയതിലുള്ള ദുഃഖത്തിൽ സതിയുടെ മൃതദേഹം മറവുചെയ്യാതെ അതിനെ തോളിൽ ചുമന്ന ശിവന്റെ പുറകേ നടന്ന് സുദർശനചക്രം കൊണ്ട് വിഷ്ണു തുണ്ടുതുണ്ടാക്കി വീഴ്ത്തി. (ആ ഖണ്ഡങ്ങൾ അൻപത്തിരണ്ടായിരുന്നു എന്നും അവ വീണ സ്ഥലങ്ങൾ ശക്തിപീഠങ്ങൾ ആയി എന്നും വിശ്വസിക്കപ്പെടുന്നു.) അതുപോലും ശിവൻ തുടക്കത്തിൽ അറിഞ്ഞില്ല.

തന്റെ ഭാര്യയുടെ ശരീരം പോലും നഷ്ടമായി എന്ന് മനസ്സിലായപ്പോൾ ദുഃഖനിവൃത്തിക്കായി ശിവൻ എല്ലാം ഉപേക്ഷിച്ച് ധ്യാനിക്കാൻ തുടങ്ങി. അത് ഗാഢവും ദീർഘവുമായ തപസ്സായി മാറി. ഇതിനിടെ സതി ഹിമവാന്റെ പുത്രി പാർവതിയായി ജനിച്ചു. തപസ്സിലാണ്ട മഹായോഗിയെ ഭർത്താവായി കിട്ടണമെന്ന സങ്കൽപ്പത്തിൽ പാർവതിയും തപസ്സു തന്നെ ഉപാധിയായി സ്വീകരിച്ചു. ആദ്യമാദ്യം ധ്യാനത്തിൽ നിന്നുണരുന്ന വേളകളിൽ പാർവതി പച്ചിലകൾ ഭക്ഷിച്ചു. പിന്നീട് കരിയിലകൾ ഭക്ഷിച്ചു. ഒടുവിൽ അതിനുവേണ്ടിയും ഉണരാതായി. അങ്ങനെ അപർണ്ണ അഥവാ ഇലകളില്ലാത്തവൾ എന്ന പേരും കിട്ടി.

പാർവതിയുടെ മറ്റൊരു തപസ്സിന്റെ കഥ കൂടി ഓർമ്മ വരുന്നു. അവരുടെ വിവാഹം കഴിഞ്ഞ ശേഷമുള്ള തപസ്സാണ്. ഒരിക്കൽ മഹാദേവൻ കറുത്തവളായ പാർവതിയെ കാളി എന്ന് (കറുമ്പി എന്ന്) വിളിച്ച്

കളിയാക്കി. പെട്ടെന്ന് പിണക്കം വന്ന ഉമ ശിവനിൽ നിന്ന് മാറി ധ്യാനത്തിലാണ്ടു. അത് ആയിരം കൊല്ലം നീണ്ട തപസ്സായി. അതിൽ നിന്നുണർന്നത് ഗൗരിയായിട്ടാണ് - 'വെളുത്തവളായിട്ടാണ്' - എന്നാണാ കഥ. ഏതോ ഗതകാലത്ത് ജീവിച്ചിരുന്ന ആത്മബലം കൊണ്ട് സ്വജീവനെ ഉയർത്തിയ ഒരു വിശിഷ്ടവ്യക്തിത്വമായും പാർവതിയെ കാണാം. ശിവനോളം ഉയർന്ന ശിവപത്നി. തപസ്സിലാണ് രണ്ടുപേരും ഒന്നിച്ചത്.

ഏതെങ്കിലും ഒരു മേന്മയ്ക്കായി നടത്തുന്ന ആധ്യാത്മികപ്രയത്നമാണ് തപസ്സ്. ആത്മസംയമനവും ധ്യാനവും തപസ്സിന്റെ പ്രധാനഘടകങ്ങളാണ്. ജീവന്റെ വാസനയും അവസ്ഥയുമനുസരിച്ച് ദേവപ്രീതി, അഭീഷ്ടസിദ്ധി, അതിനൊക്കെ ഉപരിയായ സത്യാന്വേഷണം, ആത്മസാക്ഷാത്കാരം അങ്ങനെ എന്തുമാവാം ലക്ഷ്യം. ശരീരത്തിനെയും മനസ്സിനെയും തപിപ്പിക്കുന്നു എന്നതുകൊണ്ടാണ് തപസ്സെന്നു പറയുന്നത്.

കർമ്മങ്ങളിൽ വ്യാപൃതരായി അവയെ മികവിലെത്തിക്കാൻ ശ്രമിക്കുന്നതും പലപ്പോഴും ധ്യാനം പോലെ ആയിത്തീരുന്നു. ഇത്തരത്തിൽ സമകാലികകർമ്മങ്ങളെ ധ്യാനമാക്കുന്നതിന്റെ ചില ഉദാഹരണങ്ങൾ സെൻ ബുദ്ധിസത്തിന്റെ വഴിത്താരയിൽ കാണാം. സെൻ എന്ന പദം ഇന്ത്യയിലെ ധ്യാനത്തിൽ നിന്ന് രൂപപ്പെട്ടതാണ്. ഇവിടെ നിന്ന് 'ധ്യാനം' ചൈനയിലേക്ക് പോയി ചെൻ ആയി, അവിടെ നിന്ന് ജപ്പാനിലെത്തി സെൻ ആയി എന്നാണ് കേട്ടിട്ടുള്ളത്. മോട്ടോർ സൈക്കിൾ ഓടിക്കുന്നതോ, പുഷ്പാലങ്കാരങ്ങൾ ചെയ്യുന്നതോ ഒക്കെ പോലും ധ്യാനത്തിലേക്കു നയിക്കാം എന്നാണു അവർ അവകാശപ്പെടുന്നത്. ചിത്രകലയും കവിതയുമൊക്കെ അവർ ധ്യാനത്തിന്റെ ഉപാധികളാക്കിയിരുന്നു. സർഗ്ഗപ്രവർത്തനങ്ങളിൽ ധ്യാനത്തിന്റെ അംശമുണ്ടല്ലോ.

ഉയർച്ച നേടാനുള്ള പ്രവണത പ്രകൃതിയിലെ പരിണാമചക്രത്തിൽ എല്ലാ ജീവികൾക്കും നൈസർഗ്ഗികമായി കിട്ടിയിട്ടുണ്ട്. ഏകാഗ്രതയും ധ്യാനവും നമ്മുടെ 'പ്രോഗ്രാമിങ്ങിൽ' (സംവിധാനം) ഉള്ളതാണ്. അറിയാതെ നാം ഇതിൽ ഏർപ്പെടാറുമുണ്ട്. ബോധപൂർവം ഇതിനെ ഓരോ മാർഗ്ഗങ്ങളായി ഗുരുക്കന്മാർ വികസിപ്പിച്ചെടുത്തിരിക്കുന്നു എന്നല്ലേ കരുതേണ്ടത്? തന്നിൽ അന്തർലീനമായ ധ്യാനത്തിന്റെ ആഴങ്ങളിലേക്കും ആന്തരികമായ ഔന്നത്യത്തിന്റെ പല തലങ്ങളിലേക്കും മനുഷ്യനെ നയിക്കാൻ ഗുരുക്കന്മാർക്ക് കഴിയുന്നു.

തപസ്സിന്റെ അടിസ്ഥാനം ധ്യാനമാണ്. ഏറിയും കുറഞ്ഞും ഒരുതരത്തിലല്ലെങ്കിൽ മറ്റൊരു തരത്തിൽ ധ്യാനത്തിന്റെ അംശം നമ്മുടെ ജീവിതത്തിൽ കടന്നുവരുന്നുണ്ട്. മനുഷ്യനിൽ മാത്രമായി ഇത് ഒതുങ്ങി നിൽക്കുന്നില്ല.

പ്രകൃതിയെ നിരീക്ഷിച്ചാൽ തന്നെ ഒരു കാര്യം തെളിഞ്ഞുവരുന്നതുപോലെ തോന്നും. തപസ്സിന്റെ ഭാഗമായ ധ്യാനത്തിന്റെ അംശം എല്ലാ ജീവജാലങ്ങളിലുമുണ്ട്. ശ്രദ്ധയുടെ കേന്ദ്രീകരണമെന്ന നിലയിൽ അത് ജീവിതത്തിന്റെ അടിസ്ഥാനസ്വഭാവങ്ങളിൽ ഒന്നാണെന്ന് കണക്കാക്കാം. മനുഷ്യന്റെ കാര്യത്തിലാകട്ടെ തപോനിധികളായ ആത്മീയനായകന്മാർ മാർഗ്ഗദർശികളായിത്തീരുന്നു.

പതിനഞ്ച്
ഉയർച്ചയുടെ വഴി

ആത്മസാക്ഷാത്കാരം ലഭിച്ചവനു മതം പ്രമാണമല്ല, അവൻ മതത്തിനു പ്രമാണമാകുന്നു എന്ന് ശ്രീനാരായണഗുരു പറഞ്ഞിട്ടുണ്ട്. മതം ഈശ്വര സാക്ഷാത്കാരത്തിനുള്ള ഉപാധി മാത്രം, മതമല്ല ദൈവം എന്നും ഗുരു പറഞ്ഞിട്ടുണ്ട്. ദൈവനിശ്ചിതമായി എന്നു മനസ്സിലാക്കാവുന്ന രീതിയിൽ, പ്രകൃതിക്ക് അനുസൃതമായി, മനുഷ്യനു നിലനിൽക്കാനും ഉയരാനും സഹായകമായ തത്ത്വമാണു ഗുരു ഇങ്ങനെ വ്യക്തമാക്കുന്നത്. നാം അറിയുന്ന ചരിത്രവും പാരമ്പര്യവും ഇതുതന്നെയാണ് പറയുന്നത്.

മതം ഈശ്വരസാക്ഷാത്കാരത്തിനുള്ള ഉപാധിയാവുന്നത് മതത്തിൽ (ഏതു മതത്തിലും) നാം അറിഞ്ഞ് സ്വീകരിക്കുമെങ്കിൽ നമ്മുടെ ആത്മ സംസ്കരണത്തിനുതകുന്ന നിയമങ്ങളുള്ളതുകൊണ്ടാണ്. ആത്മ സാക്ഷാൽക്കാരത്തിന്റെ വഴിയേ അന്വേഷിച്ചുപോയവർ പല പടവു കളിലും വെച്ച് കണ്ടെത്തിയതോ അവർക്ക് കിട്ടിയതോ ആണ് അതെല്ലാം. ഈ നിയമങ്ങൾ നമ്മെ നൈതികമായ ഭദ്രതയിലേക്കും നയിക്കുന്നു. ആ വഴിക്കു കൈവരുന്ന സാമൂഹികനീതിയും സമാധാനവുമാണ് നമ്മുടെ ഐശ്വര്യത്തിനും സമൃദ്ധിക്കും അടിത്തറയാവുന്നതും.

ഈശ്വരസാക്ഷാൽക്കാരവും ആത്മസാക്ഷാൽക്കാരവും ഒന്നായി ത്തന്നെ കാണാം. എന്നാൽ ഇങ്ങനെ ഒരു ആശയം നിലവിലുണ്ടെന്നു പോലും എല്ലാവരും അറിയുന്നുണ്ടാവില്ല. കേട്ടിട്ടുള്ള നമ്മൾ മിക്കവരും അത് അസാധാരണങ്ങളായ കഴിവുകളുള്ള വ്യക്തികൾ തപസ്സു ചെയ്ത് നേടുന്ന കാര്യമാണെന്നു കരുതുന്നു. പിന്നെയും കുറേ പേർ അങ്ങനെ യൊരാശയം ശുദ്ധഭോഷ്കായും അന്ധവിശ്വാസമായും കരുതുന്നു. ആധു നിക പാശ്ചാത്യശാസ്ത്രത്തിന്റെ വികാസത്തോടൊപ്പം വ്യാപകമായ യുക്തിചിന്തയാവണം ഒരുപക്ഷേ കാരണം. യുക്തിചിന്ത ഈ ആശ യത്തെ അന്ധവിശ്വാസമായി തള്ളുകയാണു ചെയ്യുന്നത്. പൊതുവെ നോക്കുമ്പോൾ ഭൂരിപക്ഷം മനുഷ്യരും ഇതേപ്പറ്റി ചിന്തിക്കുന്നില്ല എന്നു തന്നെ പറയാം.

നമ്മൾ അങ്ങനെയാണ്. നമ്മുടെ ശ്രദ്ധ മുഴുവൻ ശരീരവും അന്ന ന്നത്തെ കാര്യങ്ങളും കവർന്നെടുക്കുന്നു. ശങ്കരാചാര്യർ ഈ അവസ്ഥ കൃത്യമായി കവിതയിൽ ആവിഷ്കരിച്ചിട്ടുണ്ട്.

"ബാലസ്താവദ് ക്രീഡാസക്തഃ
തരുണസ്താവദ് തരുണീസക്തഃ
വൃദ്ധസ്താവദ് ചിന്താസക്തഃ
പരമേ ബ്രഹ്മണി കോ അപി ന സക്തഃ"

എന്നാണദ്ദേഹം പറഞ്ഞത്. (കുട്ടികൾക്ക് താത്പര്യം കളിക്കാനാണ്, യുവാക്കൾക്ക് യുവതികളിലും, വൃദ്ധർക്ക് ചിന്തകളിലുമാണ് താത്പര്യം) ഇന്നത്തെ ശാസ്ത്രീയനിലപാടാകട്ടെ പ്രകൃതിരഹസ്യങ്ങൾ കണ്ടെത്തി അവയെ ഏതെങ്കിലും വിധത്തിൽ ഉപയോഗിക്കുക എന്നതാണ്. ഭൗതിക മായ പ്രതിഭാസങ്ങൾക്കപ്പുറം, അവയുമായി ബന്ധപ്പെട്ട പരീക്ഷണ നിരീക്ഷണങ്ങൾക്കപ്പുറം പോകാൻ ശാസ്ത്രത്തിനു താത്പര്യമില്ല. വിശദീകരിക്കാൻ പറ്റാത്തതും വ്യക്തമായ തെളിവുകൾ ലഭ്യമല്ലാത്ത തുമായതൊന്നും ശാസ്ത്രം പരിഗണിക്കുന്നില്ലല്ലോ. ആന്തരികജീവിതം പിന്നെ എങ്ങനെ ശാസ്ത്രത്തിനു സ്വീകാര്യമാകും?

ഈശ്വരസാക്ഷാൽക്കാരത്തിനുള്ള ഉപാധിയായ മതവും ഇപ്പോൾ മതാരാധകരെയാണ് കൂടുതൽ സൃഷ്ടിക്കുന്നത്. മതത്തിന്റെ കാതൽ മഹാ ത്മാക്കളുടെ ആധ്യാത്മികനേട്ടങ്ങളാണെങ്കിലും കാലക്രമത്തിൽ വലിയ പ്രസ്ഥാനങ്ങളായി മാറുമ്പോൾ ആധ്യാത്മികതയെക്കാൾ ആചാരാ നുഷ്ഠാനങ്ങൾക്കും ഉത്സവങ്ങൾക്കും മറ്റും മറ്റും പ്രാമുഖ്യം കൈവരുന്ന തായിട്ടാണ് പലപ്പോഴും കണ്ടുവരുന്നത്. ആചാര്യന്മാരുടെ വാക്കുകൾ, അവരുടെ ജീവിതസന്ദേശം നാം മറക്കുന്നു.

ഇതൊക്കെയാണെങ്കിലും ജീവനിലുള്ള വാസന കാരണം ആത്മീയ മായ അറിവും അനുഭവവും ആകർഷകമായി തോന്നുന്നവരുണ്ട്. അവർ അസാധാരണങ്ങളായ കഴിവുകൾ ഇല്ലാത്ത സാധാരണക്കാരായിരിക്കാം. എങ്കിലും ഈ വഴിയേ അവർക്ക് നടക്കാം. ശ്രീകൃഷ്ണൻ പറഞ്ഞു, തന്നിൽ ഭക്തിയുണ്ടാവുന്നവർ സദ്ഗതി പ്രാപിക്കുമെന്ന്. പാപം ചെയ്ത വർ, സ്ത്രീകൾ, കച്ചവടക്കാർ, സമൂഹത്തിന്റെ അടിത്തട്ടിൽ കിടക്കുന്ന വർ എന്നിങ്ങനെ ആരുമായിക്കൊള്ളട്ടെ അവർ, അവരുടെ ജീവൻ ഉയരും. (ഭഗവദ്ഗീതയുടെ ഒമ്പതാം അധ്യായത്തിന്റെ അവസാനഭാഗത്താണിത് കാണുന്നത്.) ആ പറഞ്ഞത് ദ്വാപരയുഗാന്ത്യത്തിലായിരുന്നു. (ശ്രീ കൃഷ്ണന്റെ വിയോഗവും കലിയുടെ തുടക്കവും ഒരേ ദിവസമായിരുന്നു എന്ന് ഐതിഹ്യം.) വരാൻ പോകുന്ന കലിയിലെ കാര്യമായിരിക്കുമല്ലോ അപ്പോൾ പറഞ്ഞത്.

ശ്രീകൃഷ്ണനുശേഷം ലോകത്ത് വന്നുപോയ ഒട്ടേറെ ആധ്യാത്മിക വ്യക്തിത്വങ്ങളുണ്ടല്ലോ. അവരുടെ പരമ്പരകളിൽ ഇന്ന് ലോകത്ത് ഏറ്റവും മുന്നിൽ കാണുന്ന രണ്ട് പ്രസ്ഥാനങ്ങൾ ക്രിസ്തുവിന്റെയും മുഹമ്മദ് നബിയുടെയുമാണെന്ന് നമുക്കറിയാം. നമ്മുടെ സമൂഹത്തിലെ ജാതിയുടെ വേലിക്കെട്ടുകൾ പൊട്ടിക്കാൻ ഈ അതിഥിമതങ്ങൾ ഒരുകാലത്ത് സഹായകമായി. ശ്രീകൃഷ്ണന്റെ ഗീതാസന്ദേശം ജനങ്ങളിലേക്ക് എത്തിയിരുന്നെങ്കിൽ ഒരുപക്ഷേ ഈ അതിഥിമതങ്ങളുടെ ആവശ്യം ഇവിടെ ഉണ്ടാകുമായിരുന്നില്ല എന്നെനിക്ക് തോന്നുന്നു. കാലത്തിന്റെ 'കലിയുടെ' മാറ്റമനുസരിച്ച് ജാതിവിവേചനം ക്ഷയിക്കുകയും സ്ത്രീകളും അധഃസ്ഥിതരും താഴ്ന്ന നിലകളിൽ നിന്ന് ഉയരാൻ തുടങ്ങുകയും ശുദ്ധമായ ആത്മീയതയുടെ കിരണങ്ങൾ നമുക്ക് ലഭിക്കുകയും ചെയ്യുമായിരുന്നു. ഗുരുതത്ത്വത്തിനു ബന്ധം ഈ ആന്തരികാവസ്ഥയോടു തന്നെ.

പതിനാറ്
കിഴക്കും പടിഞ്ഞാറും

പൗരസ്ത്യ-പാശ്ചാത്യ രാജ്യങ്ങളിലെ തത്ത്വാന്വേഷണവഴികൾ വ്യത്യസ്തദിശകളിലാണ് സഞ്ചരിച്ചുവന്നിട്ടുള്ളത്. പാശ്ചാത്യ തത്ത്വചിന്തയുടെ പിതാവ് എന്ന് കരുതപ്പെടുന്ന സോക്രട്ടീസിനു അതീന്ദ്രിയമായ ഉൾക്കാഴ്ചകൾ കിട്ടിയിരുന്നു എന്ന് വായിച്ചിട്ടുണ്ട്. അറിവ് ആന്തരികമായി നേടേണ്ടതാണെന്ന് സോക്രട്ടീസ് വിശ്വസിച്ചിരുന്നു എന്ന് സൂചിപ്പിക്കുന്ന - ആരുപറഞ്ഞതെന്ന് വ്യക്തമല്ലാത്ത - ഒരു കഥയുണ്ട്. വാമൊഴി പാരമ്പര്യത്തിൽ നിന്ന് വന്നതാവണം.

ഒരു ചെറുപ്പക്കാരൻ സോക്രട്ടീസിനെ സമീപിച്ചു പറഞ്ഞു: "മഹാത്മാവേ, അങ്ങയിൽനിന്ന് അറിവ് നേടാൻ ഞാൻ ആഗ്രഹിക്കുന്നു." സോക്രട്ടീസ് കടൽക്കരയിലേക്ക് നടന്നു. യുവാവ് കൂടെ നടന്നു. തിരകളിലിറങ്ങിയ സോക്രട്ടീസ് പെട്ടെന്ന് യുവാവിനെ കടലിലേക്കിട്ട് ഏതാനും നിമിഷങ്ങൾ അമർത്തിപ്പിടിച്ചു. ശ്വാസം മുട്ടിയ അയാളെ പൊക്കിയെടുത്ത് ചോദിച്ചു, ഇപ്പോൾ നിനക്കെന്താണു വേണ്ടത് എന്ന്. ചെറുപ്പക്കാരൻ അറിവ് വേണമെന്ന് ആവർത്തിച്ചു. സോക്രട്ടീസ് വീണ്ടും അയാളെ വെള്ളത്തിനടിയിൽ മുക്കിത്താഴ്ത്തി, ഇക്കുറി നേരത്തേതിലും അധികം സമയത്തേക്ക്. പൊക്കിയെടുത്ത് ചോദ്യം ആവർത്തിച്ചു. അതേ ഉത്തരം വന്നപ്പോൾ വീണ്ടും തിരയിൽ താഴ്ത്തി കുറച്ചധികം നേരം അങ്ങനെ മുക്കിപ്പിടിച്ചു. ശ്വാസം കിട്ടാതെ പിടച്ച അയാളെ മോചിപ്പിച്ചു കൊണ്ട് ചോദ്യം ആവർത്തിച്ചപ്പോൾ ഒടുവിൽ അയാൾക്ക് ശ്വാസം കിട്ടിയാൽ മതി എന്നായി. 'നല്ലത്', സോക്രട്ടീസ് പറഞ്ഞു, "ഇങ്ങനെ ശ്വാസത്തിനു പിടയ്ക്കുന്നപോലെ അറിവിനായി ആഗ്രഹിക്കുമ്പോൾ അത് നിനക്കു കിട്ടും."

രണ്ടായിരത്തിമുന്നൂറിൽപ്പരം വർഷങ്ങൾക്കു മുൻപ് അവധൂതനെപ്പോലെ നഗ്നപാദനായി, മുടി നീട്ടിവളർത്തി, വേഷത്തിൽ ശ്രദ്ധിക്കാതെ കഴിഞ്ഞിരുന്ന ഒരാളായിരുന്നത്രെ സോക്രട്ടീസ്. അക്കാലത്ത് ഗ്രീക്കുകാർ

വിശ്വസിച്ചിരുന്ന ഡെൽഫിയിലെ വെളിച്ചപ്പാട് (oracle) വെളിച്ചപ്പെടു
ത്തുന്ന കാര്യങ്ങൾ അദ്ദേഹം വിശ്വസിച്ചില്ല. എല്ലാവരും ആരാധിച്ചിരുന്ന
ദേവതകളെയും മാനിച്ചില്ല. (എന്നാൽ ദൈവത്തെ അംഗീകരിച്ചിരുന്നതായി
പറയുന്നു.)

ജീവിതത്തിന്റെ നേരുകൾ തേടാൻ ഉത്തേജനം പകരുന്ന ചോദ്യങ്ങൾ
സോക്രട്ടീസ് ചോദിച്ചു. യുവാക്കൾ ആ ചോദ്യങ്ങളിൽ ആകൃഷ്ടരായി.
ചോദ്യങ്ങളിലൂടെ ആശയങ്ങളിലെത്തിച്ചേരുന്ന രീതി അവർ ഇഷ്ടപ്പെട്ടു.
ദേവതകളെ മാനിക്കുന്നില്ല, യുവാക്കളെ 'വഴി തെറ്റിക്കുന്നു' എന്ന കാരണ
ങ്ങൾ പറഞ്ഞാണ് ഭരണകൂടം ഒടുവിൽ സോക്രട്ടീസിനെ വധശിക്ഷയ്ക്കു
വിധിച്ചത്. വേണമെങ്കിൽ രക്ഷപ്പെട്ട് എങ്ങോട്ടെങ്കിലും ഒളിച്ച് പോകാ
നുള്ള സാഹചര്യം ഉണ്ടായിരുന്നുവെങ്കിലും മരണത്തെ ശാന്തമായി
സ്വീകരിക്കുകയാണ് സോക്രട്ടീസ് ചെയ്തത്. പാശ്ചാത്യനാടുകളിൽ
പിൽക്കാലത്തുണ്ടായ വ്യത്യസ്ത ചിന്താധാരകളെല്ലാം ഈ 'വഴിതെറ്റിയ'
യുവാക്കളിൽനിന്ന് പുറപ്പെട്ടവയാണെന്നു പറയുന്നു. സോക്രട്ടീസിനെ
പിൻപറ്റിത്തന്നെയായിരുന്നുവത്രെ അവർ അവരുടെ വഴികളിൽ സഞ്ചാരം
തുടർന്നത്.

സോക്രട്ടീസിന്റെ സ്വന്തം വാക്കുകളിലൂടെ അദ്ദേഹത്തെ അറിയാൻ
പിൽക്കാലത്തുള്ളവർക്ക് കഴിഞ്ഞില്ല. മുഖ്യശിഷ്യനായ പ്ലേറ്റോവിന്റെ
എഴുത്തുകളാണ് സോക്രട്ടീസിന്റെ ആശയങ്ങളിലേക്കും ജീവിതത്തി
ലേക്കും വെളിച്ചം വീശിയത്. മറ്റൊരു പ്രധാനശിഷ്യനായ സെനോ
ഫോണിൽ നിന്നും മറ്റു ചിലരിൽ നിന്നും കിട്ടിയ വിവരങ്ങളും ആ
ജീവിതത്തെ മനസ്സിലാക്കാൻ സഹായകമായി. പ്ലേറ്റോവിന്റെ ശിഷ്യനായ
അരിസ്റ്റോട്ടിൽ അലക്സാണ്ടർ ചക്രവർത്തിയെ പഠിപ്പിച്ചു. അലക്സാണ്ടർ
കീഴടക്കിയ പ്രദേശങ്ങളിൽ സോക്രട്ടീസിൽ നിന്ന് പകർന്നു കിട്ടിയ
ചിന്താപദ്ധതികൾക്ക് പ്രചാരമുണ്ടായി. ഇതാണ് പാശ്ചാത്യ സത്യാ
ന്വേഷണത്തിന്റെ പ്രാരംഭം എന്നാണ് വിലയിരുത്തിക്കാണുന്നത്.
വ്യവസ്ഥകളെ ഭയക്കാതെ മനുഷ്യജീവിതത്തിന്റെ അടിസ്ഥാന സത്യ
ങ്ങളെക്കുറിച്ച് ചോദ്യങ്ങൾ ചോദിക്കുന്ന സോക്രട്ടീസിന്റെ രീതിയാണ്
ആധുനിക ശാസ്ത്രാന്വേഷണങ്ങളിലേക്കു വഴിനടത്തിയത്. സോക്രട്ടീ
സിനുണ്ടായിരുന്നുവെന്ന് സൂചിപ്പിക്കപ്പെട്ടിട്ടുള്ള അനുഭവ-ദർശനത്തേ
ക്കാൾ ഒരുപക്ഷേ യുവാക്കൾക്ക് പ്രകടമായി കാണാനും സ്വീകരിക്കാനും
കഴിഞ്ഞത് അദ്ദേഹത്തിന്റെ ധൈഷണികമായ വെളിച്ചമായിരുന്നിരിക്കണം.

മനുഷ്യനിൽ ജിജ്ഞാസ അന്തർലീനമായിരിക്കുന്നു. കുട്ടിക്കാലത്ത്
ഒരുപാട് ചോദ്യങ്ങൾ ചോദിക്കുന്ന മനുഷ്യൻ ക്രമേണ ചുറ്റുപാടുകളു
മായി സമരസപ്പെട്ട് വലിയ ചോദ്യങ്ങളിലേക്കെത്താതെയാവുന്നു. ഒരു
പക്ഷേ ബാലഭാവം അസ്തമിച്ചിട്ടില്ലാത്ത മനസ്സുകളിലാവണം മൗലിക

മായ ചോദ്യങ്ങൾ ഉയർന്നുവരുന്നത്. പാശ്ചാത്യ തത്ത്വാന്വേഷണങ്ങൾക്ക് വളരെ മുൻപ് ഭാരതത്തിൽ ഋഷിമാരെ തീവ്രധ്യാനങ്ങളിലേക്കു നയിച്ചതും അതുവഴി വേദമന്ത്രങ്ങളുടെ ദ്രഷ്ടാക്കളാക്കിയതും ഈ ജിജ്ഞാസ തന്നെയല്ലേ?

ഇന്ന് നമ്മൾ വെളിപാടുകൾ എന്നു മനസ്സിലാക്കുന്ന വിഭാഗത്തിലാണ് ഈ കാഴ്ചകളെ ഉൾക്കൊള്ളിക്കേണ്ടത്. കാരണം വേദങ്ങളെ 'അപൗരുഷേയങ്ങൾ' എന്നാണ് വിശേഷിപ്പിച്ചിട്ടുള്ളത്. അതായത് പരമാത്മാവിന്റെ തലത്തിൽ നിന്ന് ജീവാത്മാവിലേക്ക് 'ദൈവത്തിൽ നിന്ന് മനുഷ്യനിലേക്ക്', പകർന്നുകിട്ടിയത്. പരമഗുരുതത്ത്വത്തിന്റെ ഒരു പ്രകാശനം. വേദങ്ങളെ തുടർന്നു അവയെ ഗ്രഹിക്കാനായി നടത്തിയ വിചിന്തനങ്ങളും ധ്യാനങ്ങളും രൂപം നൽകിയ ബ്രാഹ്മണങ്ങളും ആരണ്യകങ്ങളും ഉപനിഷത്തുകളും ഒക്കെ ഋഷിമാരായ ഗുരുക്കന്മാരും ശിഷ്യന്മാരും തമ്മിലുള്ള സംവാദങ്ങളിലൂടെ പകർന്ന അറിവുകളാണ്. അവരും തപസ്വികൾ ആണെന്ന് മനസ്സിലാക്കാനാവും. ചോദ്യങ്ങൾ ചോദിച്ചവരാണെന്നും കാണാം. ഒരു പ്രശ്നോപനിഷത്തു തന്നെ നമുക്കുണ്ട്. എന്നാൽ പുരാതന ഗ്രീസിൽ ഉദ്ഭവിച്ച അറിവിന്റെ വഴി ഭൗതികമായ ദിശയിലാണ് നീങ്ങിയതെങ്കിൽ ഭാരതത്തിന്റെ വഴികൾ ആന്തരികമായിരുന്നുവെന്നു കാണാം.

പതിനേഴ്
ഗുരുസാക്ഷാൽക്കാരം

ഭാരതീയ പൈതൃകത്തിൽ ജ്ഞാനത്തിലേക്ക് നയിക്കുന്ന ഗുരുവിനു വലിയ സ്ഥാനമാണുള്ളത്. (അങ്ങനെയുള്ള ഗുരുവിനു വിജ്ഞാനവും അന്യമായിരിക്കില്ല. ഭാരതത്തിലെ പൗരാണികരായ ഗുരുക്കന്മാരിൽ പലരും ശാസ്ത്രസത്യങ്ങൾ കണ്ടെത്തിയവരും ആയിരുന്നല്ലോ.) നമ്മുടെ ആധ്യാത്മികസാഹിത്യം അത് വ്യക്തമാക്കുന്നു. ധാരാളം കൃതികൾ ഗുരു ശിഷ്യസംവാദരൂപത്തിലാണ് ഇണക്കിവെച്ചിട്ടുള്ളത്. ഒട്ടുമിക്ക ഉപനിഷ ത്തുകളും അങ്ങനെയാണ്. ഭഗവദ്ഗീതയും സംവാദരൂപത്തിലാണ്. അതു പോലെ തന്നെയാണ് ഗുരുതത്ത്വത്തെപ്പറ്റി വിശദമായി പ്രതിപാദിക്കുന്ന ഗുരുഗീതയുടെയും ഘടന.

മഹാഭാരതത്തിന്റെ ഭാഗമാണ് ഭഗവദ്ഗീത എന്ന പോലെ സ്കന്ദ പുരാണത്തിന്റെ ഭാഗമാണു ഗുരുഗീത. ഭഗവദ്ഗീതയെപ്പോലെ തന്നെ സ്വതന്ത്രമായി വായിക്കപ്പെടുന്ന ഒരു കൃതിയാണത്. സംവാദത്തിനുള്ളിലെ സംവാദവും കൂടിയാണത്. നൈമിഷാരണ്യത്തിൽ ഒത്തുചേർന്ന കുറെ മുനിശ്രേഷ്ഠന്മാർ അവിടെവെച്ച് സൂതമഹർഷിയോട് എല്ലാ അഴുക്കുകളും നീക്കിക്കളയുന്ന ഗുരുവിന്റെ സ്വരൂപമെന്തെന്ന് വ്യക്തമാക്കാൻ ആവശ്യ പ്പെടുന്നു. അതേപ്പറ്റി കേട്ടാൽ തന്നെ ജീവനു ദുഃഖത്തിൽ നിന്ന് മോചനം കിട്ടുമെന്ന് അവർ പറഞ്ഞു. എന്നുമല്ല, മുനിമാർക്ക് സർവജ്ഞത്വം പ്രാപി ക്കാനുള്ള വഴിയുമാണത്.

ഗുരുവിനെ സാക്ഷാൽക്കരിച്ചാൽ മനുഷ്യൻ സംസാരബന്ധനത്തിൽ നിന്ന് മോചിതനാവുന്നു. പരമതത്ത്വമാണത്. രഹസ്യങ്ങളിൽവെച്ച് ഏറ്റവും രഹസ്യമായത്. ഇങ്ങനെയുള്ള സവിശേഷമായ വിഷയം തങ്ങൾ ക്കായി പറഞ്ഞുതരിക എന്ന് മുനിമാർ അപേക്ഷിച്ചു. എന്നാൽ, മുനിമാരേ നിങ്ങളെല്ലാവരും ശ്രദ്ധിച്ച് ഭവരോഗത്തെ ഇല്ലാതാക്കുന്ന മാതൃസ്വരൂപിണി യായ ഗീതയെ കേട്ടുകൊള്ളുവിൻ എന്ന് മധുരോദാരമായി പ്രതിവചി ക്കുന്നു സൂതമഹർഷി.

പണ്ട് കൈലാസശിഖരത്തിൽ സിദ്ധഗന്ധർവാദികൾ പരിചരിക്കാൻ നിൽക്കുന്ന, കൽപ്പലതാപുഷ്പങ്ങൾ നിറഞ്ഞ, അത്യന്തസുന്ദരമായ മന്ദിരത്തിൽ ശുകമഹർഷിയെപ്പോലുള്ളവരാൽ വന്ദിക്കപ്പെട്ട് മുനികൾക്ക് പ്രബോധനം നൽകുന്ന ശിവൻ ആരെയോ ലക്ഷ്യമാക്കി നമസ്കരിച്ചതു കണ്ട് വിസ്മയിച്ച പാർവതി ചോദിക്കുകയാണ്: 'അല്ലയോ ദേവദേവേശ! ജഗദ്ഗുരുവും ബ്രഹ്മാവ്, വിഷ്ണു, ദേവേന്ദ്രൻ എന്നിവരാൽ വന്ദിക്കപ്പെടുന്നവനും ആണല്ലോ അങ്ങ്. നമസ്കാരത്തിനാശ്രയമായിരിക്കുന്ന അങ്ങ് ആരെയാണ് നമസ്കരിക്കുന്നത്?'

നമസ്കരോഷി കസ്മൈ ത്വം...? കണ്ടിട്ട് ആശ്ചര്യമായിരിക്കുന്നു. ആ ഗുരുമാഹാത്മ്യം എന്താണ്? സർവതത്വങ്ങളും അറിയാവുന്ന അങ്ങ് ആത്മാവിനെ ബ്രഹ്മമയമാക്കുന്ന ആ തത്ത്വം ഉപദേശിച്ചാലും. മഹാദേവൻ പാർവതിയുടെ അപേക്ഷ കേട്ട് ആനന്ദഭരിതനായി പറയുന്നു; "ദേവി! പറയാൻ പാടില്ലാത്തതാണ്, മുൻപ് ആരും പറഞ്ഞിട്ടില്ലാത്തതാണ്, രഹസ്യങ്ങളിൽ വെച്ച് ഏറ്റവും വലിയ ഈ രഹസ്യം. ലോകത്തിനുപകരിക്കുന്ന ഈ വിഷയം ഇതിനു മുൻപ് ആരും ഉന്നയിച്ചിട്ടുമില്ല. എങ്കിലും എന്നെപ്പോലെ തന്നെയുള്ള ദേവിയുടെ ഭക്തി ഹേതുവായിട്ട് അതു പറയാം."

തുടർന്ന് ഗുരു എന്താണ് എന്നതിന്റെ പൂർണ്ണവിവരണം അല്ലെങ്കിൽ എന്താണ് പൂർണ്ണഗുരു എന്നതിന്റെ ഒരു ചിത്രം ശിവവചനമെന്ന ആധികാരികതയോടെ അവതരിപ്പിക്കുകയാണ്. പുരാണങ്ങളെല്ലാം വ്യാസകൃതമാണെന്നാണു വിശ്വാസം. അപ്പോൾ സ്കന്ദപുരാണം ആ മഹർഷിയുമായിത്തന്നെ ബന്ധപ്പെട്ടിരിക്കുന്നു. അതുകൊണ്ട് ഗുരുഗീത, ഗുരു എന്തെന്ന നിർവചനം ജ്ഞാനിയായ വ്യാസമഹർഷിയുടെ ദർശനമാണെന്നു കരുതാം.

പതിനെട്ട്

ഗുരു പരബ്രഹ്മം

പല ഗുരുശിഷ്യപരമ്പരകളും ഗുരുഗീതയെ ആധികാരികഗ്രന്ഥമായി സ്വീകരിച്ചിട്ടുണ്ട്. എല്ലാവരും മൂലഗ്രന്ഥത്തിലെ എല്ലാ ശ്ലോകങ്ങളും ഒരേ പോലെ എടുക്കുന്നില്ല. നൂറുശ്ലോകങ്ങളായിരിക്കാം ചിലർ സ്വീകരിക്കുക. ചിലർ ഇരുനൂറും ചിലർ അതിൽ കൂടുതലും എടുക്കുന്നു. ഗുരുഗീത എന്ന പേര് കേട്ടിട്ടില്ലാത്തവർക്കുപോലും പരിചയമുള്ള ഒരു ഗുരുഗീതാശ്ലോക മുണ്ട്.

"ഗുരുർബ്രഹ്മാ ഗുരുർവിഷ്ണു
ഗുരുർദ്ദേവോ മഹേശ്വരഃ
ഗുരുഃ സാക്ഷാത് പരം ബ്രഹ്മഃ
തസ്മൈ ശ്രീ ഗുരവേ നമഃ."

ഭാരതത്തിൽ എല്ലായിടത്തും പ്രചാരമുള്ള ശ്ലോകമാണത്. ത്രിമൂർത്തി കളായ ബ്രഹ്മാവിഷ്ണുമഹേശ്വരന്മാരുടെയും ഊർജ്ജം ഗുരുവാണെന്ന് പരമശിവൻ ശ്രീപാർവതിക്ക് വ്യക്തമാക്കുകയാണ്. ആ ഗുരു പരബ്രഹ്മ മാണെന്ന് പറയുകയാണ്.

എന്റെ മനസ്സിലും ആദ്യം കുടിയേറിയ ശ്ലോകം മേൽപറഞ്ഞതു തന്നെ. ഏറെനാൾ കഴിഞ്ഞ്, രണ്ടാമത് കേട്ടത്

"ധ്യാനമൂലം ഗുരോർമ്മൂർത്തിഃ
പൂജാമൂലം ഗുരോഃ പദം
മന്ത്രമൂലം ഗുരോർവാക്യം
മോക്ഷമൂലം ഗുരോഃ കൃപാ"

എന്നതായിരുന്നു. ധ്യാനത്തിനു ഗുരുരൂപം. ഗുരുപാദങ്ങൾ പൂജയ്ക്ക്. ഗുരു വചനം മന്ത്രം. ഗുരുവിന്റെ കനിവ് മുക്തിക്ക് കാരണം. ഉദാത്തമായ സങ്കൽപം എന്ന് ഉള്ളിൽ കുറിച്ചിട്ടു. ഗുരുഗീതാശ്ലോകമാണതെന്ന് ആ സന്ദർഭത്തിലും അറിഞ്ഞില്ല. പിന്നെയും എത്രയോ കഴിഞ്ഞാണ് ഗുരു ഗീത വായിക്കുന്നത്.

ഈ രണ്ടു ഗുരുഗീതാശ്ലോകങ്ങളിൽ നിന്നും ശ്രദ്ധിച്ചാൽ നമ്മുടെ പൂർവികരുടെ ചില ആശയങ്ങൾ മനസ്സിലാക്കാനാവും: മുപ്പത്തിമുക്കോടി ദേവീദേവന്മാർക്കും മേലെ നിൽക്കുന്ന, ത്രിമൂർത്തികൾക്കും ശക്തി പകരുന്ന സ്രോതസ്സാണ് ഗുരുശക്തി. ബ്രഹ്മശക്തിയിൽ നിന്നും നേരിട്ടുള്ള പകർച്ച. ബ്രഹ്മശക്തിയാണ് ഋഷിമാർ പരമസത്യമായി ഗ്രഹിച്ചിട്ടുള്ളത് എന്നിരിക്കെ ബ്രഹ്മാവിഷ്ണുമഹേശ്വരന്മാർ നമിക്കുന്ന ഗുരു എന്നത് ആ പരമസത്യത്തോട് യോജിച്ചുനിൽക്കുന്നതായി മനസ്സിലാക്കേണ്ടിയിരിക്കുന്നു. ആ ഗുരുവിനെ മനുഷ്യരൂപത്തിൽ തന്നെയാണ് ശ്രീശങ്കരനിലൂടെ വ്യാസൻ ഗുരുഗീതയിൽ അവതരിപ്പിക്കുന്നത്. ദൈവം മനുഷ്യനായി വരുന്നു എന്ന് സാരം. ഏതൊക്കെ യുഗസന്ധികളിൽ ഏതെല്ലാം ദേശങ്ങളിൽ ഏതെല്ലാം പ്രകാരം അങ്ങനെ വന്നിരിക്കാം എന്ന് ഊഹിക്ക വയ്യ.

ഇതു പറയുമ്പോൾ ഞാൻ എന്റെ ഗുരുവുമായി ബന്ധപ്പെട്ട ഒരു സംഭവം ഓർത്തുപോകയാണ്. ഗുരുഭക്തനായ ചെറുപ്പക്കാരൻ കണ്ണൻ എന്നോട് പറഞ്ഞതാണിത്. എം.ബി.എക്കാരനായ കണ്ണന് പ്രത്യേകിച്ച് ഒന്നിലും വിശ്വാസമോ ഭക്തിയോ ഉണ്ടായിരുന്നില്ല. ചില അതീന്ദ്രിയാനുഭവങ്ങൾ കുട്ടിക്കാലം മുതൽ ഉണ്ടായിരുന്നു. അക്കൂട്ടത്തിൽ ഒരു ദിവസം ഒരു ശബ്ദം തന്നോട് പറയുന്നതായി കേട്ടിരുന്നു; 'നിന്റെ ഗുരുവിനെ നീ എന്തുകൊണ്ട് പോയി കാണുന്നില്ല?' കണ്ണൻ അതൊന്നും കാര്യമായി എടുക്കുന്നില്ലായിരുന്നു.

യാദൃച്ഛികമായി കരുണാകരഗുരുവിന്റെ സന്നിധിയിലെത്തുകയും അകാരണമായി ഗുരുവിനോട് മറ്റാരോടും തോന്നാത്ത സ്നേഹം തോന്നുകയും പണ്ടുകേട്ട അശരീരി സൂചിപ്പിച്ച തന്റെ ഗുരു ഇതാണെന്ന് തോന്നുകയും ചെയ്തതുകൊണ്ട് ഇടയ്ക്ക് ഗുരുവിനെ കാണാൻ വരിക പതിവായി. അങ്ങനെയൊരിക്കൽ ഗുരു അന്നു താമസിച്ചിരുന്ന കുടിലിൽ കണ്ണൻ ചെന്നു. നാലഞ്ചുപേർ ഇരിക്കുന്നു, കണ്ണൻ അല്പം മാറി നിൽക്കുന്നു. ഗുരു സംസാരിക്കുമ്പോൾ കണ്ണന്റെ മനസ്സ് കലമ്പിക്കൊണ്ടിരുന്നു: ഗുരു എന്നത് ദൈവമാണോ? ഏയ് ഇല്ല. ദൈവം മനുഷ്യനാവുമോ? ഏയ് അതെങ്ങനെ? ദൈവത്തെക്കുറിച്ചുതന്നെ കാര്യമായ വിശ്വാസമില്ലാത്ത അവസ്ഥയിലായിരുന്നു കണ്ണൻ.

സംസാരിച്ചു കഴിഞ്ഞ് ഗുരു അവിടെ ഇരുന്നവർക്ക് പ്രസാദവും കൊടുത്ത് പറഞ്ഞയച്ചശേഷം കണ്ണനെ അരികിലേക്ക് വിളിച്ചു.

"ഈ കാണുന്ന പ്രപഞ്ചമൊക്കെ ആരുണ്ടാക്കിയതാണ്?"

ഗുരു ചോദിച്ചു. ഉള്ളിൽ ബിഗ് ബാങ്ങ് തിയറി വന്നെങ്കിലും ഗുരുവിനോട് മര്യാദ പാലിച്ചുകൊണ്ട് കണ്ണൻ പറഞ്ഞു:

"ദൈവം."

പിന്നെയും ഗുരു ചോദിച്ചു: "ഭൂമിയും സൂര്യനും ചന്ദ്രനും നക്ഷത്രങ്ങളുമൊക്കെ?"

കണ്ണൻ ഉത്തരം ആവർത്തിച്ചു. ചോദ്യോത്തരം അല്പനേരം കൂടി തുടർന്നു. ഉത്തരത്തിൽ ഉറച്ചുനിന്ന കണ്ണനോട് ഗുരു ചോദിച്ചു.

"ഇത്രയൊക്കെ ചെയ്യാമെങ്കിൽ ദൈവത്തിനു കേവലം ഒരു മനുഷ്യനായി വരാൻ കഴിയില്ലേ?"

തന്റെ ഉള്ളറിഞ്ഞതു മാത്രമല്ല കണ്ണനെ ആശ്ചര്യപ്പെടുത്തിയത്, ഗുരുവിന്റെ യുക്തിയും കൂടിയാണ്. സർവശക്തനും സർവ്വജ്ഞനും സർവ വ്യാപിയുമാണ് ദൈവമെന്ന് കരുതുന്ന ദൈവവിശ്വാസികൾക്കെങ്കിലും ഈ യുക്തി ബോധ്യപ്പെടേണ്ടതാണ് എന്ന് കണ്ണൻ. നമ്മൾ മനുഷ്യർ, ദൈവവിശ്വാസികൾ പോലും, ദൈവം നമ്മുടെ ഇഷ്ടപ്പടി പ്രകടമാവണമെന്ന് കരുതുന്നവരായിപ്പോയി. ദൈവത്തിന്റെ ഇഷ്ടം അറിയാത്തവരുമായി. അതുകൊണ്ട് മനുഷ്യനു വഴികാട്ടികളായി ദൈവം നേരിട്ടു പറഞ്ഞയയ്ക്കുന്നവരെ, ഗുരുക്കന്മാരെ, ദ്രോഹിച്ച ചരിത്രമാണ് നമുക്കുള്ളത്.

പത്തൊൻപത്
വിശ്വാസത്തിന്റെ വഴികൾ

ഈശ്വരവിശ്വാസത്തിന്റെ രംഗത്ത് രണ്ട് പ്രധാനരീതികളാണ് കാണുന്നത്. ബഹുദൈവവിശ്വാസവും ഏകദൈവവിശ്വാസവും. ബഹുദൈവവിശ്വാസം പ്രകടമാകുന്നത് ദേവീദേവമാർഗ്ഗങ്ങളിലാണ്. ദേവീദേവന്മാരിൽ ഏറ്റവും പ്രധാനികൾ ബ്രഹ്മവിഷ്ണുമഹേശ്വരന്മാരും അവരുടെ പത്നിമാരും ആണല്ലോ. ശിവന്റെ മക്കളായ കാർത്തികേയനും ഗണപതിക്കുമുള്ള സ്ഥാനം മറക്കുന്നില്ല. ഒരുപാടൊരുപാട് ആരാധനാമൂർത്തികൾ ഉള്ളതിൽ ഒട്ടുമിക്കപേരും ഇവരുടെ അംശങ്ങളായിരിക്കും. അവതാരങ്ങളും പ്രശസ്തങ്ങളാണ്.

ഇവരെ ആരാധിക്കുന്ന മുഖ്യധാരാക്ഷേത്രങ്ങൾ പണിയാൻ പണമിറക്കിയിരുന്നവർ രാജാക്കന്മാരും ധനികരും അവയുടെ മുഖ്യനടത്തിപ്പുകാർ ബ്രാഹ്മണരുമായിരുന്നു. ഇപ്പോഴും പൂജാദികർമ്മങ്ങൾ മുഖ്യമായും ബ്രാഹ്മണർ തന്നെയാണല്ലോ ചെയ്യുന്നത്. തങ്ങളുടെ അധ്വാനം കൊണ്ടാണ് ക്ഷേത്രങ്ങൾ ഉണ്ടായതെങ്കിലും അവ പ്രവർത്തനം തുടങ്ങിയാൽ പിന്നെ അവക്ക് അരികിലൂടെയുള്ള വഴികളുപയോഗിക്കാൻപോലും അവകാശമില്ലാത്തവരായിരുന്നു തൊട്ടുകൂടാത്തവരും തീണ്ടിക്കൂടാത്തവരുമായ താഴ്ന്ന ജാതിക്കാർ.

അവരുടെ ദൈവങ്ങൾ എങ്ങനെയൊക്കെയുള്ളവരായിരുന്നു? 'യക്ഷിയും പേയും അവർക്കു ദൈവം' എന്നാണ് കുമാരനാശാൻ പറഞ്ഞത്. ഇന്ന് ക്ഷേത്രത്തിലേക്ക് എല്ലാവർക്കും പ്രവേശിക്കാമെങ്കിലും നീചമൂർത്തികളെ ആരാധിക്കുന്ന ശീലം സമൂഹത്തിൽ നിന്ന് നിശ്ശേഷം പോയിട്ടില്ല. ആൽത്തറ യക്ഷികളും മാടൻ നടകളും ചാത്തൻ സേവയും ഒക്കെ സജീവമായി നിലനിൽക്കുന്നുണ്ട്. ഒന്നും ഉദാത്തങ്ങളായ ആശയങ്ങൾകൊണ്ട് ജീവിതത്തെ സമ്പന്നമാക്കുന്നവയല്ല.

വലിയ കുടുംബങ്ങളിൽ പൂർവികരെ അടക്കിയ സ്ഥാനങ്ങളും ആരാധനാസ്ഥാനങ്ങളായി മാറുക പതിവാണ്. തലമുറകൾ കഴിയുമ്പോൾ കുടുംബക്ഷേത്രങ്ങളായും പിന്നീട് അതത് പ്രദേശങ്ങളുടെ കാവൽ ദൈവങ്ങളുടെ ഇരിപ്പിടങ്ങളായും അവ പരിണമിക്കും. ശിവന്റെയോ

ദേവിയുടെയോ കൃഷ്ണന്റെയോ ഒക്കെ സ്ഥാനങ്ങളായിട്ടാവും നാം അവയെ കാണുക. ഒരുപാടു കുടുംബങ്ങളിൽ പിതൃക്കളെ കൂടാതെ പല തരം വെച്ചാരാധനകളുമുണ്ട്.

വിശ്വാസത്തിലും ദൈവാരാധനയിലും വന്നു ഭവിച്ച ഈ ഉച്ചനീച ത്വത്തെ അംഗീകരിക്കുന്നവരല്ല സാരഗ്രാഹികളായ മഹാത്മാക്കൾ. ദൈവ ത്തിന്റെ അംശം എല്ലാവരിലുമുണ്ട് എന്ന നിലപാടാണവർക്ക്. ആ നിലയ്ക്ക് ഏകദൈവവിശ്വാസത്തിന്റെ ദിശയിലാണ് അവർ സഞ്ചരിച്ചത്. ഏറ്റവും ഹൃദ്യവും ലളിതവുമായി ഈ ആശയം കബീർ പ്രകാശിപ്പി ച്ചിരിക്കുന്നു:

"തേരാ സായി തുഝ് മേ ഹൈ ജ്യോം പഹുപൻ മേ ബാസ്
കസ്തൂരീ കാ ഹിരൺ ജ്യോം ഫിർ ഫിർ ഢൂംഡത് ഘാസ്."

(നിന്റെ ദൈവം നിന്നിൽ തന്നെയുണ്ട്... പൂവിൽ സുഗന്ധം പോലെ. കസ്തൂരിമാൻ തന്റെ ശരീരത്തിലെ ഗന്ധം പുല്ലിൽ തിരയുമ്പോലെ എന്തിനു പുറത്ത് തിരയുന്നു?)

സത്തുക്കളുടെ ഈ മാർഗ്ഗം തെന്നിന്ത്യയ്ക്ക് പുറത്ത് 'സന്ത് മത്' (സത്തുക്കളുടെ അഭിപ്രായം) എന്ന് അറിയപ്പെടുന്നു. (പൊതുവെ ഗുരു ശിഷ്യപാരസ്പര്യമാണ് ഈ പാരമ്പര്യങ്ങളുടെ കാതൽ എങ്കിലും ഒരു കാര്യം ഓർക്കാനുണ്ട്. എല്ലാ ഗുരുക്കന്മാരും സത്തുക്കളാണെങ്കിലും എല്ലാ സത്തുക്കളും ഗുരുക്കന്മാരാവണമെന്നില്ല.) മധ്യകാലഘട്ടത്തിൽ ഏകദേശം പതിമൂന്നാം നൂറ്റാണ്ട് കാലത്ത് ഇന്ത്യയിൽ ഉദ്ഭവിച്ച ഭക്തി പ്രസ്ഥാനവും അതിന്റെ തുടർച്ചകളുമാണിത്. ഈ മഹാന്മാർ പലരും വടക്ക് പഞ്ചാബ്, രാജസ്ഥാൻ, ഉത്തർപ്രദേശ് എന്നിവിടങ്ങളിൽ ഉള്ളവരാ യിരുന്നു. തെക്ക് കൂടുതൽ മറാഠികളായിരുന്നു.

അവർ എഴുതാൻ സംസ്കൃതം ഉപയോഗിച്ചില്ല. അവരവരുടെ പ്രദേ ശത്തെ ഭാഷയിൽ സംവദിച്ചു. സമൂഹത്തെ ഭക്തിയിലേക്കും ആ വഴിക്ക് ആശയപരവും സാംസ്കാരികവുമായ പാകപ്പെടലുകളിലേക്കും അവർ നയിച്ചു. ആത്മവിദ്യയ്ക്ക് കളമൊരുക്കുന്ന ആത്മപരിശോധനയും നൈതി കതയുമൊക്കെ സാധാരണജനങ്ങളെ ഓർമ്മപ്പെടുത്താൻ ഇവർക്ക് കഴിഞ്ഞുവെന്നു വേണം കരുതാൻ. വൈദികമായ അനുഷ്ഠാനങ്ങളിലും അവർ ഏർപ്പെട്ടില്ല. ആന്തരികതയുടെ ദൈവശാസ്ത്രമായിരുന്നു അവ രുടേത്.

ഗുരുക്കന്മാരിൽ തന്നെ രണ്ടു രീതിയിൽ പെട്ടവരാണുള്ളത്. ദേവീ ദേവന്മാരെ ആരാധിക്കുന്നവരാണ് ഒരു കൂട്ടർ. അവരെ ആശ്രയിക്കാത്ത വരോ തങ്ങളുടെ ആത്മീയപ്രയാണത്തിന്റെ തുടക്കത്തിൽ ആശ്രയി ച്ചാൽ തന്നെ കാലക്രമേണ ഏകദൈവശക്തിയെ ആശ്രയിക്കുന്നവരോ ആണ് രണ്ടാമത്തെ കൂട്ടർ. രണ്ടാമത്തെ വഴി നേരിട്ടുള്ള വഴിയാണെന്നു പറയാം. ഈ രംഗത്ത് ഇപ്പോഴും സജീവമായ പ്രസ്ഥാനങ്ങൾ ഉണ്ട്. ഇന്ത്യയെ കൂടാതെ അമേരിക്ക, യൂറോപ്പ്, ലാറ്റിൻ അമേരിക്ക എന്നിവിട ങ്ങളിൽ ഇവ വേരുപിടിച്ചിട്ടുള്ളതായി മനസ്സിലാക്കാം.

ഇരുപത്

തിരിച്ചറിയുന്ന ഇടയസ്വരം

ഗുരു എന്ത് എന്ന അന്വേഷണം വളരെ മുൻപേ ആരംഭിച്ചതാണ്. എന്റെ ഗുരുവിന്റെ അടുത്ത് യാദൃച്ഛികമായി ചെന്നു പെട്ടതോടെ. ഗുരുവുമായുള്ള ആദ്യത്തെ കൂടിക്കാഴ്ചയിൽ നൂറുശതമാനം സ്നേഹവിശ്വാസങ്ങൾ തോന്നിയത് എന്തെന്ന് എന്നോടുതന്നെ എനിക്ക് ന്യായീകരിക്കേണ്ടി വന്നിടത്താണ് അത് തുടങ്ങുന്നത്. മുപ്പത്തിയാറു വർഷം പിന്നിട്ടു. ഞാൻ ഇപ്പോഴും കാര്യമായി മുന്നോട്ടു നീങ്ങിയിട്ടുണ്ടെന്ന് ഉറച്ച ആത്മവിശ്വാസ ത്തോടെ പറയാനാകുന്നില്ല. എങ്കിലും ഇത്രയും മനസ്സിലാകുന്നുണ്ട്; നാം അറിഞ്ഞാലും അറിഞ്ഞില്ലെങ്കിലും ഗുരുതത്ത്വം നമ്മുടെ ജീവിതത്തിൽ അതിപ്രധാനമായ പങ്കുവഹിക്കുന്നു.

നെല്ലിനു വേണ്ടി തൂവിയ വെള്ളം ഒഴുകി പുല്ലിനെയും നനയ്ക്കുന്നു എന്നതുപോലെ ഗുരുക്കന്മാർ തങ്ങളുടെ മുന്നിൽ എത്തുന്ന ഏതാനും പേരോട് സംവദിക്കുമ്പോൾ അതിലെ ആശയങ്ങൾ സമൂഹത്തിലേക്ക് ഒഴുകിപ്പരക്കുന്നു. എന്നുമാത്രമല്ല ഗുരുക്കന്മാരുടെ നന്മ നാടിനുപകരി ക്കുകയും ചെയ്യുന്നു. തമിഴകത്ത് ജീവിച്ചിരുന്ന അവ്വയാർ എന്ന ജ്ഞാനി യായ ഭക്തയുടെ ആശയം കടമെടുത്തതാണ്.

"നെല്ലുക്ക് ഇറൈത്ത നീർ വായ്ക്കാൽ വഴി ഓടി
പുല്ലുക്കും ആങ്കെ പൊശിയുമാം
തൊല്ലുലകിൽ നല്ലാൻ ഒരുവൻ ഉളയേൻ
അവൻ പൊരുട്ട് എല്ലോർക്കും പെയ്യും മഴൈ"

(നെല്ലിനായി കൊടുക്കുന്ന വെള്ളം ചാലുകളായി പോയി പുല്ലിനെയും നനയ്ക്കുന്നു. നല്ലതല്ലാത്ത ഒരിടത്ത് നല്ല ഒരുവൻ ഉണ്ടെങ്കിൽ അവൻ കാരണം എല്ലാവർക്കും മഴ കിട്ടുന്നു.)

ചില ഗുരുക്കന്മാർ ചുരുക്കം ശിഷ്യന്മാരെയാവും സ്വീകരിക്കുക, എന്നാൽ മറ്റു ചിലർക്ക് ധാരാളം ശിഷ്യന്മാരുണ്ടാവുന്നു. അത് മുജ്ജന്മ

ബന്ധങ്ങൾ കൊണ്ടോ തപോഫലം കൊണ്ടോ ഒക്കെ ആവാം. ശ്രീ കൃഷ്ണഭക്തകളായ ഗോപികമാർ പൂർവജന്മങ്ങളിൽ കൃഷ്ണദർശനത്തി നായി തപസ്സു ചെയ്ത മുനിമാരായിരുന്നു എന്നൊരു കഥ കേട്ടിട്ടുണ്ട്. ബൈബിളിൽ ഈ അദൃശ്യബന്ധം മറ്റൊരു രീതിയിൽ പരാമർശിക്കപ്പെടു ന്നുണ്ട്. പലരുടെയും ആട്ടിൻകൂട്ടങ്ങൾ മേയുന്നിടത്ത് ഒരു ഇടയൻ വിളിക്കുമ്പോൾ അവന്റെ ആടുകൾ വിളി കേൾക്കുന്നു എന്നത് ദൈവിക മായി നിയുക്തനായ ഒരു നായകൻ വിളിക്കുമ്പോൾ സമകാലികരായി ജനിച്ച് അവനോട് ബന്ധപ്പെടേണ്ടവർ എത്തുന്നു എന്ന സത്യമാണ് ഉദ്ഘോഷിക്കുന്നത്.

ആട്ടിൻകൂട്ടവും ഇടയനും തമ്മിലുള്ള തിരിച്ചറിവിനോടാണ് താരതമ്യം. (പ്രവാചകന്മാരുടെ പ്രവർത്തനമേഖലയിൽ അക്കാലങ്ങളിൽ ഒരു പ്രധാന പ്പെട്ട ഉപജീവനമാർഗ്ഗം ആടുവളർത്തലായിരുന്നുവല്ലോ. അവിടങ്ങളിൽ അന്നുണ്ടായിരുന്ന മനുഷ്യർക്ക് വളരെ പരിചിതമായ അനുഭവം.) ബൈബിൾ (പുതിയ നിയമം) വരികൾ ഇങ്ങനെ: "ആടുകൾ അവന്റെ സ്വരം കേൾക്കുന്നു, അവൻ തന്റെ ആടുകളെ പേരുചൊല്ലി വിളിക്കയും അവന്റെ സ്വരം തിരിച്ചറിയുന്നതുകൊണ്ട് ആടുകൾ അവനെ അനുഗമി ക്കുകയും ചെയ്യുന്നു. അവ ഒരിക്കലും അപരിചിതനെ അനുഗമിക്കില്ല." (യോഹന്നാന്റെ സുവിശേഷം, അധ്യായം 10.)

ഇടയന്റെ സ്വരം തിരിച്ചറിഞ്ഞ് ഓടിയെത്തിയ ആട്ടിൻകുട്ടിയെപ്പോലെ യാണ് ഞാനും എന്റെ ഗുരുവിന്റെ അടുത്തേക്ക് വന്നത്. അതിനുമുൻപ് സന്ദർഭവശാൽ പല സന്ന്യാസിമാരെയും കാണാൻ ഇടയായിട്ടുണ്ട്. ആദി ശങ്കരനോടും രമണമഹർഷിയോടും ശ്രീരാമകൃഷ്ണനോടും സെയിന്റ് ഫ്രാൻസിസിനോടും ഫാദർ ആഗ്നലോ എന്ന ഗോവൻ പുരോഹിത നോടും ആരാധന തോന്നിയിട്ടുണ്ട്. എന്നാൽ അപ്പോഴൊന്നും തോന്നാത്ത എന്തോ പ്രത്യേകത ഗുരുവിനെക്കുറിച്ച് പറഞ്ഞുകേട്ടപ്പോൾ തന്നെ അനു ഭവപ്പെടുകയായിരുന്നു. ആദ്യകൂടിക്കാഴ്ച വീണ്ടും വരണമെന്ന ശക്ത മായ തോന്നൽ എന്നിലുണ്ടാക്കി.

രണ്ടാമത്തെ വരവിൽ ഗുരു തന്ന ഒരു ഉപദേശം ഇവിടെ പങ്കുവെക്കുക യാണ്. ഞാനും എന്റെ കൂടെ വന്ന ഒരു കൂട്ടുകാരിയും അന്നു ഞങ്ങൾക്കു വിശ്രമിക്കാൻ കിട്ടിയ മുറിയിൽ ഇരിക്കുമ്പോൾ (ദില്ലിയിൽ നിന്ന് സന്ദർ ശനത്തിനെത്തിയതായിരുന്നു ഞങ്ങൾ) ഗുരു ആ വഴി ഒരാവശ്യം പ്രമാ ണിച്ച് വന്നു. ഞങ്ങൾ പുറത്തിറങ്ങി ഗുരുവിനോടൊപ്പം ഉണ്ടായിരുന്ന വരുടെ കൂടെക്കൂടി. വന്ന കാര്യം കഴിഞ്ഞ് തിരിച്ചുപോകുമ്പോൾ ഞങ്ങ ളുടെ മുറിയിൽ ഇങ്ങനെ പറഞ്ഞുകൊണ്ട് കയറി: "ദില്ലിയിൽ നിന്നു വന്നവരോട് ഒന്നും സംസാരിച്ചില്ലെന്നു വേണ്ട." ഞാനും കൂട്ടുകാരിയും പുറകേ കയറി. ഗുരുവും ഞങ്ങളും അഭിമുഖം നിൽക്കുകയാണ്. ഗുരു

എന്നെ നോക്കി ചോദിച്ചു: 'എന്തിനാണ് നിങ്ങൾ ഇവിടെ വന്നത്?' അപ്പോഴാണ് ഞാൻ ചിന്തിക്കുന്നത് എന്തിനാണ് ഞാൻ ചെന്നതെന്ന്. എനിക്ക് അതിന്റെ ഉത്തരം വന്നില്ല. അതുകൊണ്ട് ഞാൻ പറഞ്ഞു: 'അറിയില്ല!'

അപ്പോൾ ഗുരു പറഞ്ഞു: "അങ്ങനെയല്ല, ഏതു നിയാമകശക്തിയാണോ നിങ്ങളെ ഇവിടെ എത്തിച്ചത് അതെന്താണെന്ന് അറിയാൻ ശ്രമിക്കുക." അടുത്ത വാചകം എന്നെ വല്ലാതെ ആശ്ചര്യപ്പെടുത്തുകയും ഒന്നു ഞെട്ടിക്കുകയും ചെയ്തു: "അല്ലാതെ ഇവിടെ എന്തൊക്കെയാണെന്ന് നോക്കണ്ട, ഇത് ഒരു പൊതുസ്ഥലമാണ്. ഇവിടെ പലതും നടക്കും." ഞെട്ടാൻ കാരണമുണ്ട്. ചില കുറ്റങ്ങളും കുറവുകളും കണ്ടുപിടിച്ച് ഞാൻ എന്റെ കൂട്ടുകാരിയോട് തലേന്നും അന്നു കാലത്തുമായി പറയുന്നുണ്ടായിരുന്നു. വലിയ ഗുരുവാണെന്ന് വിഷയം പറഞ്ഞു പരിചയപ്പെടുത്തിയ ആൾ പറഞ്ഞത് എങ്ങനെ ശരിയാവും എന്നായിരുന്നു എന്റെ ചിന്താഗതി.

ഗുരു എന്റെ ഉള്ളറിഞ്ഞതാണ് എന്നെ ഞെട്ടിച്ചത്. വളരെ ശാന്തമായ സ്വരത്തിൽ ഗുരു ഉപദേശിച്ചു: "ഇവിടംകൊണ്ട് നിങ്ങൾക്ക് ഉതകുന്ന എന്തെങ്കിലും കിട്ടാനുണ്ടോ എന്നു നോക്കുക." ഉതകുന്നത് കണ്ടുപിടിക്കുക എന്ന് ചിന്തിക്കാനുള്ള ആദ്യപാഠമായിരുന്നു എനിക്ക് ഗുരു നൽകിയത്. ഗുരുവിൽ നിന്ന് കിട്ടുന്നതെല്ലാം ഉതകുന്നതായിരുന്നു. വാസ്തവത്തിൽ ഈ ലോകജീവിതത്തിൽ നിന്നുതന്നെ. അതുതന്നെയല്ലേ നാം കണ്ടുപിടിക്കേണ്ടതും സ്വീകരിക്കേണ്ടതും? ഉതകുന്നതിനെപ്പറ്റി അറിയാത്തവർ മേൽക്കൈ ഉള്ള ജീവികുലമായി നിൽക്കുന്നു മനുഷ്യരാശി. പരദൂഷണവും അഴിമതിയും അണുബോംബും സംഘർഷങ്ങളുമായി ദുഃഖങ്ങളുടെ വലകൾ നെയ്ത് അതിൽ കുരുങ്ങി കിടക്കുന്നവർ.

ഇരുപത്തിയൊന്ന്
ജന്മസാധനയുടെ നിക്ഷേപങ്ങൾ

ആത്മീയഗുരുവിനാണ് ഗുരു എന്ന വിശേഷണം നന്നായി ചേരുന്നത്. ആത്മീയഗുരുക്കന്മാരിൽ രണ്ടുതരം തിരിവുകൾ കാണാം. ഒരു കൂട്ടർ ദേവീദേവന്മാരുടെ ഉപാസകരായി ദേവീദേവമാർഗ്ഗത്തിൽ നിൽക്കുന്നു. മറ്റൊരു കൂട്ടർ ദേവീദേവാവസ്ഥകളിലുള്ള ശക്തികളുടെ കീഴിൽ തുടങ്ങി ആത്മബലം വർദ്ധിച്ച് ആ അവസ്ഥകൾ കടന്ന് പ്രപഞ്ചചേതനയിൽ നിന്ന് 'പരമാത്മാവിൽ നിന്ന്' നേരിട്ട് പ്രചോദനം ലഭിച്ച് നിൽക്കുന്നു. ദേവീ ദേവന്മാരെ ഉപാസിക്കുകയേ ചെയ്യാതെ നേരേ പരമാത്മാവിനെ ലക്ഷ്യ മാക്കുന്നവരും ഉണ്ടായിരിക്കാം.

ഇങ്ങനെ സംഭവിക്കുന്നതായി മനസ്സിലാക്കാൻ കഴിഞ്ഞത് കരുണാ കരഗുരുവിൽ നിന്നാണ്. ഞാൻ ഗുരുവിനെ കാണാൻ എത്തുന്നതിന് ഏതാനും വർഷങ്ങൾക്ക് മുൻപുതന്നെ ഗുരുവിൽ ഈ മാറ്റത്തിന്റെ അനു ഭവങ്ങൾ ഉണ്ടായിക്കഴിഞ്ഞിരുന്നു. ദേവീദേവന്മാരുടെ പ്രത്യക്ഷങ്ങളും സംവേദനങ്ങളും പിന്നിട്ട് ഗുരു കൂടുതൽ ഉയർന്ന പ്രകാശതലങ്ങളിലേക്ക് കടന്നിരുന്നു. ഇത്തരം അവസ്ഥകളെപ്പറ്റി അരവിന്ദമഹർഷിയുടെ ജീവിതം പ്രതിപാദിക്കുന്ന ഒരു പുസ്തകത്തിൽ വായിക്കാൻ ഇടയായിട്ടുണ്ട്.

മനസ്സ്, ഉപരിമനസ്സ്, അതിമനസ്സ് എന്നിങ്ങനെ മൂന്നു മുഖ്യമണ്ഡല ങ്ങൾ ബോധത്തിനുണ്ട്. മനസ്സ് നാം വ്യാപരിക്കുന്ന സ്ഥൂലമെന്ന് നിർണ്ണ യിക്കപ്പെട്ടിട്ടുള്ള ഭൗതികലോകവുമായി ബന്ധപ്പെട്ടിരിക്കുന്നു. പ്രധാന മായും ബുദ്ധിയുടെയും യുക്തിയുടെയും വികാരവിചാരങ്ങളുടെയും മേഖല ഉപരിമനസ്സ് സൂക്ഷ്മതലവുമായി ബന്ധപ്പെട്ടിരിക്കുന്നു. ഈ മണ്ഡലം ദേവീദേവന്മാരുടേതാണ്. സ്വർഗ്ഗലോകം എന്ന് നാം കരുതുന്നത് ഇതാണ്.

ദേവീദേവന്മാരെ സമർപ്പിതരായി ആരാധിക്കുന്നവർക്ക് പലപ്പോഴും ഈ മണ്ഡലത്തിൽ നിന്ന് പ്രത്യക്ഷങ്ങളോ സംവേദനങ്ങളോ ഒക്കെയായി പല അനുഭവങ്ങളും ഉണ്ടായേക്കാം. നല്ലപോലെ ദർശനം കിട്ടുന്ന സാധകർ

ഈ അവസ്ഥയിൽ തന്നെ തുടരും. മനോഹാരിതയും പ്രൗഢിയും ശക്തിയും അത്രയ്ക്കുണ്ട് ഈ മേഖലയിൽ.

ദേവീദേവന്മാരായി നാം കരുതുന്ന ശക്തികളെക്കുറിച്ച് വലിയ അറിവുള്ളവരല്ല നമ്മൾ. എന്തെന്നാൽ നമ്മുടെ കണ്ണുകൾക്ക് അവരെ കാണാൻ കഴിയുന്നില്ല. അതീന്ദ്രിയാനുഭവം ഉള്ളവരിൽ ചിലർക്കൊക്കെ ചിലത് വെളിപ്പെട്ടു കിട്ടുന്നു. ശിഷ്ടദൈവങ്ങളും ദുഷ്ടദൈവങ്ങളും ഉണ്ടെന്നാണ് ശ്രീനാരായണഗുരു ദൈവചിന്തനം എന്ന ഗ്രന്ഥത്തിൽ വെളിപ്പെടുത്തുന്നത്.

ഉപരിമനസ്സിനപ്പുറം കടക്കുന്നവരുടെ ബോധം അതിമനസ്സിന്റെ മണ്ഡലത്തിലേക്കാണ് ചെല്ലുന്നത്. ആത്മസാക്ഷാൽക്കാരത്തിന്റെയും തുടർന്നുള്ള അനുഭവങ്ങളുടെയും മേഖലയാണ് അതിമനസ്സ്. നമ്മുടെയെല്ലാവരുടെയും ജീവനിൽ അതിമനസ്സിലെത്താൻ പ്രാപ്തമായ ബോധം മറഞ്ഞുകിടപ്പുണ്ടെന്ന് പറയുന്നു. ഉപരിമനസ്സു കഴിഞ്ഞ് മുന്നേറിയതോ അതിമനസ്സിലെത്തിയതോ ആയ ഒരു ബോധത്തിന്റെ ഉടമ വീണ്ടും ജനിച്ചു വന്നാലും ആദ്യം മനസ്സിന്റെയും പിന്നെ ഉപരിമനസ്സിന്റെയും മണ്ഡലങ്ങൾ വീണ്ടും കടക്കണം എന്നും സൂചിപ്പിക്കപ്പെട്ടിരിക്കുന്നു. അതായത് അകമഴിഞ്ഞ പരിശ്രമവും സമർപ്പണവും ശ്രദ്ധയും ആവശ്യപ്പെടുന്ന ഒരു കാര്യം. അതിമാനുഷനായിത്തന്നെ ജനിക്കുന്നവനും എല്ലാ പടവുകളും താഴെ നിന്ന് തുടങ്ങി ക്രമത്തിൽ നേടിയെടുക്കേണ്ടതുണ്ട് എന്നർത്ഥം. ഒരുവിധപ്പെട്ടവർ ദേവീദേവപദവികളിൽ തടസ്സപ്പെട്ട് നിന്ന് പോകാറാണ് പതിവ് എന്നാണു സൂചന.

എന്റെ ഗുരു പറഞ്ഞത് ഓർമ്മ വരുന്നു. പടിപടിയായി നടക്കുന്ന ഒട്ടനവധി സാക്ഷാൽക്കാരങ്ങളുടെ നീണ്ടനിര ഒരു ജന്മം കൊണ്ട് സാക്ഷാൽക്കരിച്ചെടുക്കാൻ സാധ്യമല്ല. ഓരോ ജന്മത്തിന്റെയും സാധന ഒരു സ്ഥിര നിക്ഷേപം പോലെ കിടന്ന് അനേകജന്മത്തിലൂടെ സ്വരുക്കൂട്ടി ദൈവ നിശ്ചിതമായ തലങ്ങളിൽ ഓരോരോ കാലത്ത് എത്തിച്ചേരുകയാണ്.

നമുക്ക് സാമാന്യേന മനസ്സിലാക്കാവുന്നത് വൈഷ്ണവം പോലുള്ള ത്രിമൂർത്തിമാർഗ്ഗങ്ങൾ സാത്വികങ്ങളാണെന്നാണ്. രണ്ടാമത്തെ വകുപ്പിൽ വരുന്നവർ വിരളമാണ്. മലയാളികളുടെ സ്വന്തം ശ്രീനാരായണഗുരു അങ്ങനെ നേർ പന്ഥാവിൽ എത്തിയ ഒരു ഗുരുവാണെന്ന് എനിക്ക് തോന്നുന്നു. പരബ്രഹ്മശക്തിയെ നേരിട്ട് ഉൾക്കൊണ്ടു പ്രവർത്തിച്ച യുഗ സംക്രമപുരുഷനായിരുന്ന ഗുരുവാണ് ശ്രീകൃഷ്ണൻ എന്ന് ഭഗവദ് ഗീതയിൽ നിന്ന് മനസ്സിലാക്കാവുന്നതാണ്.

ഇരുപത്തിരണ്ട്
അപരിഗ്രഹം

'പുരോഹിതം' എന്ന സംസ്കൃതപദത്തിന്റെ അർത്ഥം മുന്നിൽ വെക്കപ്പെട്ടത് എന്നാണ്. അതിൽ നിന്ന് പുരോഹിതൻ എന്ന വാക്കും പ്രയോഗത്തിൽ വന്നു. മതകാര്യങ്ങളിൽ ആളുകളെ സഹായിക്കാൻ മുന്നിൽ നിൽക്കുന്നവൻ എന്ന അർത്ഥത്തിൽ. മുന്നിൽ നിൽക്കുന്ന ആളുകൾ ക്രമേണ ദൈവത്തിനും ജീവിതത്തിന്റെ രണ്ടറ്റവും കൂട്ടിമുട്ടിക്കാൻ പാടു പെടുന്ന സാധാരണ മനുഷ്യർക്കും ഇടയിൽ നിൽക്കുന്ന രീതിയായി. ആത്മീയഗുരു മനുഷ്യരെ ദൈവത്തിലേക്ക് നയിക്കാൻ ആജീവനാന്തം ത്യാഗങ്ങൾ സഹിക്കുന്ന മഹാത്മാവാണ്. അവർ തെളിയിച്ച വഴികളിലാണ് ആ പൈതൃകത്തെ പലപ്പോഴും മറക്കുകയും മറയ്ക്കുകയും ചെയ്യുന്ന പൗരോഹിത്യം സ്ഥാനം പിടിക്കുന്നത്.

പൗരോഹിത്യം കയ്യാളുന്നവരിൽ ഒരുപാടുപേർ സ്വജീവിതത്തെ അപകടപ്പെടുത്തുന്നവരാണെന്ന് ഒരു ക്ഷേത്രവുമായി ബന്ധപ്പെട്ടു നടന്ന സംഭവം ഉദാഹരണമാക്കി ശ്രീ കരുണാകരഗുരു പറഞ്ഞുകേട്ടിട്ടുണ്ട്. ക്ഷേത്രത്തെയാണ് പരാമർശിച്ചതെങ്കിലും ഏതു വിശ്വാസത്തിന്റെയും പവിത്രസ്ഥാനങ്ങളിൽ സേവകരായി നിൽക്കുന്ന ആളുകളെ ബാധിക്കാവുന്ന ദോഷമാണ് ഗുരു ചൂണ്ടിക്കാട്ടിയത്. പവിത്രസ്ഥാനങ്ങളെ ദുരുപയോഗം ചെയ്യുന്നതുകൊണ്ട് വരുന്ന ദോഷം. ഈ അപകടത്തെക്കുറിച്ച് ആളുകൾ പൊതുവെ ബോധവാന്മാരല്ല. ആത്മനിയന്ത്രണം വേണമെന്നത് മറന്ന് അവർ പ്രലോഭനങ്ങൾക്കു വഴങ്ങുന്നു. ഉയരാനുള്ള വഴിതെറ്റി താഴ്ചയിലേക്ക് വീഴുന്നു.

കേരളത്തിലെ ഒരു ക്ഷേത്രത്തിന്റെ കാര്യമാണ് ഗുരു പറഞ്ഞത്. കഴിഞ്ഞ നൂറ്റാണ്ടിന്റെ പകുതി കടന്ന കാലഘട്ടം. ക്ഷേത്രത്തിനു ചുറ്റും പട്ടിശല്യം ഉണ്ടായി. മുനിസിപ്പാലിറ്റിക്കാരോടു പറഞ്ഞ് പട്ടികളെ പിടിച്ചു കൊണ്ടുപോയി കൊല്ലിക്കാൻ തീരുമാനമായി. അന്നത്തെ അവിടത്തെ സാഹചര്യത്തിൽ പട്ടിസാന്നിധ്യം അസാധാരണമായി തോന്നിയ ക്ഷേത്ര

ഭാരവാഹികളിൽ ആരോ, ജ്യോത്സ്യന്മാരെക്കൊണ്ട് നോക്കിച്ചിട്ട് മതി എന്ന് അഭിപ്രായപ്പെട്ടു. അങ്ങനെ അവർ പ്രശ്നം വെപ്പിച്ചു.

ഈ ജീവികൾ അന്നത്തെ ഭാരവാഹികളുടെ പിതൃക്കൾ ആണെന്നാണ് ഗണിച്ചപ്പോൾ കിട്ടിയത്. ക്ഷേത്രസമ്പത്ത് അപഹരിക്കുക തുടങ്ങി വഴിപിഴച്ച കർമ്മങ്ങൾ ചെയ്ത പിതൃക്കൾ. അവരുടെ ചെയ്തികളുടെ നീചത്വം അവരെ മനുഷ്യജന്മത്തിൽ നിന്ന് തിര്യക്കുകളായി (മനുഷ്യനൊഴികെയുള്ള ജന്തുക്കൾക്കുള്ള വിശേഷണം അവ തിര്യക്കായി ഗമിക്കുന്നതു കൊണ്ട്) താഴ്ത്തി. പ്രകൃതിയിൽ ഇങ്ങനെ കണിശമായ ചില കണക്കുകൾ പ്രവർത്തിക്കുന്നു എന്നാണ് ഭാരതത്തിലെ ഋഷീശ്വരന്മാരിൽനിന്ന് നമുക്കു കിട്ടിയ പാഠം. നല്ലതിനും ചീത്തയ്ക്കും ഉള്ള ഫലം അതൊക്കെ ചെയ്ത ജീവന്മാർ ജന്മങ്ങളിലൂടെ അനുഭവിക്കേണ്ടി വരുന്നു. പാശ്ചാത്യ ഹെർമ്മെറ്റിക് തത്ത്വജ്ഞാനം (hermetism) പ്രതിപാദിക്കുന്ന ഒരു പുസ്തകത്തിൽ രമണമഹർഷിയുടെ ശിഷ്യനും പാശ്ചാത്യനുമായിരുന്ന ഗ്രന്ഥകാരൻ 'മൗനി സാധു' എന്ന സന്ന്യാസി ഇതിനെ പരിണാമം (evolution) എന്നും ഇൻ അന്തര്യാമം (involution) എന്നും വിളിക്കുന്നു.

ഏതോ പോയ കാലങ്ങളിൽ മിടുക്കു കാണിച്ച കുറേ വ്യക്തികളെ അവരുടെ മിടുക്കുതന്നെ തോൽപിച്ചു എന്ന് പുനർജ്ജന്മവിശ്വാസികൾക്ക് കരുതാം. ആ ഭാഗ്യദോഷികളായ വ്യക്തികൾ ഒരു കാര്യം മറന്നതാണ്. തങ്ങൾ കർമ്മം ചെയ്തുണ്ടാക്കിയ കാശിൽനിന്ന് അല്ലെങ്കിൽ മറ്റു സമ്പത്തുകളിൽ നിന്ന് സ്വന്തം കുറവുകൾ തീരാനാണ് ആളുകൾ ക്ഷേത്രത്തിനും പള്ളിക്കും ആശ്രമങ്ങൾക്കും ഒക്കെ ഒരു വീതം കൊടുക്കുന്നത് എന്ന കാര്യം. അങ്ങനെയുള്ള സമർപ്പണങ്ങളിൽ അവരിലുള്ള പാപശക്തിയാണ് നിൽക്കുന്നത്. സമർപ്പിക്കപ്പെട്ടത് ഏതു ശക്തിക്കാണോ ആ ദേവന്റെ, ദേവിയുടെ, സന്ന്യാസിയുടെ ഒക്കെ പ്രീതിയോടെ മാത്രമാണ് അതുപയോഗിക്കേണ്ടത്. പവിത്രസ്ഥാനങ്ങളെ സൂക്ഷിക്കുന്ന കർമ്മത്തെ ആശ്രയിച്ചു കഴിയുന്നവരുടെ ഉപജീവനവും നടക്കണം. ഉപജീവനത്തിന്റെ ആവശ്യങ്ങൾക്കപ്പുറം പോകുമ്പോഴാണ് ആളുകൾ തലക്കുഴിഞ്ഞിട്ടതിന്റെ പാപശക്തി ആ അപഹരണക്കാരിലേക്ക് സംക്രമിക്കുന്നത്.

പവിത്രസ്ഥാനങ്ങളെ ദുരുപയോഗപ്പെടുത്തുന്ന ഈ ആത്മഹന്താക്കളെ ഗുരു വിശേഷിപ്പിച്ചത് തീർത്ഥങ്കരപ്പാപികൾ എന്നാണ്. പുണ്യസ്ഥാനത്ത് എത്തിയിട്ട് പുണ്യത്തിന് പകരം പാപം നേടുന്നവർ. പൊതുമുതൽ അപഹരിക്കുന്ന അഴിമതിക്കാരും ഇക്കൂട്ടത്തിൽ പെടുമോ എന്ന് ഗുരു സംസാരിച്ച സന്ദർഭത്തിൽ ചോദിക്കാൻ വിട്ടുപോയി. അവരും തീർത്ഥങ്കരപ്പാപികളാണെന്നാണ് എനിക്കു തോന്നുന്നത്. യമങ്ങളിൽ ഒന്നായി അഷ്ടാംഗയോഗത്തിൽ 'അപരിഗ്രഹം' കൽപിക്കപ്പെട്ടിരിക്കുന്നത് ഈ ഭൂമിയിൽ തീർത്ഥാടകനായി വരുന്ന ജീവനെ ഉയർച്ചയിലേക്കു

നയിക്കാനാണ്. ന്യായമല്ലാത്തത് ഒന്നുമേ, അത് വ്യക്തിയുടെ പക്കലു ള്ളതോ സമൂഹത്തിന്റെ പക്കലുള്ളതോ ആകട്ടെ സ്വീകരിക്കാതിരി ക്കാനുള്ള മനോനില നേടുക. ജ്ഞാനികൾ ഈ ജീവിതത്തിന്റെ ക്ഷണി കത സദാ ഓർക്കുന്നു. നമ്മെ ഓർമ്മിപ്പിക്കുന്നു.

നമ്മുടെ ശരീരം പോലും പഞ്ചഭൂതങ്ങളിലേക്ക് തിരിച്ചുപോകണമെന്നി രിക്കെ അപരിഗ്രഹം ശീലിക്കുന്നതിൽ അന്തസ്സുണ്ട്. പുണ്യസ്ഥാന ങ്ങളിലെ സേവകർ മാത്രമല്ല, നമ്മൾ സാധാരണക്കാരും ദൈനംദിന ജീവിതത്തിൽ എടുക്കേണ്ട കരുതലുകളിൽ ഒന്നാണത്. അപരിഗ്രഹ ത്തിന്റെ ആവശ്യകതയെപ്പറ്റി ഗംഭീരമായ ഒരു ഓർമ്മപ്പെടുത്തലാണ് ഗുരു വിൽ നിന്നു കിട്ടിയത്. ജീവിതശൈലി കൊണ്ടും അതീവ ലാളിത്യത്തിന്റെ, 'തേന ത്യക്തേന ഭുഞ്ജീഥാ' എന്ന ഉപനിഷത് തത്ത്വത്തിന്റെ, അപരി ഗ്രഹത്തിന്റെ ജീവിക്കുന്ന ഉദാഹരണവുമായിരുന്നു ഗുരു.

ഇരുപത്തിമൂന്ന്
ജന്മരഹസ്യ പ്രകാശധാര

ജീവന് താഴ്ച വരാവുന്ന ഒരു വഴിയെപ്പറ്റി ഗുരു പറഞ്ഞതിനെക്കുറിച്ച് നേരത്തെ എഴുതിയിരുന്നു. അതുവായിച്ച ഒരാൾ എന്നെ ഫോണിൽ വിളിച്ച് ഒരു സംശയം ചോദിച്ചു. ഒരു ക്ഷേത്രത്തിൽ പൂജാദികാര്യങ്ങളിൽ സഹായിക്കുന്ന തനിക്ക് ദക്ഷിണയായി ആളുകൾ നൽകുന്ന പണം സ്വീകരിക്കുന്നത് കുഴപ്പമാണോ എന്നതായിരുന്നു ചോദ്യം. ആ കീഴ്‌വഴക്കം ദേവസ്വത്തിന്റെ അപഹരണമോ ദുരുപയോഗമോ അല്ലല്ലോ. രഹസ്യമായ ഏർപ്പാടുമല്ല. ചോദിച്ചുവാങ്ങുന്നതുമല്ല. ആളുകൾ മനസ്സോടെ കൊടുക്കുന്നതല്ലേ. ഈ വിഷയത്തിൽ അൽപം കൂടി എഴുതാൻ ഈ സംഭാഷണം എന്നെ പ്രേരിപ്പിച്ചു.

നമ്മൾ പലതരത്തിലുള്ള തിര്യക്ക് ജന്മങ്ങൾ കടന്ന് മനുഷ്യജന്മത്തിൽ എത്തിനിൽക്കുന്നവരാണ് എന്നാണ് മനസ്സിലാക്കാൻ കഴിയുന്നത്. ഗുരുതരമായ വീഴ്ചകളാണ് ഒരാളെ മനുഷ്യാവസ്ഥയിൽനിന്ന് തിര്യക്കിന്റെ തലത്തിലേക്ക് വീണ്ടും താഴ്ത്തുന്നത്. തീർത്ഥങ്കരപ്പാപികളായി അധഃപതിക്കുന്നത് വീഴ്ചകളിൽ ഒന്നു മാത്രം. തീർത്ഥങ്ങളിൽ അഥവാ പുണ്യസ്ഥാനങ്ങളിൽ നിന്നു പ്രവർത്തിക്കുന്ന ഒരു ചെറിയ ശതമാനം ആൾക്കാരെ ബാധിക്കുന്ന (അത് പൊതുസമൂഹത്തെ സ്വാധീനിക്കുന്നു എന്ന് മറക്കുന്നില്ല) വിഷയം. ഏതു രംഗത്തു പ്രവർത്തിക്കുന്ന വ്യക്തികളിലും ഗുരുതരമായ വീഴ്ചകൾ വന്നേക്കാം.

ശ്രീനാരായണഗുരുവിന്റെ ജീവിതത്തിലെ ഒരു സംഭവം വായിച്ചതോർക്കുന്നു. സ്വാമി രണ്ടുമൂന്ന് അനുചരന്മാരോടൊത്ത് എവിടേക്കോ കാൽനടയായി പോവുകയായിരുന്നു. എതിർദിശയിൽ നിന്ന് നല്ല ഭാരവുമായി വന്ന ഒരു കാളവണ്ടി ഗുരുവിന്റെ സമീപം നിന്നു. കാളകൾ നിന്നതായിരുന്നു. അവയുടെ കണ്ണുകളിൽ നിന്ന് കണ്ണുനീർച്ചാലുകൾ ഒലിച്ചിറങ്ങിയിരുന്നു. വണ്ടിക്കാരൻ ചാട്ട വീശി അടിച്ചപ്പോൾ ഗുരു വിലക്കി. എന്നിട്ട്

അടുത്തൊരു കടയിൽ നിന്ന് പഴം വാങ്ങിപ്പിച്ച് കാളകൾക്ക് കൊടുത്തു. ഗുരുവിന്റെ കയ്യിൽ നിന്ന് പഴം കഴിച്ച് കാളകൾ നടത്തം തുടർന്നു.

കൗതുകം പൂണ്ട കൂടെയുള്ളവരോട് ഗുരു പറഞ്ഞു, ആ കാളകൾ കഴിഞ്ഞ ജന്മത്തിൽ മനുഷ്യരെ കഠിനമായി ഉപദ്രവിക്കുന്ന തരത്തിൽ നീതിയില്ലാത്ത വിധികൾ പ്രസ്താവിച്ച ന്യായാധിപന്മാരായിരുന്നു എന്ന്. ഉൾപ്രേരണകൊണ്ട് അവ ഗുരുവിനു സമീപം നിന്നുപോയതാണ്. ഗുരുവിനു അവരുടെ അവസ്ഥയിൽ കാരുണ്യം തോന്നി, പ്രസാദം കൊടുത്തു. ഏതൊക്കെ പ്രവർത്തികൾ എന്തൊക്കെ സംഭവിക്കാനിടയാക്കുന്നു എന്ന് അറിയാൻ പൊതുവെ നമുക്ക് കഴിയില്ല. ആവശ്യം വരികയാണെങ്കിൽ ജ്ഞാനികൾക്ക് ഈശ്വരൻ അത്തരത്തിൽ കാണാനുള്ള അറിവിന്റെ കണ്ണുകൾ കൊടുക്കുന്നു.

ശ്രീ കരുണാകരഗുരുവിന്റെ മുറ്റത്ത് ഒരു പ്ലാവുണ്ടായിരുന്നു. ഗുരുവിന്റെ ആശ്രമത്തിൽ ഞാൻ വരുന്നതിനു മുൻപു തന്നെ ഗുരുവിനെക്കുറിച്ചു പറഞ്ഞുതന്ന വ്യക്തി സന്ദർഭവശാൽ ഈ മരത്തെക്കുറിച്ച് പറഞ്ഞിരുന്നു. കൊടിയ വേനലിലും അതിന്റെ ശാഖകളിൽ നിന്ന് നീർത്തുള്ളികൾ ഇറ്റു വീഴുമായിരുന്നു. ഇത് ശ്രദ്ധയിൽ പെട്ട ഗുരു തന്റെ 'ദർശനമുള്ള' ശിഷ്യരെക്കൊണ്ട് ഇതിന്റെ കാരണം ചിന്തിച്ചറിയാൻ നിർദ്ദേശിച്ചു.

(ഗുരുവിനോട് അടുത്തവരിൽ മിക്കപേർക്കും ജാഗ്രത്തിലോ സ്വപ്നത്തിലോ സുഷുപ്തിയിലോ ഒക്കെ എന്തെങ്കിലും അവരവരുടെ ജീവനു തകുന്ന കാര്യങ്ങൾ കിട്ടും. എന്നാൽ സ്വന്തം കാര്യങ്ങൾക്കപ്പുറത്ത് ചിന്തിച്ചറിയത്തക്ക വിധം 'ദർശനം' ഉള്ളവരായി ചില ശിഷ്യരെ ഗുരു വളർത്തിയെടുത്തിരുന്നു. ഏതു കാര്യവും ദർശനമുള്ള ശിഷ്യരെക്കൊണ്ട് 'നോക്കാൻ' പറയും.)

അവർക്കു ധ്യാനത്തിൽ വെളിപ്പെട്ടുകിട്ടിയത് പ്ലാവ് കഴിഞ്ഞ ജന്മത്തിൽ ഗുരുവിന്റെ ശിഷ്യനായിരുന്നു എന്നാണ്. ഏതോ തെറ്റുപറ്റി സസ്യജന്മത്തിലേക്ക് പുറകോട്ടു വന്നതാണ്. പ്രവർത്തനശേഷിയില്ലാതെ ഗുരുവിനു വേണ്ടി ഒന്നും ചെയ്യാനാവാതെ വന്നതിൽ ഖേദിച്ച് കരയുകയായിരുന്നു ആ ജീവൻ. എന്റെ ദേഹത്തും എപ്പോഴൊക്കെയോ ആ പ്ലാവിന്റെ നീർത്തുള്ളികൾ വീണിട്ടുണ്ട്. അത് ഇന്ന് ഇല്ല. എങ്കിലും ഒട്ടൊരു വിസ്മയത്തോടെ ഞാൻ ആ ധന്യവൃക്ഷത്തെ ഓർക്കാറുണ്ട്. ഓടിനടന്ന് പ്രവർത്തിക്കാൻ അതിനു കഴിഞ്ഞില്ല. പക്ഷേ ഒരുപാടൊരു പാടു തവണ അതിന്റെ കീഴിൽ ഗുരു നിന്നും ഇരുന്നും ആളുകളോട് സംവദിച്ചിട്ടുണ്ട്. അതായത് പ്ലാവിൽ നിന്ന് സേവനം സ്വീകരിക്കയും അതിനു സത്സംഗമൊരുക്കുകയും ചെയ്തിരുന്നു ഗുരു.

നമ്മൾ ചെയ്തതും പറഞ്ഞതുമൊക്കെ ഫോട്ടോസ്റ്റാറ്റ് എടുത്ത പോലെ പ്രകൃതിയിൽ പതിഞ്ഞുകിടക്കും എന്ന് ഗുരു പറഞ്ഞുകേട്ടിട്ടുണ്ട്. അന്ന് കമ്പ്യൂട്ടറും സ്കാനറും വന്നിട്ടില്ല. എത്ര കണിശമാണ് പ്രകൃതിയെന്ന് നമ്മെ ധരിപ്പിക്കാൻ ഗുരു ഇന്നാണ് ശ്രമിക്കുന്നതെങ്കിൽ പ്രകൃതി എല്ലാം സ്കാൻ ചെയ്ത് പ്രോസെസ്സ് ചെയ്ത് ഇടുമെന്നായിരിക്കും ഒരുപക്ഷേ പറയുക.

പ്രകൃതി ഒരു 'സൂപ്പർ കമ്പ്യൂട്ടർ' എന്നപോലെ എല്ലാമെല്ലാം 'സ്കാൻ' ചെയ്തിടുന്നു. പ്രകൃതിയുടെ സംവിധാനത്തിൽ നമ്മൾക്ക് പിടികിട്ടാത്ത ഏതൊക്കെയോ പ്രക്രിയകളിലൂടെ ഒരു ജന്മത്തിൽ നമ്മൾ ചെയ്തതിന്റെ ഫലം അനുഭവിക്കാൻ നാം വീണ്ടും ജനിക്കുന്നു. ഈ ചക്രത്തിൽനിന്ന് മോചിതരാവുംവരെ അങ്ങനെ തുടരുന്നു. പാപങ്ങൾ ഒഴിവാക്കി ഒഴിവാക്കി, പുണ്യം ചവിട്ടുപടിയാക്കി, പാപപുണ്യങ്ങൾക്കപ്പുറത്തേക്ക് ജീവൻ കടക്കണമെന്നാണ് മനസ്സിലാക്കാൻ കഴിയുന്നത്.

കാലം പൗരാണികമോ ആധുനികമോ ഉത്തരാധുനികമോ ഏതുമാകട്ടെ ഭൂഗുരുത്വം മാറാത്തതുപോലെ മാറാതെ നിൽക്കുന്ന പ്രകൃതി തത്ത്വമാണ് കർമ്മഗതിക്കനുസരിച്ച് ജന്മങ്ങളാവർത്തിക്കുന്നത്. കുമാരനാശാൻ വീണപൂവിൽ ഈ തത്ത്വം ആവിഷ്കരിച്ചിട്ടുണ്ട് ഇങ്ങനെ: "ഉൽപത്തി കർമ്മഗതി പോലെ വരും ജഗത്തിൽ..." ഗുരു ഈ വരി പലപ്പോഴും എടുത്തുപറയുമായിരുന്നു.

ഇരുപത്തിനാല്
കൊടുക്കൽ വാങ്ങലുകൾ

വീണ്ടും കൊടുക്കൽ വാങ്ങലുകളുടെ കാര്യങ്ങൾ പറയുകയാണ്. ഒരു വായനക്കാരന്റെ ഫോൺ വിളിയാണ് കാരണം. കഴിഞ്ഞ കുറിപ്പിൽ ദക്ഷിണ സ്വീകരിക്കുന്നതിനെക്കുറിച്ച് വ്യക്തമായി പറഞ്ഞില്ലല്ലോ എന്ന് അദ്ദേഹം ചോദിച്ചു. ഗുരുതരമായ വീഴ്ചകൾ കൊണ്ട് വ്യക്തിയുടെ കർമ്മ ഗതിയിൽ താഴ്ച വന്ന് മനുഷ്യജന്മം തന്നെ നഷ്ടപ്പെടുന്ന അവസ്ഥയെ ക്കുറിച്ചായിരുന്നു കഴിഞ്ഞ കുറിപ്പുകളിൽ എഴുതിയത്. ദക്ഷിണ വാങ്ങു ന്നത് അങ്ങനെയൊരു പാപമല്ല. എങ്കിലും കർമ്മത്തിന്റെ പകർച്ച സംഭവി ക്കുന്നില്ലേ എന്നാണദ്ദേഹം ചോദിച്ചത്.

ജീവിതത്തിലെ തടസ്സങ്ങൾ നീങ്ങിക്കിട്ടുന്നതിനു വേണ്ടിയാണല്ലോ ആളുകൾ മുഖ്യമായും ക്ഷേത്രത്തിൽ പൂജാദികർമ്മങ്ങൾ നടത്തുന്നത്. ദക്ഷിണ കൊടുക്കുമ്പോഴാണ് കർമ്മം പൂർത്തിയാവുന്നത്. എന്നാൽ കാർമ്മികരിൽ ചിലർ ദക്ഷിണ കൈയിൽ വാങ്ങിക്കുകയില്ല. ഒഴിവാക്കാൻ ശ്രമിക്കുന്ന പ്രാരബ്ധത്തിന്റെ ഒരംശം തങ്ങളിലേക്കു വരും എന്ന ധാരണ യിലാണ് പൂജാരികൾ കൈകൊണ്ട് വാങ്ങാതിരിക്കുന്നത് - ഇതൊക്കെ യാണ് ഫോൺ ചെയ്ത വ്യക്തി സൂചിപ്പിച്ചത്.

പരമ്പരാഗത പൂജാദികർമ്മങ്ങളിൽ പരിചയസമ്പന്നനായ ഒരു വ്യക്തി യുമായി ഞാൻ ഈ വിഷയം ചർച്ച ചെയ്തു. 'ഞാൻ ചെയ്തുകൊടു ക്കുന്നു' എന്ന് കരുതാതെ ഉപാസനാമൂർത്തിയോ ഗുരുവോ തന്നെക്കൊണ്ട് അത് ചെയ്യിക്കുന്നു എന്ന സമർപ്പണഭാവത്തിൽ കർമ്മം ചെയ്യുകയും അതിന്റെ പൂർത്തീകരണമെന്ന നിലയിൽ ദക്ഷിണ സ്വീകരിക്കുകയും ചെയ്യുമ്പോൾ പ്രാരബ്ധം അത്രകണ്ട് ബാധിക്കുകയില്ല എന്നാണ് മനസ്സി ലാക്കാൻ കഴിഞ്ഞത്. ഉപജീവനത്തിനായി ദക്ഷിണ ഉപയോഗിക്കാമെന്ന് ഒരു വിധിയുണ്ട് എന്ന് അദ്ദേഹം പറഞ്ഞു. ആർഭാടത്തിനോ മറ്റു വഴിവിട്ട കാര്യങ്ങൾക്കോ ആയി ഉപയോഗിക്കുമ്പോഴാണ് സൂക്ഷ്മതലത്തിൽ പ്രശ്നം വരുന്നത്. 'ഞാൻ' എന്ന മനോഭാവവും ഗുണകരമല്ല.

കയ്യിൽ വാങ്ങുന്നതിനേക്കാൾ ഒരുപക്ഷേ ഒരു തട്ടത്തിലോ മറ്റോ ഇടാൻ പറയുന്നത് തന്നെയാവും മെച്ചം. ഇത് ദക്ഷിണയുടെ കാര്യത്തിൽ മാത്രമല്ല പ്രസക്തം. വൈദ്യത്തിലും വളരെ പ്രസക്തമാണ്. ഫീസ് കയ്യിൽ വാങ്ങാതിരിക്കുന്ന വൈദ്യന്മാരെ ഞാൻ കണ്ടിട്ടുണ്ട്. എന്റെ ഗുരു പ്രധാനപ്പെട്ട ഒരു ശിഷ്യയെ (സന്ന്യാസിനി) ഒരുകാലത്ത് ചുറ്റുപാടുമുള്ളവർക്ക് ഹോമിയോ മരുന്നുകൾ കൊടുക്കാൻ അനുവദിച്ചിരുന്നു. രോഗികൾ കാശുംകൊണ്ട് വരും. ആ കാശ് കയ്യിൽ വാങ്ങേണ്ട എന്ന് ഗുരു നിർദ്ദേശിച്ചിരുന്നു. എന്നുമല്ല ആ തുക കൂട്ടിവെച്ച് ഹോമിയോ മരുന്നു വാങ്ങാനും ഉപദേശിച്ചു.

ഗുരുമാർഗ്ഗത്തിൽ, ഗുരുവിൽ സമർപ്പിക്കുന്ന ചില പൂജകളേയുള്ളൂ. കൂടുതലും സങ്കൽപത്തിന്റെ രീതിയാണ്. പൂജ ചെയ്യുന്നവർക്ക് ദക്ഷിണ കൊടുക്കുന്ന പതിവുമില്ല. അതായത് ഗുരുമാത്രമാണ് കർമ്മത്തിന്റെ അധികാരി. ഗുരു കർമ്മങ്ങൾ ഏറ്റെടുത്തു എന്ന വസ്തുത മനസ്സിലാക്കിത്തന്നിട്ടുള്ള ഒട്ടേറെ അനുഭവങ്ങൾ ഗുരുവിന്റെ വിശ്വാസികൾക്കുണ്ട്. എത്ര കർമ്മദോഷങ്ങളിൽ നിന്ന് എന്നെ മോചിപ്പിച്ചു എന്ന് ഗ്രഹിക്കാനുള്ള അറിവ് എനിക്കില്ല. എന്റെ കൊച്ചുകൊച്ചു സമർപ്പണങ്ങൾ സ്വീകരിക്കുകയും എത്രയോ തവണ പ്രസാദം തരികയും ചെയ്തിട്ടുണ്ട് എന്നതുകൊണ്ട് എന്റെ ജീവനിൽ ഗുരു കുറേ മാറ്റങ്ങൾ വരുത്തിയിട്ടുണ്ട് എന്നുതന്നെ കരുതുന്നു.

അനുഭവത്തിൽ വന്ന ഒരു കാര്യം പറയട്ടെ. ഞാൻ എട്ടാംക്ലാസിൽ പഠിക്കുമ്പോൾ മുതൽ കവിതയെഴുതിയിരുന്നു. ഏതാണ്ട് ഇരുപത്തിരണ്ട് വയസ്സ് കഴിയുമ്പോഴേക്ക് എഴുത്ത് നിന്നുപോയി. അത് ഒരു അസ്വസ്ഥതയായിരുന്നു. പത്തുകൊല്ലം ഒന്നും എഴുതാതെ അങ്ങനെ കഴിഞ്ഞു. രണ്ടാമത്തെ ഗുരുദർശനസമയത്ത് ഞാൻ ഇക്കാര്യം ചെറുതായി ഗുരുവിനെ അറിയിച്ചു. ഗുരു ശ്രദ്ധിച്ചില്ല എന്ന് തോന്നി. അത്ര വലിയ വിഷയമല്ലാത്ത എന്റെ കവിതയെഴുത്തിനെക്കുറിച്ച് പറഞ്ഞതിൽ വിഷമം തോന്നി. പക്ഷേ രണ്ടുമൂന്നു നാൾ കഴിഞ്ഞ് തിരിച്ചുപോകാനായി (അന്ന് ദില്ലിയിലായിരുന്നു) യാത്ര പറഞ്ഞിറങ്ങുമ്പോൾ ഗുരു രണ്ടു ഭസ്മപ്പൊതികൾ എന്റെ കയ്യിൽ വെച്ചുതന്നിട്ടു പറഞ്ഞു; 'നിങ്ങളൊക്കെ എഴുതുന്നതല്ലേ... എഴുതാൻ തോന്നുകയാണെങ്കിൽ കയ്യും മുഖവും കഴുകി ഭസ്മമിട്ട് പത്തു മിനിറ്റ് നിശ്ശബ്ദമായി ഇരിക്കുക, എന്നിട്ടെഴുതുക...' ഒരുമാസത്തിനകം വളരെ തിരക്കിട്ട് ഓഫീസിൽ പോകുന്ന സമയത്ത് എവിടെ നിന്നെന്നറിയാതെ ഒരുവരി കവിത ഞാൻ കേട്ടു. ഉൾക്കാതുകൊണ്ട് എന്നു പറയാം. എന്റെ ഏതോ ദോഷം ഗുരു പരിഹരിച്ചതായിരുന്നു. അന്നു വൈകീട്ട് ഞാൻ ആ വരി വെച്ച് ഒരു കവിതയെഴുതി. അങ്ങനെ വീണ്ടെടുക്കപ്പെട്ടില്ലായിരുന്നെങ്കിൽ ഞാൻ ഇപ്പോൾ ഇതൊന്നും എഴുതുമായിരുന്നില്ല.

ശ്രീകൃഷ്ണൻ അർജ്ജുനനോട് പറയുന്നത് ഈ സന്ദർഭത്തിൽ ഓർക്കുകയാണ്;

'സർവധർമ്മാൻ പരിത്യജ്യ മാമേകം ശരണം വ്രജ
അഹം ത്വാ സർവപാപേഭ്യോ മോക്ഷയിഷ്യാമി മാ ശുച'

എല്ലാ പാപങ്ങളിൽ നിന്നും മോചിപ്പിക്കാം എന്നാണ് ഭഗവാൻ പറയുന്നത്. കുചേലനെ ദുരിതത്തിൽ നിന്നു മോചിപ്പിച്ചതും കർമ്മദോഷങ്ങൾ ഏറ്റെടുക്കുന്നതിന്റെ കഥയായി കാണാം.

ജീവിതം കർമ്മപ്പകർച്ചകളുടെ നൈരന്തര്യമാണ്. അതായത് കൊടുക്കലും വാങ്ങലുമാണ്. പുറമേയുള്ള കാര്യങ്ങൾ മാത്രമേ നമുക്കറിയാവൂ എന്നു മാത്രം. അതും മുഴുവനായിട്ടല്ല താനും. മഹത്തുക്കളും അനുയായികളും തമ്മിൽ മാത്രമല്ല, അല്ലെങ്കിൽ ദേവകാര്യങ്ങളിൽ നമുക്കായി മധ്യസ്ഥത വഹിക്കുന്നവരും നമ്മളും തമ്മിൽ മാത്രമല്ല, സാധാരണക്കാർക്കിടയിലും കൊടുക്കലും വാങ്ങലും നടക്കുന്നു. ഒരു ഹസ്തദാനമോ സ്പർശമോ സംഭാഷണമോ ഒക്കെ പരസ്പരം ഊർജ്ജചംക്രമണത്തിന് ഇടയാക്കുന്നു.

അത് എന്തുകൊണ്ടെന്നുവെച്ചാൽ നാം ജഡശരീരത്തിൽ പ്രകാശമായി നിൽക്കുന്ന ഒരു ജൈവകാന്തിക സ്വരൂപമാണ്. നമുക്കു ചുറ്റും ഒരു ഊർജ്ജപ്രസരം (aura) ഉണ്ട്. മറ്റൊരാളുടെ ഊർജ്ജവലയം അതിൽ തട്ടുമ്പോൾ പോലും പരസ്പരം എന്തൊക്കെയോ പകരുന്നു. ഇഷ്ടക്കേടോ ഇഷ്ടമോ ഒക്കെ ഉണ്ടാവുന്നതിന്റെ ഒരു കാരണം ഇതാണെന്ന് വായിച്ചിട്ടുണ്ട്, വിശ്വാസ്യമായി തോന്നിയിട്ടുമുണ്ട്.

ഇരുപത്തിയഞ്ച്
വൈദ്യന്മാരുടെ വൈദ്യൻ

കാളിദാസന്റെ ശിവനെയാണ് ഞാൻ ആദ്യമായി തപസ്വിയായി ഒരു മനുഷ്യന്റെ മട്ടിൽ കാണുന്നത്. കുറച്ചുകൂടി കൃത്യമായി പറഞ്ഞാൽ തപസ്സിനു ഭംഗം വന്ന് പാർവതിയെ കാണാൻ വരുന്ന ശിവന്റെ ചിത്രമായിരുന്നു അത്. ശിവൻ നടന്നുവരുന്നത് സ്ത്രീകൾ കിളിവാതിലുകളിൽ കൂടി നോക്കുകയാണ്, ആരാണിത് എന്ന ചോദ്യമാണവരുടെ മനസ്സിൽ. ശിവന്റെ സ്വരൂപത്തിന്റെ മർമ്മം പറഞ്ഞുതരികയായിരുന്നു അന്നു ഞങ്ങളെ സംസ്കൃതം പഠിപ്പിച്ചിരുന്ന ഈശ്വരവാരിയർ സാർ. (സഞ്ചാരി എന്ന പേരിൽ എഴുതിയിരുന്ന കവിയും സ്വാതന്ത്ര്യസമരസേനാനിയുമായിരുന്നു സാറെന്ന് പിന്നെയാണ് ഞാനറിയുന്നത്.)

വർഷങ്ങൾ കഴിഞ്ഞിട്ടും അദ്ദേഹത്തിന്റെ വിവരണം ഓർമ്മയിലുണ്ട്. 'ജ്വലൻ ഇവ' എന്ന വാക്കുകൾക്ക് ചുറ്റുമാണ് ആ വിവരണം ഭ്രമണം ചെയ്തത്. ആ രൂപം ജ്വലിക്കുന്നു, 'കത്തുന്നു' എന്ന പോലെയായിരുന്നു എന്നാണ് കാളിദാസൻ പറയുന്നത്. തപസ്സ് നിർത്തിയിട്ടും ശിവനിൽ പ്രകടമായ ദീർഘതപസ്സിന്റെ ശക്തിയാണ്, ആ ഐശ്വര്യമാണ് സ്ത്രീകളെ ആകർഷിച്ചത്. തപസ്സിന്റെ വിശുദ്ധി ജ്വാലയുടെ സ്വച്ഛതയിലേക്ക് മനുഷ്യനെ ഉയർത്തുന്നു എന്ന സന്ദേശമാണ് ആ ശിവൻ തന്നത്. (ഈ രംഗത്ത് ശിവനു ചേരുന്ന വ്യക്തി തന്നെയാണ് പാർവതി. തപസ്വിനിയാണു പാർവതിയും.)

ശിവനെക്കുറിച്ചു ചിന്തിക്കാൻ ഒരു കാരണമുണ്ടായി. ബാലരാമപുരത്തു നിന്ന് ഒരാൾ എന്നെ വിളിച്ച് കുറെ ഗുണദോഷിച്ചു. നിങ്ങൾ എഴുതുന്നത് ബ്രാഹ്മണ്യത്തെ പ്രോത്സാഹിപ്പിക്കുന്ന തരത്തിൽ ഉള്ളതാണ്, നിങ്ങൾ പറയുന്നതൊക്കെ പച്ചക്കള്ളമാണ് എന്നായിരുന്നു ആ വിമർശനത്തിന്റെ ഉള്ളടക്കം. അബ്രാഹ്മണമായ ഒരു ഗുരുമാർഗ്ഗത്തിൽ വിശ്വസിക്കുന്ന ഒരാളായ ഞാൻ എങ്ങനെയാണ് ബ്രാഹ്മണ്യത്തെ പ്രോത്സാഹിപ്പിച്ചത് എന്ന് എനിക്ക് അത്ര മനസ്സിലായില്ല എങ്കിലും അയാൾ പറഞ്ഞതെല്ലാം കൗതുകകരമായി തോന്നി.

ആദിമമായ, അവൈദികമായ ഒരു സംസ്കാരം നമുക്കുണ്ടായിരുന്നു വെന്നും അതിന്റെ സമകാലികമായ കണ്ണിയാണ് താനെന്നും അദ്ദേഹം

പറഞ്ഞു. ആ ആദിമസംസ്കാരം തൊഴിലിന്റെ സംസ്കാരമാണ്. പൂജാദി കർമ്മങ്ങളുടെ സംസ്കാരമല്ല. നെയ്ത്തും കൃഷിയും മൺപാത്രനിർമ്മാണ വുമൊക്കെയായിരുന്നു പ്രകൃതിയോടിണങ്ങി ജീവിച്ച അന്നത്തെ മനുഷ്യൻ വ്യാപരിച്ച മേഖലകൾ. അന്നത്തെ ഗുരു ശിവനായിരുന്നു. ശിവൻ വിവാ ഹിതനല്ലായിരുന്നു. കൊമ്പും തുമ്പിക്കയ്യും ഉള്ള മകൻ എന്നല്ല മക്കളേ ഉണ്ടായിരുന്നില്ല ശിവന്. ഇന്നത്തെ ഇന്ത്യയ്ക്കു പുറത്ത് (അന്ന് ഭാര തീയസംസ്കാരത്തിന് വളരെയധികം വ്യാപ്തി ഉണ്ടായിരുന്നു) മൺപാത്രം നിർമ്മിച്ചു ജീവിച്ച ഒരു തപസ്വി. നെയ്ത്തുകാരനായിരുന്ന തിരുവള്ളു വരെ പോലെ, തൊഴിലിന്റെ അന്തസ്സ് ലോകത്തിനു ശിവനും കാണിച്ചു കൊടുത്തു. ശിവൻ തപസ്സു ചെയ്തു എന്ന് ശിവനെക്കുറിച്ചുള്ള ഐതിഹ്യ ങ്ങളിലും കാണാം.

നമ്മുടെ മൂക്കിനു താഴെ എന്നപോലെ സംഭവിക്കുന്ന കാര്യങ്ങൾ പോലും പലപ്പോഴും നമ്മൾ അറിയാറില്ല. അപ്പോൾ ആയിരക്കണക്കിനു കൊല്ലം മുൻപ് നടന്ന കാര്യങ്ങളെപ്പറ്റി നാം എന്തുപറയാൻ? ബാലരാമ പുരത്തെ സുഹൃത്ത് പറഞ്ഞത് വാസ്തവമല്ല എന്നു പറയാനും ഞാൻ ആളല്ല. നെയ്ത്ത്, കൃഷി എന്നിവ പാപമില്ലാത്ത തൊഴിലുകളാണ് എന്ന് എന്റെ ഗുരുവും പറഞ്ഞിട്ടുണ്ട് (നെയ്ത്ത്, കൃഷി, പാചകം, അറിവ് പകരൽ എന്നിവ പാപമില്ലാത്ത പ്രവർത്തികൾ എന്നാണ്).

തമിഴ്നാട്ടിൽ രൂപപ്പെട്ട 'സിദ്ധവൈദ്യം' ഏറ്റവും ആദ്യം ശിവൻ പാർ വതിക്ക് പറഞ്ഞുകൊടുത്തതാണെന്നാണ് ഐതിഹ്യം. (നമ്മുടെ അധ്യാ ത്മരാമായണം വരെ ശിവൻ പാർവതിക്ക് പറഞ്ഞു കൊടുത്തിട്ടുണ്ട് എന്നാണ്.) ലോകത്തെ ഏറ്റവും പഴയ ഭാഷയായ തമിഴിലാണ് ഈ വൈദ്യശാഖയുടെ ഗ്രന്ഥങ്ങൾ. ശിവൻ വൈദ്യനുമായിരിക്കും.

മറ്റൊന്നു കൂടി ഓർമ്മയിൽ വരുന്നു. ഒരിക്കൽ സന്ദർഭവശാൽ ഞാൻ ഗുരുവിനോട് ചോദിച്ചു, വലിയ ശരീരമുള്ള ഗണപതി ഒരു ചെറിയ എലി യുടെ മേൽ സവാരി ചെയ്യുന്ന സങ്കൽപം എങ്ങനെ വന്നിരിക്കാം എന്ന്. അത്തരത്തിലുള്ള ജീവജാലങ്ങളുടെ, ഗണങ്ങളുടെ പതി, ആധ്യാത്മിക ചുമതലയുള്ളവൻ, ആണ് ഗണപതി. ദർശനത്തിൽ പ്രതീകാത്മകമായി കാണുന്നതാണ്. അപ്പോൾ ഞാൻ ചോദിച്ചു ശിവന്റെ കഴുത്തിൽ സർപ്പം കിടക്കുന്നതോ എന്ന്. ഗുരു പറഞ്ഞു: ശിവൻ തപസ്വിയായിരുന്നു. കാടു മായി ഇണങ്ങി കഴിഞ്ഞു. ധ്യാനത്തിൽ ലയിച്ചിരിക്കുമ്പോൾ സർപ്പം ദേഹത്തു കയറിക്കിടന്നത് പിന്നീട് ദർശനത്തിൽ കണ്ട് വരച്ചതാണ്. എനി ക്കത് വളരെ വിശ്വാസ്യമായി തോന്നി, ഇപ്പോഴും തോന്നുന്നു.

തൊഴിലും മരുന്നും ഒക്കെ മനുഷ്യർക്ക് പറഞ്ഞുകൊടുത്ത് സംസ്കാരം പകർന്ന ഒരു ആദിഗുരുവാണ് ശിവൻ എന്ന് അനുമാനിക്കാം. രാമന്റെയും രാവണന്റെയും ആരാധനാമൂർത്തിയായിട്ടാണ് ശിവനെ നാം അറിയുന്നത്. പതിനായിരക്കണക്കിനു വർഷങ്ങൾക്കു മുൻപ് ജീവിച്ചിരുന്ന വലിയ ഗുരു. ഗുരുവും ദൈവവും എന്ന കണക്കിലാവും ശിവനെ നമ്മൾ ദൈവമായി കണ്ടുതുടങ്ങിയത്. വൈദ്യന്മാരുടെ വൈദ്യനും ദേവന്മാരുടെ ദേവനും എന്ന നിലയിൽ ശിവനെ കാണുന്നതും അതുകൊണ്ടുതന്നെയാകാം.

ഇരുപത്തിയാറ്
മനുഷ്യരൂപത്തിൽ വരുന്ന ദൈവം

ഒരു ശിവഭക്തൻ എന്നെ വിളിച്ച് പരാതി കലർന്ന സങ്കടം പറഞ്ഞു. ഒരു മനുഷ്യനെപ്പോലെ ശിവനെ ലാഘവത്തോടെ അവതരിപ്പിച്ചുവല്ലോ എന്നായിരുന്നു പറഞ്ഞത്. ഐതിഹ്യങ്ങൾ നമ്മെ സ്വാധീനിക്കുന്നതുകൊണ്ടായിരിക്കണം ദൈവങ്ങളിൽ മനുഷ്യത്വം ആരോപിക്കുന്നത് ശരിയല്ലെന്ന് തോന്നുന്നത്. ഐതിഹ്യങ്ങളിൽ അമാനുഷികമായ കാര്യങ്ങൾ കാണാം. അവയിൽ ചിലതൊക്കെ സത്യവും ആയിരിക്കാം. എന്നാൽ ചിലത് പ്രതീകാത്മകമായ അവതരണങ്ങളുമാവും. സമകാലികസംഭവങ്ങൾ പോലും വളച്ചൊടിക്കപ്പെടാറുണ്ട് എന്നിരിക്കെ കാലപ്പഴക്കം ഏറെയുള്ള ഈ ഗ്രന്ഥങ്ങളിൽ വസ്തുതകളും നിഗൂഢസത്യങ്ങളും ഭാവനയും കേട്ടു കേൾവികളും കെട്ടുകഥകളും ഒക്കെ കൂടിക്കുഴഞ്ഞുകിടക്കുകയാണ്.

പുരാണമോ ഐതിഹ്യമോ ഇതിഹാസമോ എന്തുമാകട്ടെ അവയുടെ ഹൃദയഭാഗത്ത് മനുഷ്യകഥകൾ ഉണ്ടായിരിക്കും. സ്ഥലപുരാണങ്ങളിൽ ചില ആരാധ്യർ ഉണ്ടാവുന്നതിൽ ഈ പ്രക്രിയയുടെ സൂചനകൾ കാണാം. വടക്കേ മലബാറിലെ തെയ്യങ്ങളെ (ദൈവം എന്ന പദത്തിൽ നിന്നാണു 'തെയ്യ'ത്തിന്റെ ഉൽപത്തി എന്നു പറയുന്നു) പറ്റിയുള്ള ഒരു പുസ്തകം വായിച്ചതിന്റെ ഓർമ്മയാണ് മനസ്സിൽ വരുന്നത്. ഒരു തെയ്യത്തിന്റെ (പേരെനിക്കോർമ്മയില്ല) കഥ ഇങ്ങനെ; ഒരു തറവാട്ടിലെ പെൺകുട്ടി ഇടിച്ചക്കത്തോരനുണ്ടാക്കാൻ വേണ്ടി പ്ലാവിൽ കയറി ചക്ക പറിച്ചു. വലിയ തറവാടായിരുന്നു. ഉച്ചയ്ക്ക് വന്ന് ചക്കത്തോരൻ കൂട്ടി ഊണു കഴിച്ച കാരണവർക്ക് ചക്ക പറിച്ചത് വീട്ടിലെ പതിനാലുകാരിയാണെന്നറിഞ്ഞപ്പോൾ അരിശം വന്നു. ചൂരലെടുത്ത് അവളെ അടിച്ചു. അടിയേറ്റ് പാവം കുട്ടി മരിച്ചു. കുറച്ചുകാലം കഴിഞ്ഞ് തറവാട്ടിൽ എന്തെല്ലാമോ അനർത്ഥങ്ങൾ ഉണ്ടായപ്പോൾ ജ്യോത്സ്യനെക്കൊണ്ട് പ്രശ്നം വെപ്പിച്ചു. കുടുംബത്തിലെ ഒരു പെൺകുട്ടിക്ക് അസ്വാഭാവികമരണം സംഭവിച്ചിട്ടുണ്ടെന്നും അതിനെ ആവാഹിച്ച് കുടിയിരുത്തി പൂജകൾ ചെയ്യണമെന്നും വിധി പ്രകാരം അതിന്റെ തെയ്യം കെട്ടിയാടണമെന്നും ജ്യോത്സ്യൻ വിധിച്ചു.

പ്രധാനപ്പെട്ട ഒരു തെയ്യമാണ് മുച്ചിലോട്ട് ഭഗവതിയുടേത്. വിദുഷിയായ ഒരു ബ്രാഹ്മണകന്യകയായിരുന്നു അവർ. ജീവിച്ചിരിക്കെ അവർ

ഒരു വാദപ്രതിവാദത്തിൽ വിജയിച്ചു. രസങ്ങളിൽ കാമവും വേദനകളിൽ പ്രസവവേദനയുമാണ് ഏറ്റവും തീവ്രം എന്ന് സമർത്ഥിച്ചത് അവരുടെ സ്വഭാവത്തെ സംശയിക്കാൻ ഇടയാക്കി. സമുദായനേതാക്കൾ അവർക്ക് ഭ്രഷ്ട് കൽപിച്ചു. അപമാനിതയായ കന്യക തന്റെ സ്വഭാവശുദ്ധി തെളിയിക്കാൻ അഗ്നികുണ്ഡമൊരുക്കി. ആ വഴിപോയ മുച്ചിലോടൻ എന്ന വാണിയനോട് അയാളുടെ കയ്യിലിരുന്ന എണ്ണ ആ തീയിലൊഴിക്കാൻ ആവശ്യപ്പെട്ടു. അമ്പരന്ന അയാൾ എണ്ണ മുഴുവൻ തീയിലേക്കൊഴിച്ചു. അവർ തീയിൽ ചാടി ആത്മാഹുതി ചെയ്തു. വീട്ടിലെത്തിയ വാണിയന്റെ എണ്ണപ്പാത്രം നിറഞ്ഞതായിക്കണ്ടു. ബ്രാഹ്മണകന്യക ദേവിയായി എന്ന് ബോധ്യം തോന്നി അയാൾ കുലദേവതയായി ആരാധിക്കാൻ തുടങ്ങി.

ഇങ്ങനെ ക്ഷേത്രങ്ങളെയും ആരാധനാസ്ഥാനങ്ങളെയും ചുറ്റിപ്പറ്റി മനുഷ്യാനുഭവങ്ങളും ഭാവനയും കലർന്ന ഐതിഹ്യങ്ങൾ ഉണ്ടായിരിക്കും. വീരന്മാരോ ത്യാഗികളോ ആയ അല്ലെങ്കിൽ എന്തെങ്കിലും അസാധാരണത്വമുള്ള മനുഷ്യരുമായി ബന്ധപ്പെട്ട ചരിത്രസത്യങ്ങൾ ഈ ഐതിഹ്യങ്ങളിൽ ഒളിഞ്ഞുകിടപ്പുണ്ടാകും. അങ്ങനെ ദൈവങ്ങളായി ആരാധിക്കപ്പെടുന്ന ശക്തികൾ ഒരുകാലത്ത് മനുഷ്യരൂപത്തിൽ ഭൂമിയിൽ കഴിഞ്ഞവരായിരിക്കും എന്ന് അനുമാനിക്കാം.

ത്രിമൂർത്തികളിലെ ശിവൻ വളരെക്കാലം മുൻപ് ജീവിച്ചിരുന്ന മഹാത്മാവായിരുന്നു എന്നു ചിന്തിക്കാം. ഏതോ കാലഘട്ടങ്ങളുടെ വഴികാട്ടി, ഗുരു, തപസ്വി എന്നാണ് എന്റെ ഗുരു പറഞ്ഞത്. ഗുരുവിന്റെ അറിവ് മുഖ്യമായും സഹജജ്ഞാനമായിരുന്നു. ഗുരു ഏതാനും ശിഷ്യരെ സഹജജ്ഞാനത്തിന്റെ വഴിക്ക് ഉയർത്തി ഗുരുവിന്റെ പ്രകാശപൂരിതങ്ങളായ ഉപകരണങ്ങളാക്കി. ഗുരുവിനറിയാമായിരുന്ന കാര്യങ്ങളാണെങ്കിലും അവരെക്കൊണ്ട് 'നോക്കിക്കുന്ന' രീതി അന്നുണ്ടായിരുന്നു.

ത്രിമൂർത്തികളിലെ ശിവനു മുൻപ്, ഒരുപാടുകാലം മുൻപ്, മറ്റൊരു ശിവൻ ഉണ്ടായിരുന്നു എന്ന അറിവ് ഈ വഴിക്ക് കിട്ടിയിട്ടുണ്ട്. ഈ ആദി ശിവൻ ഋഷീശ്വരനായിരുന്ന ഒരു ആദിഗുരുവായിരുന്നു എന്നാണ് അറിയാൻ കഴിഞ്ഞിട്ടുള്ളത്. വിവാഹിതനായിരുന്നില്ല. തെക്കേ ഇന്ത്യയായിരുന്നു കർമ്മരംഗം. ഈ രണ്ട് ശിവന്മാരെക്കുറിച്ചുള്ള ആശയങ്ങളും ഇപ്പോൾ കലർന്നുകിടക്കുകയാവണം.

മനുഷ്യരോട് സംവദിക്കേണ്ടി വരുമ്പോൾ ദൈവം അണിയുന്ന മുഖപടമാണ് ഗുരു എന്ന് വിവേകാനന്ദൻ പറഞ്ഞത് ഓർക്കാം. ഒരേ ഇച്ഛയുടെ പ്രകാശനമാണ് പലരായി നാം അറിയുന്ന ഗുരുപ്രവാചകന്മാർ എന്ന് ഗുരു മുഖത്തുനിന്നു കേട്ടിട്ടുണ്ട്. കാലം, ദേശം, ഭാഷ, വേഷം എന്നിവയുടെ വ്യത്യാസംകൊണ്ട് നമ്മൾ ആ ഏകാത്മകത മനസ്സിലാക്കാതെ പോകുന്നു. മനുഷ്യനായി ജീവിച്ചുകൊണ്ടാണ് ദൈവം നമ്മോട് സംവദിക്കുന്നതെന്നും നാം ഓർക്കുന്നില്ല. ജ്ഞാനികൾക്കേ അതിന്റെ സത്യം കാണാനാവുകയുള്ളൂ. നാം ദൈവങ്ങളായി സങ്കൽപിച്ച് ആരാധിക്കുന്നവരെല്ലാം മനുഷ്യരായി പിറവിയെടുത്തവർ തന്നെ എന്ന് അനുമാനിക്കേണ്ടിയിരിക്കുന്നു.

ഇരുപത്തിയേഴ്

ദൈവങ്ങളുടെ ജാതി

എന്റെ കുറിപ്പ് വായിച്ച ഒരാൾ പേരു വെക്കാതെ അയച്ച ഒരു മൊബൈൽ സന്ദേശം ഇങ്ങനെ: 'ഇവിടെ ശിവൻ, അപ്പുറം കേശവൻ നമ്പൂരിക്ക് കൃഷ്ണൻ' അതാണു അതിന്റെ ഒക്കെ ഒരിത്. ആരാധനാവൈവിധ്യത്തിന്റെയും ജാതിസങ്കീർണ്ണതകളുടെയും ഒക്കെ കാര്യങ്ങൾ ഓർക്കാൻ (ഒരു പക്ഷേ ലാഘവത്തോടെ കുറിച്ച) ആ ചെറുസന്ദേശം പ്രേരിപ്പിക്കുന്നു.

ത്രിമൂർത്തികളിലെ ശിവനായാലും വിഷ്ണുവായാലും (ബ്രഹ്മാവിനെ ആരാധിക്കുന്നില്ലല്ലോ) സവർണ്ണർ അഥവാ ഉയർന്ന ജാതിക്കാരുടെ ക്ഷേത്രങ്ങളിലെ ദൈവങ്ങളായിട്ടാണ് പൊതുവെ കാണപ്പെടുന്നത്. ശിവനും ശക്തിയും ഒന്നാണെന്ന (അർദ്ധനാരീശ്വരൻ) സങ്കൽപമുണ്ട്. അതേസമയം ശക്തിയെ മാത്രമായി ആരാധിക്കുന്ന ശാക്തേയവും കാണുന്നു. ശൈവം, ശാക്തേയം, വൈഷ്ണവം എന്നീ മൂന്നു വഴികളും അവരവരുടെ പ്രധാനമൂർത്തികളെ ഏറ്റവും വലിയതായി കാണുന്നു.

എന്റെ ജ്യേഷ്ഠൻ പണ്ടു പറഞ്ഞ ഒരു സംഭവം ഓർക്കട്ടെ. തമിഴ് നാട്ടിലെ ഒരു ക്ഷേത്രത്തിൽ ഉത്സവം നടക്കുകയാണ്. എഴുന്നള്ളിക്കാനായി ആനയെ ഒരുക്കുകയാണ് ആളുകൾ. ആനയ്ക്ക് ചാർത്തുന്ന കുറിയെച്ചൊല്ലി അയ്യരുമാരും അയ്യങ്കാരുമാരും തമ്മിൽ തർക്കമായി. മൂന്നു വരകളിടണമെന്ന് അയ്യർ കൂട്ടത്തിനു നിർബന്ധം. ശൈവസമ്പ്രദായത്തിൽ കുറിയിടേണ്ടത് അങ്ങനെയായതുകൊണ്ട് ആനയ്ക്കും അങ്ങനെ തന്നെ വേണമെന്നായിരുന്നു അവർ പറഞ്ഞത്. വൈഷ്ണവരീതിയിൽ ഒറ്റക്കുറിയാണു ശരിയെന്ന് ആ രീതി പിന്തുടരുന്ന അയ്യങ്കാർപക്ഷം വാദിച്ചു. തമ്മിൽ പൊരിഞ്ഞ അടിയിലും പരുക്കുകളിലുമാണു തർക്കം കലാശിച്ചത്. ഇരുകൂട്ടരും ബ്രാഹ്മണരായിരുന്നു.

ആ സംഭവത്തിന്റെ ഫലിതം മാത്രമാണ് മുൻപ് ഞാൻ കണ്ടത്. ഇപ്പോൾ അത് ഇന്ത്യയിൽ ദൈവങ്ങളെച്ചൊല്ലി നിലനിൽക്കുന്ന സംഘർഷാത്മക നിലപാടുകളെ ഓർമ്മിപ്പിക്കുന്നു. ഒരേ ജാതിക്കാരെങ്കിലും

സമ്പ്രദായവ്യത്യാസമുള്ളവരാകയാൽ ചിഹ്നങ്ങളെ ചൊല്ലി കലഹിക്കാൻ ഇട വന്നുവെങ്കിൽ നമ്മുടെ സങ്കീർണ്ണമായ ജാതിവ്യവസ്ഥയിൽ എന്തെന്തു സംഘർഷങ്ങൾ ഉണ്ടായിരുന്നിരിക്കണം! ഒരുപക്ഷേ, അടിയൊഴുക്കുകളായി ഇപ്പോഴും ഉണ്ടായിരിക്കും എന്ന് ചിന്തിച്ചു പോകുന്നു.

ഉയർന്നവർക്കുള്ള അമ്പലങ്ങളിൽ താഴ്ന്നവർക്ക് പ്രവേശനമില്ലായിരുന്നു. തിരുവിതാംകൂർ മഹാരാജാവ് ശ്രീ ചിത്തിരതിരുനാൾ 1936ൽ പുറപ്പെടുവിച്ച ക്ഷേത്രപ്രവേശനവിളംബരത്തിനു ശേഷമാണ് കേരളത്തിൽ അവർണ്ണർക്ക് ക്ഷേത്രത്തിൽ കടക്കാമെന്നായത്. ചില ഐതിഹാസികമായ പ്രവർത്തനങ്ങൾ ഇതിനുമുൻപ് നടന്നിരുന്നു. ശ്രീനാരായണ ഗുരുദേവൻ 1888 ൽ അരുവിപ്പുറത്ത് ശിവപ്രതിഷ്ഠ നടത്തിയതാണ് ഇവയിൽ ഏറ്റവും പ്രധാനപ്പെട്ടത്. സമൂഹത്തിൽ ഭൂരിപക്ഷം വരുന്ന അവർണ്ണർക്ക് സാത്വികമായ ആരാധന നടത്താൻ വഴി തുറക്കുകയായിരുന്നു ഗുരുദേവൻ.

താഴ്ന്ന ജാതിക്കാരുടെ ആരാധനാരീതികളെപ്പറ്റി ചിന്തിക്കുമ്പോൾ കുമാരനാശാൻ വർഷങ്ങൾക്കു മുൻപ് എഴുതിയത് ഇന്നും പ്രസക്തമായി തോന്നും: 'യക്ഷിയും പേയും അവർക്കു ദൈവം'. കരിമ്പനയക്ഷികൾ ആരാധിക്കപ്പെടുന്നില്ലെങ്കിലും ആൽത്തറ യക്ഷികൾ എവിടെയൊക്കെയോ ആരാധിക്കപ്പെടുന്നതായി കാണുന്നു. എനിക്ക് വളരെ വേണ്ടപ്പെട്ട ഒരാളുടെ വീട്ടിലെ ചെറിയ അമ്പലത്തിൽ ശാന്തഭാവത്തിലുള്ള കള്ളിയങ്കാട്ടു നീലി എന്ന യക്ഷിയാണുള്ളത്. ഐതിഹ്യമാലയിൽ നീലിയുടെ ദുരന്തകഥ ചേർത്തിട്ടുണ്ട്. ദുഷ്ടനായ ഭർത്താവ് ആഭരണങ്ങൾ മോഷ്ടിക്കാൻ വേണ്ടി കാട്ടുവഴിയിൽ വെച്ച് കൊന്ന ഒരു ബ്രാഹ്മണസ്ത്രീയുടെ ഗതി കിട്ടാത്ത ആത്മാവിന്റെ കഥ. എന്റെ സുഹൃത്തിന്റെ വീട്ടിൽ എങ്ങനെ യക്ഷി ദേവിയായി എത്തി എന്ന് അറിയില്ല.

ദേവതാസങ്കൽപങ്ങളിൽ ഉച്ചനീചത്വങ്ങൾ കാണുന്നതോടൊപ്പം എന്തിനെ ആരാധിച്ചാലും ബ്രഹ്മത്തിലെത്തും എന്നൊരു പൊതു ധാരണയും നമുക്കുണ്ട്. പക്ഷേ ഭഗവദ്ഗീതയിൽ നിന്ന് മനസ്സിലാക്കാനാവുക ദേവീദേവന്മാരെ ആരാധിക്കുന്നവർ അവരുടെ മണ്ഡലത്തിലും പിതൃക്കളെ ആരാധിക്കുന്നവർ അവരുടെ കൂടെയും കൃഷ്ണനെ ആരാധിക്കുന്നവർ കൃഷ്ണനിലും എത്തും എന്നാണ്. അതായത് എന്തിനെ ആരാധിക്കുന്നുവോ അതിലെത്തും എന്നാണ് ഭഗവാൻ പറയുന്നത്. ശ്രീ കരുണാകരഗുരു കാണിച്ചുതന്ന അനുഭവവഴിയിൽ മേൽപറഞ്ഞ തത്ത്വത്തെ സമർത്ഥിക്കുന്ന പലതും പലർക്ക് വെളിപ്പെട്ടു കാണുകയും ഗുരു അതിന് വിശദീകരണങ്ങൾ നൽകുകയും ചെയ്തിട്ടുണ്ട്.

സ്വാമി ജ്യോതിർമയ ജ്ഞാനതപസ്വി (ഗുരുവിന്റെ സന്ന്യസിച്ച ശിഷ്യരിൽ പുരുഷന്മാർ ജ്ഞാനതപസ്വിമാരും സ്ത്രീകൾ ജ്ഞാന

തപസ്വിനിമാരുമാണ്) എന്ന അനുഭവശാലിയുടെ കാഴ്ചകൾ മനസ്സിൽ മുന്നിട്ട് വരുന്നു. എന്തിനെ ആരാധിക്കുന്നുവോ അതിന്റെ വാസ്തവം എന്താണോ അതിലാണ് നാം ചെന്നണയുന്നത് എന്നതിന് നല്ല ഉദാഹരണമായി സ്വാമിയുടെ ഒരനുഭവം പറയാം. ഗുരുനിർദ്ദേശപ്രകാരം ജ്യോതിർമയസ്വാമി ഒരിക്കൽ ഒരു വീട് സന്ദർശിച്ചു. ആശ്രമവുമായി അവർ പരിചയപ്പെട്ടുവരുന്നതേ ഉണ്ടായിരുന്നുള്ളൂ. ആശ്രമത്തിൽ നിന്ന് ഗുരുവിന്റെ ശിഷ്യർ ഏതെങ്കിലും ഒരു വീട്ടിൽ ചെന്നാൽ ആ വീട്ടുകാർക്ക് വേണ്ടി പ്രാർത്ഥിക്കണമെന്ന് ഗുരുനിർദ്ദേശമുണ്ടായിരുന്നു.

ചെന്ന വീട്ടിൽ സ്വാമി ആ വീട്ടുകാർക്കുവേണ്ടി പ്രാർത്ഥിക്കാനിരുന്നു. കുറച്ചുകഴിഞ്ഞപ്പോൾ തന്റെ ചുറ്റും ഒരു സംഘത്തെ സ്വാമി കാണുകയാണ്. സർപ്പത്തിന്റെ ഉടലും മനുഷ്യന്റെ തലയുമുള്ളവർ, മറിച്ച് മനുഷ്യന്റെ ഉടലും സർപ്പത്തിന്റെ തലയുമുള്ളവർ കുറച്ചധികം പേരുണ്ടായിരുന്നു ആ സംഘത്തിൽ. ആശ്രമത്തിൽ തിരിച്ചു വന്ന് സ്വാമി കണ്ട കാര്യം ഗുരുവിനെ അറിയിച്ചു. അപ്പോൾ ഗുരു പറഞ്ഞു തലമുറകളായി കാര്യമായ സർപ്പാരാധനയുള്ള കുടുംബമാണത് എന്ന്. ശരീരം വിടുമ്പോൾ കുടുംബത്തിലുള്ളവർ അണയുന്നത് തങ്ങൾ ആരാധിച്ച വകയിലാണ്. ആ ആത്മാക്കൾ മോചനം ആഗ്രഹിക്കുന്നു.

സ്വാമി ഗുരുവിനെ അറിയിക്കും എന്നതു കൊണ്ടായിരുന്നിരിക്കും അവസ്ഥാന്തരം ആഗ്രഹിക്കുന്ന ആ ആത്മാക്കൾ സ്വാമിയുടെ ചുറ്റും വന്നു നിന്നത്. ഗുരു അവർക്കു വേണ്ടി എന്തുചെയ്തു എന്ന് അന്വേഷിക്കാൻ കഴിഞ്ഞില്ല. എന്തെങ്കിലും ചെയ്തുകാണും എന്നു തീർച്ചയാണ്. കാരണം ജാതിമതഭേദം കൂടാതെ ഒരുപാടു കുടുംബങ്ങൾക്കുവേണ്ടി, എന്റേതടക്കം സങ്കല്പം മാത്രം കൊണ്ട് ഗുരു മോചനങ്ങൾ നടത്തിയിട്ടുണ്ട്.

ഇരുപത്തിയെട്ട്

തെറ്റും ശരിയും

ഗൗരവമേറിയ ഒരു എസ്.എം.എസ് സന്ദേശം എനിക്കു കിട്ടി. അതിങ്ങനെ: "സർപ്പാരാധന തെറ്റാണോ? മണ്ണാറശാല പോലെയുള്ള സ്ഥലങ്ങളിൽ അത് നടക്കുന്നു. അതിനെ എങ്ങനെ കാണണം?"

മരണാനന്തരം മനുഷ്യന്റെ ജീവൻ ആരാധിക്കുന്ന വകയുടെ കീഴിലാവുകയും ഒരുവേള ആരാധിക്കുന്ന വകയുമായി സാരൂപ്യം പ്രാപിച്ചു നിൽക്കുകയും ചെയ്യുന്നു എന്ന് കഴിഞ്ഞ കുറിപ്പിൽ സൂചിപ്പിച്ചിരുന്നു. ഈ തത്ത്വത്തിന്റെ ഉദാഹരണമായി എന്റെ ഗുരുവിന്റെ ശിഷ്യനായിരുന്ന ജ്യോതിർമയ സ്വാമിയുടെ ദർശനാനുഭവവും ചേർത്തിരുന്നു. സർപ്പാരാധനയുള്ള ഒരു വീട്ടിൽ വെച്ച് സർപ്പരൂപങ്ങളോട് കലർന്ന മനുഷ്യാത്മാക്കളെ സ്വാമി കാണുകയായിരുന്നു. ഈ വിഷയമാണ് മേൽപറഞ്ഞ ചോദ്യങ്ങൾക്ക് ഹേതുവായത്.

ഉത്തരം പറയാൻ എളുപ്പമല്ല. എനിക്ക് യുക്തിസഹമായിത്തോന്നിയ ചില കേട്ടറിവുകളും വായിച്ചറിവുകളും പങ്കുവെക്കാൻ ശ്രമിക്കുന്നു.

പല ജീവികളെയും മനുഷ്യർ ആരാധിച്ചിട്ടുണ്ട്. ഉദാഹരണമായി എലിക്ക് ക്ഷേത്രമുണ്ട്. ചിലന്തിക്ക് ക്ഷേത്രമുണ്ട്. വാനരദൈവമാണ് ഹനൂമാൻ. ഈജിപ്തുകാർക്ക് പണ്ട് ഒരു പൂച്ചദേവത ഉണ്ടായിരുന്നു. (പക്ഷിരാജാവും വിഷ്ണുവിന്റെ വാഹനവുമായ ഗരുഡൻ, ശിവന്റെ വാഹനമായ നന്ദി, സുബ്രഹ്മണ്യന്റെ മയിൽവാഹനം തുടങ്ങി പലരും വലിയ ആദരവ് പിടിച്ചുപറ്റുന്നവരാണ്. അവർ ആരാധനാമൂർത്തികൾ അല്ലെങ്കിലും.) ഈ രംഗത്ത് ശക്തമായി നിലനിന്നിരുന്ന, ഇപ്പോഴും ഒരുവിധം നിലനിൽക്കുന്ന സമ്പ്രദായമാണ് സർപ്പാരാധന.

ഈ സന്ദർഭത്തിൽ ആരാധനയുടെ മർമ്മപ്രധാനമായ ഒരു വശത്തെപ്പറ്റി സൂചിപ്പിക്കുന്നത് പ്രസക്തമാവും. ഗുരു പറഞ്ഞിട്ടുള്ളത് ഒരു കല്ലെടുത്ത് വെച്ച് പൂജ ചെയ്താലും അവിടെ ഏതെങ്കിലുമൊന്ന് വന്ന് ആരാധന കൈക്കൊള്ളും എന്നാണ്.

വഴിവക്കിൽ വെച്ച ഏതെങ്കിലും കല്ലിന്റെ മുന്നിൽ എന്നല്ല ഏതു സ്ഥാനത്ത് നാം വണങ്ങുമ്പോഴും നമ്മുടെ ആരാധന സ്വീകരിക്കുന്ന സൂക്ഷ്മവ്യക്തിത്വം എന്താണെന്ന് പഞ്ചേന്ദ്രിയങ്ങൾ മാത്രമുള്ള നാം അറിയുന്നില്ല എന്നതാണ് വാസ്തവം. ഒരാളുടെ ആരാധന ആയാളുടെ ജീവന്റെ പുണ്യശക്തിയാണ്. ഈ ഊർജ്ജമാണ് ആരാധനാമൂർത്തിയിലേക്ക് ചെല്ലുന്നത്. ആരാധകർ കൂടുന്നതിനനുസരിച്ച്, ആരാധന കൈക്കൊണ്ട് ഊർജ്ജം ഗ്രഹിക്കുന്ന മൂർത്തിയുടെ ശക്തിയും വർദ്ധിക്കും. ഒരു ബാങ്കിൽ നിക്ഷേപം വർദ്ധിക്കുന്ന പോലെ എന്നാണ് എനിക്ക് തോന്നുന്ന ഉപമ. നാം തുടങ്ങുന്ന അക്കൗണ്ടിൽ നമ്മുടെ സമ്പാദ്യം കിടക്കും. നമ്മുടെ ആവശ്യത്തിനു പൈസ എടുക്കാം, അക്കൗണ്ടിലുള്ളത് തീരും വരെ.

നമ്മുടെ ജീവനിൽ കിടക്കുന്ന പുണ്യം എടുത്ത് നമുക്ക് ഹിതകരമായ അനുഭവം ഉണ്ടാക്കിത്തന്ന് നമ്മുടെ വിശ്വാസം ആർജ്ജിക്കുന്നു. നമ്മുടെ പുണ്യം അങ്ങനെ ക്ഷയിച്ചാൽ നമുക്ക് ദുഃസ്ഥിതി വന്നുവെന്നിരിക്കും. അപ്പോഴേക്കും വിശ്വാസമുറച്ചു കഴിഞ്ഞ നമ്മൾ കൂടുതൽ ശക്തമായി അതേ ദേവനേയോ ദേവിയേയോ പ്രാർത്ഥിച്ചുകൊണ്ടിരിക്കും.

അരവിന്ദമഹർഷിയുടെ ശിഷ്യ പോണ്ടിച്ചേരിയിൽ ഉണ്ടായിരുന്ന 'അമ്മ' (The Mother) വിവരിച്ച ഒരനുഭവം ഈ തത്ത്വം വ്യക്തമാക്കുന്നു. ഇന്ത്യയുടെ കിഴക്കൻ സംസ്ഥാനങ്ങളൊന്നിൽ ഒരു വലിയ ക്ഷേത്രത്തിൽ അമ്മ പോയി. അവർ പ്രതിഷ്ഠയിൽ ചേർന്നു നിൽക്കുന്ന സൂക്ഷ്മരൂപത്തെ കണ്ടു. കറുത്ത പ്രകാശം നിറഞ്ഞ എട്ടു കയ്യുള്ള ഒരു ഭീമാകാരം. ഭക്തിയോടെ വന്നു വണങ്ങുന്ന ഓരോ വ്യക്തിയിൽ നിന്നും ആ പ്രാർത്ഥനാവേളയിൽ നൂലുപോലെ ഒരു വെളുത്ത പ്രകാശം പുറപ്പെട്ട് ആ രൂപത്തിൽ ചെന്നു ലയിക്കുന്നു. ലാഭമല്ല നഷ്ടമാണ് ഭക്തനുണ്ടാവുന്നത് എന്നാണ് 'അമ്മ'യുടെ തിരിച്ചറിവ്.

'അമ്മ'യുടെ നിരീക്ഷണവുമായി ചേർത്തു വായിക്കാവുന്ന ചില അറിവുകൾ ഗുരുമുഖത്തുനിന്ന് കിട്ടിയിട്ടുണ്ട്. ഇതെല്ലാം വെച്ച് മനസ്സിലാക്കിയ ഒരു കാര്യമുണ്ട്. ജ്ഞാനവഴികളെ പിന്തുടരുന്നതിനെ അപേക്ഷിച്ച് കുറഞ്ഞ സമ്പ്രദായങ്ങളാണ് പല രൂപങ്ങളിലും ഭാവങ്ങളിലും ഉള്ള ദേവതാസങ്കൽപങ്ങളെ ദൈവമായി കണ്ട് അഭീഷ്ടസിദ്ധികൾക്കായി പ്രാർത്ഥനയും വഴിപാടും നടത്തുന്നത്. മാത്രമല്ല ആത്മീയമായി ഉയരാൻ വേണ്ടത് കിട്ടുന്നില്ല. ഇവിടെയാണ് ത്യാഗികളും ജ്ഞാനികളുമായ ഗുരുക്കന്മാരുടെ പ്രസക്തി. അവർ നമ്മുടെ ദോഷങ്ങൾ സ്വീകരിക്കുന്നു. ആത്മശക്തി കൂട്ടാനുള്ള വഴികൾ പറഞ്ഞുതരുന്നു. ജ്ഞാനമാർഗ്ഗങ്ങളിലേക്ക് മനുഷ്യരാശി മാറേണ്ടത് കാലത്തിന്റെ ആവശ്യമാണെന്ന് കേൾക്കുന്നു. ഓരോ യുഗത്തിനും അതിന്റേതായ ഒരു യുഗധർമ്മമുണ്ട് എന്നാണ് നമ്മുടെ ഋഷിമാർ സൂചിപ്പിച്ചിട്ടുള്ളത്. ശ്രീ നാരായണഗുരു സർപ്പങ്ങളെയും ചാത്തൻ തുടങ്ങിയ മൂർത്തികളെയും എടുത്തുമാറ്റിയതായി വായിച്ചിട്ടുണ്ട്.

മോശെ, നബി തുടങ്ങിയ പ്രവാചകന്മാരും അവരവരുടെ സമൂഹത്തിൽ നിന്ന് ദേവതാസങ്കൽപങ്ങളെ മാറ്റിയതായി കാണുന്നു.

ദേവീദേവാദി ആരാധനകളിൽ നിന്ന് മാറി ജ്ഞാനമാർഗ്ഗം അന്വേഷിച്ചു പോകാൻ തോന്നിയാൽ വളരെ ശ്രദ്ധിക്കേണ്ട ഒരു കാര്യമുണ്ട്. ചെയ്തുകൊണ്ടിരിക്കുന്ന ആരാധന നിർത്തരുത്. ജ്ഞാനിയുടെ ഉപദേശ പ്രകാരം മാത്രമേ ശീലിച്ചുവന്നതിൽ നിന്ന് മാറാവൂ. കിട്ടുന്നത് കിട്ടാതായാൽ അനിഷ്ടങ്ങളുണ്ടാക്കാൻ ഈ ശക്തികൾക്ക് കഴിയും.

പ്രത്യേകിച്ച് പുതുവഴിയൊന്നും തേടാതെ തന്നെ നമ്മൾ ആരാധനകളിൽ നിന്ന് പിന്മാറാറുണ്ട്. അല്ലെങ്കിൽ പൂർവികർ ചെയ്തുവന്നിരുന്നത് തുടരാതിരിക്കാറുണ്ട്. തുടരുന്നെങ്കിൽ അതിൽ വീഴ്ചകൾ വരാറുണ്ട്. ഇത്തരം ചുറ്റുപാടുകളിലും തിരിച്ചടികൾ ഉണ്ടാവാറുണ്ട്. കുടുംബക്ഷേത്രങ്ങളുടെ കാര്യത്തിലാണ് ഇങ്ങനെ പൊതുവെ പറഞ്ഞുകേൾക്കുന്നത്. പുനഃപ്രതിഷ്ഠയും മറ്റും നടത്താൻ ജ്യോത്സ്യന്മാർ വിധിക്കുന്നത് ഇത്തരം സന്ദർഭങ്ങളിലാണ്.

ഇരുപത്തിയൊമ്പത്

സിദ്ധികളുടെ വിഷമവൃത്തം

വ്യക്തികളിൽ കാണുന്ന സാധാരണയിൽ കവിഞ്ഞ കഴിവുകളെ നാം സിദ്ധി എന്നു വിളിക്കുക പതിവാണ്. ഉദാഹരണത്തിനു ജന്മനാ കിട്ടിയ കഴിവുകൊണ്ട് അതിമനോഹരമായി പാടാനും വരയ്ക്കാനും മറ്റും കഴിവുള്ളവരെ നാം സിദ്ധി കിട്ടിയവർ എന്ന് പറയും. കിട്ടിയത് എന്നേ സിദ്ധിക്ക് അർത്ഥമുള്ളൂ. ആത്മീയരംഗത്തും 'സിദ്ധി' ഉള്ളവരെ പറ്റി നാം കേൾക്കാറുണ്ട്. യേശുക്രിസ്തു ഒരു കല്യാണവീട്ടിൽ വെച്ച് വെള്ളത്തെ വീഞ്ഞാക്കിയതും മറ്റൊരിക്കൽ കുരുടനു കാഴ്ച നൽകിയതും ഒക്കെ ആത്മശക്തി കൊണ്ടാണ്. (അടയാളങ്ങൾ എന്നാണ് അവ ആ പാരമ്പര്യത്തിൽ അറിയപ്പെടുന്നത്.)

ഒരാൾ ആത്മീയവികാസത്തിന്റെ പടവുകൾ കടക്കുമ്പോൾ ഏതോ ഘട്ടത്തിൽ പ്രകൃതി അയാളെ അനുസരിക്കാൻ തുടങ്ങും. ആവശ്യപ്പെടാതെ പോലും ആ മനസ്സറിഞ്ഞ് അനുകൂലമായി പ്രവർത്തിക്കും. പല സാധകരും തന്നിൽ വന്നുചേർന്നിരിക്കുന്ന ഈ മാസ്മരികതയിൽ മുഴുകി സമൂഹം കാണിക്കുന്ന അത്ഭുതാദരങ്ങളുടെ പകിട്ടിൽ മയങ്ങി സിദ്ധി പ്രയോഗിക്കാൻ തോന്നുന്ന പ്രലോഭനത്തെ അതിജീവിക്കാൻ കഴിയാതെ ആത്മശക്തി നഷ്ടപ്പെടുത്തുകയും ചെയ്യും. ആത്മീയവളർച്ച ആഗ്രഹിക്കുന്നവരുടെ പുരോഗതിക്ക് തടസ്സം വരുന്ന അവസ്ഥയാണിത്. തിരിച്ചറിവുള്ള ആത്മാന്വേഷി തന്നിൽ എത്തുന്ന സിദ്ധിയെ അവഗണിച്ച് മുന്നേറുന്നു. തന്നെ പിൻപറ്റുന്നവരെയും സിദ്ധിയുടെ പ്രലോഭനങ്ങളിൽ പെടാതിരിക്കാൻ ജാഗരൂകരാക്കുന്നു. 'സിദ്ധിയെ നായ്ക്കാട്ടം പോലെ കാണണം' എന്നോ മറ്റോ ആണ് ശ്രീരാമകൃഷ്ണൻ പറഞ്ഞിട്ടുള്ളതത്രെ. അദ്ദേഹത്തിനു ഈ വിഷയത്തോട് ഉണ്ടായിരുന്ന സമീപനം വ്യക്തമാക്കുന്ന ഒരു സംഭവം പ്രശസ്തമാണ്. ദക്ഷിണേശ്വറിലെത്തിയ ഒരു സന്ന്യാസി വർഷങ്ങളോളം ചെയ്ത സാധനകൊണ്ട് തനിക്ക് വെള്ളത്തിലൂടെ നടന്ന് നദി കടന്നുവരാൻ കഴിഞ്ഞു എന്ന് പറഞ്ഞുപോലും.

സ്വതസ്സിദ്ധമായ നിഷ്കളങ്കതയോടെ ശ്രീരാമകൃഷ്ണൻ ആശ്ചര്യപ്പെട്ടുവത്രെ. കടത്തുകാരന് നാലണ കൊടുത്തു സാധിക്കാവുന്ന കാര്യത്തിന് അങ്ങ് ഇത്ര വർഷം കളഞ്ഞുവോ എന്നായിരുന്നു ഗുരുദേവന്റെ പ്രതികരണം. എത്ര ലളിതമായ യുക്തിയും പരമാർത്ഥവും!

സിദ്ധി കിട്ടുന്ന ഘട്ടം കടന്ന് ജ്ഞാനവഴിക്ക് ഏറെ ഉയർച്ച നേടാനുണ്ട്, അതിനു ശ്രമിച്ചാൽ കഴിയും എന്നാണ് അറിയുന്നത്. അങ്ങനെ മുന്നേറുന്നതിനു പകരം (ജന്മാന്തരങ്ങളിലൂടെ ആത്മവികാസം നേടി പരമമായ ബ്രഹ്മശക്തിയിൽ ചെന്നു ചേരുക എന്നതാണ് ഓരോ ജീവനും ലക്ഷ്യമാക്കേണ്ടതിലേക്കാണല്ലോ ഋഷീശ്വരന്മാർ ചൂണ്ടിക്കാട്ടുന്നത്) തുടർന്നു നേടാൻ ശ്രമിക്കാതെ നേടിയ ധനം ചെലവാക്കുന്നതുപോലെ സ്വന്തം ഇഷ്ടപ്രകാരം സിദ്ധി പ്രയോഗിക്കുന്നവർ ആത്മശക്തി ചെലവാക്കുന്നു. എന്നാൽ ആത്മാന്വേഷിയുടെ മനസ്സറിഞ്ഞ് പ്രകൃതി പ്രവർത്തിക്കുന്നതിൽ മേൽപറഞ്ഞ നഷ്ടം വരുന്നില്ല എന്നറിയുന്നു.

ഇവിടെ ദൃക്സാക്ഷികളിൽ നിന്നു കേട്ടറിഞ്ഞ ഒരു സംഭവം എടുത്തു പറയാൻ ആഗ്രഹിക്കുകയാണ്. ശ്രീ കരുണാകരഗുരുവിന്റെ ജീവിതത്തിൽ നിന്നുമുള്ള ഒരേടാണത്. എഴുപതുകളുടെ തുടക്കം. പശ്ചാത്തലം കൂടി സൂചിപ്പിക്കേണ്ടിയിരിക്കുന്നു.

ഒരുകാലത്ത് വർക്കലയിൽ കുടിലുകെട്ടി ഗുരു കുറേ നാൾ ഏകാന്തവാസം നയിച്ചിരുന്നു. ആ ഘട്ടത്തിൽ ഗുരുവിന്റെ അടുത്ത് വന്നെത്തിയ ഇടുക്കി കല്ലാറുകാരനയിരുന്നു ഭാനുപ്പണിക്കർ. ഗുരുവിനെ ഏറെ സ്നേഹിച്ചും വിശ്വസിച്ചും കൂടെ നിന്ന ഒരു ആദ്യകാലഗൃഹസ്ഥശിഷ്യനായിരുന്നു അദ്ദേഹം. ഭാനുപണിക്കരെ ഗുരു അമ്മാവൻ എന്നാണ് വിളിച്ചിരുന്നത്. അതിനാൽ പിൽക്കാലത്ത് ആശ്രമത്തിൽ ഭാനുഅമ്മാവൻ എന്നറിയപ്പെട്ടു. കല്ലാറിൽ തന്റെ വീടിനോട് ചേർന്നുകിടന്ന ഭൂമിയിൽ ഒരു ഭാഗം ഗുരുവിനു കൊടുക്കണമെന്നും അതിൽ ഒരാശ്രമം ഗുരുവിന്റേതായി ഉണ്ടാകണമെന്നും അദ്ദേഹം ആഗ്രഹിച്ചു. അങ്ങനെ ഗുരുവിനെ കല്ലാറിലേക്ക് കൂട്ടിക്കൊണ്ടുപോയി വസ്തു കാണിച്ചുകൊടുത്ത് ഗുരു തിരഞ്ഞെടുത്ത ഭാഗം സമർപ്പിച്ചു. ഇത് നടക്കുമ്പോൾ തിരുവനന്തപുരത്ത് പോത്തൻകോടിനു സമീപം കുടിൽ കെട്ടി ഇന്ന് ശാന്തിഗിരി എന്നറിയപ്പെടുന്ന പ്രസ്ഥാനം ഗുരു തുടങ്ങിക്കഴിഞ്ഞിരുന്നു.

കുറെനാൾ കഴിഞ്ഞ് ഗുരു വീണ്ടും കല്ലാറിലെത്തി, ആശ്രമം പണി തുടങ്ങാമെന്ന ഉദ്ദേശ്യത്തോടെ. ഗുരുവിന്റെ വരവിനു മുന്നോടിയായി തന്റെ മക്കളുടെയും മറ്റും സഹായത്തോടെ ഗുരുവിന്റെ സ്ഥലത്ത് ഒരു കിണർ കുഴിക്കുകയും ഗുരുവിനിരിക്കാൻ ഓലഷെഡ് പണിയുകയും ചെയ്തിരുന്നു ഭാനുഅമ്മാവൻ. തനിക്ക് കാലും മുഖവും കഴുകാനുള്ള വെള്ളം കൊണ്ടു വരാൻ ഒരാൾ പോയിരിക്കുകയാണ്, സ്ഥലത്തെ കിണർ

വറ്റിയിരിക്കയാണ് എന്നറിഞ്ഞ് ഗുരു ഒന്നു വിഷമിച്ചു. ഈ അവസ്ഥയിൽ എങ്ങനെ ഇവിടെ ആശ്രമം പണിയുമെന്ന് ഗുരു ചോദിച്ചുപോയി.

ഗുരു വന്നതറിഞ്ഞ് എത്തിയവരും കൂടെ വന്നവരുമൊക്കെയായി കുറെപ്പേർ അപ്പോൾ അവിടെയുണ്ട്. ഗുരു ഓലഷെഡിൽ ഇരുന്ന് അവരോട് സംഭാഷണത്തിൽ ഏർപ്പെട്ടു. അല്പം കഴിഞ്ഞപ്പോൾ ഭാനു അമ്മാവൻ വന്ന് ആകെ വികാരാധീനനായി ഗുരുവിന്റെ കാൽക്കൽ വീണു. വെള്ളം വന്നു എന്നദ്ദേഹം പറഞ്ഞു. ഗുരുവിനു വേണ്ട വെള്ളം എത്തിയതായേ എല്ലാവരും കരുതിയുള്ളൂ. നമസ്കരിച്ചെണീറ്റ് അത് കിണറ്റിലാണ് എന്ന് പറഞ്ഞൊപ്പിച്ച അമ്മാവന്റെ ഒപ്പം ഗുരുവും കൂടെയിരുന്നവരും കിണറ്റിൻകരയിലേക്കു ചെന്നു. കിണറ്റിനകത്ത് ഊറ്റ് ചുഴന്നു പൊങ്ങുന്നതിൽ പെട്ട് അകത്ത് വീണുകിടന്നിരുന്ന കരിയിലകൾ ഞെരിയുന്നതിന്റെ ഒച്ച കേൾക്കാനുണ്ടായിരുന്നു. വലിയ താമസമില്ലാതെ കിണറ്റിൽ ആവശ്യത്തിനു വെള്ളം നിറഞ്ഞു. വെള്ളം എടുക്കാൻ വരുന്ന ആരെയും വിലക്കരുതെന്ന് ഗുരു ഭാനുഅമ്മാവനോടും മക്കളോടും മറ്റുള്ളവരോടും പറഞ്ഞു.

പ്രകൃതി അനുസരിക്കാൻ തുടങ്ങിയെന്ന് ഗുരുവിനു വെളിപ്പെട്ട സന്ദർഭം ഒരുപക്ഷേ ഇതാവും. പക്ഷേ ഗുരു ആ സിദ്ധി പ്രയോഗിച്ച് പ്രകൃതിയെ അനുസരിപ്പിക്കാൻ ശ്രമിച്ചതായി അറിവില്ല. സാധന തുടർന്നതേ ഉള്ളൂ, ലളിതമായ ജീവിതശൈലിയും. 'ഒരു സിദ്ധനോ മന്ത്രവാദിയോ ആയി എന്നെ ആരും അറിയരുത്' എന്ന് പിൽക്കാലത്ത് ഗുരു പറയുകയുമുണ്ടായി.

ഒരാളിൽ സിദ്ധി വന്നുചേർന്നിരിക്കുന്നു എന്നു കണ്ടാൽ ആളുകൾ കേട്ടറിഞ്ഞ് അവരവരുടെ കാര്യസാധ്യത്തിനായി അയാളെ സമീപിക്കുന്നതായിട്ടാണ് കാണുന്നത്. അയാൾക്ക് സിദ്ധി പ്രയോഗിച്ച് ആളുകളെ തൃപ്തിപ്പെടുത്തേണ്ടിയും വരും. ഈ അവസ്ഥയിൽ അയാൾക്കും അയാളുടെ അരികിലെത്തുന്നവർക്കും ജ്ഞാനത്തിന്റെ വഴിയേ പോകാൻ കഴിയാതെ വരികയും ചെയ്യും. സിദ്ധി സംസാരചക്രത്തിൽ തുടരാൻ ഇടയാക്കുന്നു. ജ്ഞാനത്തിന്റെ വഴി സംസാരചക്രത്തിൽ നിന്നുള്ള മോചനത്തിലേക്കാണെന്ന് ഭാരതം പണ്ടേക്കുപണ്ടേ തിരിച്ചറിഞ്ഞിട്ടുണ്ട്.

മുപ്പത്

അദ്ഭുതവും കാരുണ്യവും

പ്രകൃതിയെ മനഃപൂർവം അനുസരിപ്പിച്ച് സിദ്ധി പ്രയോഗിക്കുന്നത് ആത്മ ബലം ചോർന്നുപോകാൻ ഇടയാക്കുമെന്നാണ് ജ്ഞാനമാർഗ്ഗത്തിൽ മുന്നേ റാൻ ശ്രമിച്ചവർ പലരും പറയുന്നത്. സിദ്ധി പ്രയോഗിക്കുന്നവർ ഈ തത്ത്വം ഓർക്കില്ല. അതിന്റെ മാസ്മരികതയിൽ അവർ സ്വയം മറന്നെ ന്നിരിക്കും. അത് പ്രയോഗിക്കുക വഴി തങ്ങൾക്ക് ലഭിക്കുന്ന സാധാരണ ജനങ്ങളുടെ വിധേയത്വമോ, വിശ്വാസമോ, മറ്റന്തെങ്കിലും ലാഭമോ അവരെ പ്രലോഭിപ്പിച്ചേക്കാം.

ആത്മാക്കളുടെ സഹായത്താൽ സിദ്ധി കാണിക്കുന്നവരുണ്ട് എന്നും കേട്ടിട്ടുണ്ട്. ഒരു സംഭവം എന്റെ ജ്യേഷ്ഠൻ (ഒ.വി. വിജയൻ) പറഞ്ഞ താണ്. പരിചയമുണ്ടായിരുന്ന ഒരു മലയാളി ഐ.എ.എസ് ഉദ്യോഗസ്ഥൻ ഏട്ടനോട് പറഞ്ഞതായിരുന്നു. അദ്ദേഹം (പേരും വിശദാംശങ്ങളും മറന്നി രിക്കുന്നു) ഉത്തരേന്ത്യയിൽ ഒരിടത്ത് കളക്ടറായി ജോലി നോക്കുന്ന കാലത്ത് തന്റെ അധികാരപരിധിയിൽപ്പെട്ട ഒരു ഗ്രാമത്തിൽ നിന്ന് ഒരു പരാതി വന്നു. ഗ്രാമവാസികളുടെ വീടുകളിൽനിന്ന് വിലപ്പെട്ട പല വസ്തു ക്കളും മോഷണം പോകുന്നു, ദുരൂഹമായ രീതിയിൽ. പൂജയും മറ്റുമായി നടക്കുന്ന ഒരുത്തനുണ്ട് ഗ്രാമത്തിൽ, അയാളെ ഞങ്ങൾ സംശയിക്കുന്നു എന്നായിരുന്നു അവർ പറഞ്ഞത്.

പൊലീസുകാർ അന്വേഷിച്ചിട്ട് ഒരു തുമ്പും കിട്ടിയില്ല. കളക്ടർ ഗ്രാമ ത്തിൽ ചെന്ന് മേൽപറഞ്ഞ വ്യക്തിയുമായി കൂടിക്കാഴ്ച നടത്തി. അയാളെ ഉള്ളുതുറക്കാൻ എങ്ങനെയാണ് കളക്ടർ പ്രേരിപ്പിച്ചത് എന്നോർക്കുന്നില്ല. അയാൾ സത്യം പറയാൻ തയ്യാറായി. അപകടത്തിൽ പെട്ടു മരിച്ച യുവതി യായ ഒരു ഡോക്ടറുടെ ശാന്തി കിട്ടാത്ത ആത്മാവിനെ താൻ വരുതി യിലാക്കിയിട്ടുണ്ട് എന്നും അതിനെ ഉപയോഗിച്ചാണ് താൻ കണ്ണു വെക്കുന്ന വസ്തുക്കൾ മോഷ്ടിക്കുന്നതെന്നും അയാൾ പറഞ്ഞു.

അത് വിശ്വസിക്കാൻ ഇത്തിരി ബുദ്ധിമുട്ടുണ്ട് എന്ന് കളക്ടർ പ്രതി കരിച്ചപ്പോൾ താൻ അക്കാര്യം തെളിയിക്കാം എന്നായി മന്ത്രവാദി.

താത്പര്യം തോന്നുന്നത് എന്തെങ്കിലും ഏതെങ്കിലും കടയിൽനിന്ന് വരുത്തിക്കാണിക്കാമെന്നായി അയാൾ. കളക്ടറും കൂട്ടരും ആവശ്യപ്പെട്ടത് വളരെ ദൂരെ കാൺപൂരിലെ പ്രസിദ്ധമായ ഒരു പലഹാരക്കടയിൽ കിട്ടുന്ന ഒരു പലഹാരമായിരുന്നു. മന്ത്രവാദി അല്പനേരം തന്റെ കർമ്മത്തിലേർപ്പെട്ടു. അതിനുശേഷം അധികം വൈകിയില്ല കാൺപൂരിലെ കടയിൽ നിന്നുള്ള ഒരു പലഹാരപ്പാക്കറ്റ് അവരുടെ മുന്നിലെത്തി. തുറന്നപ്പോൾ ആവശ്യപ്പെട്ട ഇനം തന്നെ. കളക്ടറെ ബോധ്യപ്പെടുത്തിയെങ്കിലും തെളിവുമായി പൊലീസ് സ്റ്റേഷനിൽ ഹാജരാകാൻ മന്ത്രവാദി തയ്യാറായില്ല. ഗ്രാമവാസികളെ വിവരം അറിയിച്ചാൽ അവർ നിങ്ങളെ കൈകാര്യം ചെയ്യും എന്നു പേടിപ്പിച്ച് ഇനി അവരെ ഉപദ്രവിക്കില്ല എന്ന ഉറപ്പ് മന്ത്രവാദിയിൽ നിന്ന് കളക്ടർ വാങ്ങി.

ശ്രീ പരമഹംസയോഗാനന്ദന്റെ 'ഒരു യോഗിയുടെ ആത്മകഥ' (Autobiography of a Yogi) സമാനമായഒരു സംഭവം രേഖപ്പെടുത്തിയിട്ടുള്ളത് (അധ്യായം 18) ഈ സന്ദർഭത്തിൽ ഓർക്കുന്നത് പ്രസക്തമായിരിക്കും. അക്കാലത്ത് ഒരുപാടുപേർ അറിഞ്ഞ സംഭവമായിരുന്നുവത്രെ അത്. തന്റെ ഗുരു ശ്രീ യുക്തേശ്വറിൽ നിന്നാണ് യോഗാനന്ദൻ അതു കേൾക്കുന്നത്. പതിനഞ്ചുകാരനായ അഫ്‌സലിനോട് ഒരു ഹിന്ദു യോഗി കുടിക്കാൻ വെള്ളം ആവശ്യപ്പെട്ടു. എങ്ങനെയാണ് ഞാൻ വെള്ളം തരിക? ഞാനൊരു മുസ്ലീമാണ് എന്ന് അഫ്‌സൽ മടിച്ചു. ഞാൻ ജാതിമതങ്ങൾ നോക്കാറില്ല. നീ വെള്ളം കൊണ്ടുവാ. ഏതായാലും നിന്റെ സത്യസന്ധത എനിക്കിഷ്ടപ്പെട്ടു എന്ന് യോഗി കുട്ടിയോട് വാത്സല്യം കാണിച്ചു.

അവൻ കൊണ്ടുവന്നു കൊടുത്ത വെള്ളം വാങ്ങിക്കുടിച്ചശേഷം യോഗി പറഞ്ഞു, നിനക്ക് മുജ്ജന്മങ്ങളിൽനിന്നു കുറെ നല്ല കർമ്മം കാണുന്നു. ഞാൻ നിനക്ക് ഒരു വിദ്യ ഉപദേശിക്കാം. അതു പരിശീലിച്ചാൽ വലിയ കഴിവുകൾ കിട്ടും. പക്ഷേ, അവ നല്ല കാര്യങ്ങൾക്കു മാത്രമേ പ്രയോഗിക്കാവൂ. അങ്ങനെ മറ്റുള്ളവർക്ക് ഉപകാരങ്ങൾ ചെയ്യുമ്പോൾ നിന്നിലുള്ള ചില കർമ്മദോഷങ്ങൾ കുറയും. ഇരുപത് വർഷക്കാലം അഫ്‌സൽ നിഷ്ഠയോടെ പറഞ്ഞതനുസരിച്ച് പ്രവർത്തിച്ചു. സാധാരണക്കാർക്ക് കടന്നുചെല്ലാൻ പറ്റാത്ത ഒരു സൂക്ഷ്മമണ്ഡലത്തിൽ നിന്ന് അദൃശ്യനും ആജ്ഞാനുവർത്തിയുമായ ഒരു സഹായി അഫ്‌സലിനുണ്ടായി. അഫ്‌സൽ അദ്ഭുതങ്ങൾ പ്രവർത്തിച്ച് ആളുകളുടെ ഇടയിൽ പ്രിയങ്കരനായി.

ക്രമേണ തന്റെ സിദ്ധി അഫ്‌സലിനെ ലഹരി പിടിപ്പിച്ചു. ലോഭമോഹങ്ങൾക്കും മനസ്സിൽ ഇടംകിട്ടി. അഫ്‌സൽ കണ്ണു വെച്ചാൽ തൊട്ടു നോക്കിയാൽ ഏതു വസ്തുവും അപ്രത്യക്ഷമാവുന്നതിലേക്ക് കാര്യങ്ങൾ നീങ്ങി. ആളുകൾ അഫ്‌സലിനെ ഭയക്കാൻ തുടങ്ങി. ഒടുവിൽ വഴിയിൽ വെച്ച് മുടന്തിനടക്കുന്ന ഒരു ഭിക്ഷക്കാരന്റെ കയ്യിൽ കണ്ട സ്വർണ്ണം അഫ്‌സൽ

കൈക്കലാക്കി. ആ ഭിക്ഷക്കാരൻ അഫ്സലിനു വിദ്യ ഉപദേശിച്ച യോഗിയായിരുന്നു. കേട്ടറിഞ്ഞത് സത്യം തന്നെയാണോ എന്നറിയാൻ അവിടെ എത്തിയതായിരുന്നു. കൊടുത്ത കഴിവുകൾ യോഗി തിരിച്ചെടുത്തു. പർവതങ്ങളുടെ ഏകാന്തതയിൽ ആത്മാന്വേഷിയായി കഴിയാൻ യോഗി അഫ്സലിനോട് കൽപിച്ചു. അഫ്സൽ പശ്ചാത്തപിച്ചതുകൊണ്ടും നേരത്തേ ആത്മാർത്ഥമായി പ്രവർത്തിച്ചതുകൊണ്ടും ഭക്ഷണത്തിനും വസ്ത്രത്തിനും (അവക്ക് മാത്രം) ആ അദൃശ്യസഹായിയെ വിളിക്കാൻ അനുവാദം കൊടുത്തു.

സ്വയം ആർജ്ജിച്ച ആത്മബലം ചെലവാക്കിക്കൊണ്ടോ സൂക്ഷ്മ മണ്ഡലങ്ങളിലെ ആത്മാക്കളെ ഉപാസിക്കുന്ന മൂർത്തികളോ വരുതിയിലാക്കിയ ജീവന്മാരോ ആകട്ടെ, സ്വാധീനിച്ചുകൊണ്ടോ അദ്ഭുതങ്ങൾ കാണിക്കുന്നത് അത് ചെയ്യുന്നവർക്കും അതിന്റെ ഗുണഭോക്താക്കൾക്കും നന്നല്ല എന്നാണ് നമ്മൾ അനുമാനിക്കേണ്ടത്. സിദ്ധിപ്രയോഗം പ്രകൃതിക്ക് വിപരീതമാണ് എന്ന് ശ്രീ കരുണാകരഗുരു പലപ്പോഴും സൂചിപ്പിച്ചിട്ടുണ്ട്. എന്നാൽ ഒരു ദുരവസ്ഥയോ മറ്റന്തെങ്കിലുമോ കണ്ട് ജ്ഞാനികളുടെ ഹൃദയത്തിൽ കരുണ ഉണരുമ്പോൾ, അല്ലെങ്കിൽ ആ ദിവ്യസ്നേഹമുണരുമ്പോൾ അദ്ഭുതങ്ങൾ താനേ നടക്കാറുമുണ്ട്.

"മൂകം കരോതി വാചാലം
പംഗും ലംഘയതേ ഗിരിം
യത് കൃപാ തമഹം വന്ദേ
പരമാനന്ദ മാധവം."

(മൂകനെ സംസാരിക്കാനും മുടന്തനെ മല കയറാനും ശക്തി നൽകുന്ന കൃഷ്ണാ നിന്നെ വന്ദിക്കുന്നു.) എന്ന ശ്ലോകത്തിലെ വലിയ സത്യമാണത്. ബ്രഹ്മമയനായ ഗുരുവിന്റെ കാരുണ്യം പ്രകൃതിയുടെ സന്തോഷമാണ്.

മുപ്പത്തിയൊന്ന്

അറിയേണ്ടത് ഗുരുതത്ത്വം

ബോധം വർദ്ധിപ്പിക്കാനുള്ള ഋഷിമാർഗ്ഗങ്ങളുടെ ശ്രമങ്ങളും ശാസ്ത്രത്തിന്റെ ഭൗതികമായ പരീക്ഷണനിരീക്ഷണങ്ങളും ലോകജീവിതത്തെ സാരമായി സ്വാധീനിച്ചുവരുന്നു. സത്യാന്വേഷണമാണെങ്കിലും രണ്ടും രണ്ടു രീതിയിലാണ്. ഒന്ന് വ്യക്തിയുടെ ഉള്ളിലൂടെയുള്ള വഴി, മറ്റേത് പുറംലോകത്തെ ആസ്പദമാക്കിയുള്ളതും. ബോധത്തിന്റെ ഉണർച്ചകളിലൂടെയാണ് ഭാരതീയസംസ്കാരം പഴയകാലങ്ങളിൽ പുറംലോകത്തിന്റെ നേരുകളും ഗ്രഹിച്ചത് എന്ന് ചരിത്രം പറയുന്നു. അഥവാ പൗരാണിക മനീഷികൾ സ്വന്തം ബോധത്തിന്റെ തെളിച്ചങ്ങളിലൂടെ സ്ഥൂലത്തിനു പിന്നിലുള്ള സൂക്ഷ്മയാഥാർത്ഥ്യങ്ങളെ അറിഞ്ഞു. മനുഷ്യവ്യക്തിത്വത്തിന്റെ വികാസവും ശാസ്ത്രവും ആ വഴിയിൽ ഒന്നുചേർന്നു.

> "യാ നിശാ സർവഭൂതാനാം തസ്യാം
> ജാഗർത്തി സംയമീ"

(എല്ലാവരും രാത്രിയിൽ 'ഉറക്കത്തിൽ' കഴിയുമ്പോൾ ഇന്ദ്രിയങ്ങളഞ്ചും അടങ്ങി ബോധമുദിച്ചയാൾ ഉണർന്നിരിക്കുന്നു) എന്ന് ഭഗവദ്ഗീത വെളിവാക്കുന്ന രഹസ്യം അതായിരിക്കണം..

കഴിഞ്ഞ നൂറ്റാണ്ടിനെ സ്വാധീനിച്ച തത്ത്വജ്ഞാനികളിൽ ഒരാളായ ഗുർജ്ജീഫ് (ജോർജ്ജ് ഇവാനോവിച്ച് ഗുർജ്ജീഫ് 'ഗ്രീക്ക്' അർമ്മീനിയൻ വംശജൻ) സമാനമായ ഒരാശയം മുന്നോട്ടു വെച്ചിരുന്നു. മനുഷ്യൻ ജീവിക്കുന്നതും മരിക്കുന്നതും ഉറക്കത്തിലാണെന്ന് അദ്ദേഹം പറഞ്ഞു. ഒരു ആശയം മുന്നോട്ടുവെച്ചിരുന്നത് ഗീതയിലെ ഈ തത്ത്വവുമായി ചേർത്തുവായിക്കാവുന്നതാണ്. ഗുർജ്ജീഫിന്റെ ഈ തിരിച്ചറിവ് ഗീതയിലെ മേൽപറഞ്ഞ വരികളുമായി പരിചയപ്പെട്ടിട്ടായിരുന്നുവോ എന്നറിയില്ല.

ആത്മബോധം വികസിക്കുന്നതിനു പല പടവുകളും ഉണ്ട് എന്നാണ് ശ്രീ കരുണാകര ഗുരുവിൽനിന്ന് കേട്ടിട്ടുള്ളത്. പത്ത് അവസ്ഥകളെ പറ്റി ഗുരു പറയുന്നു. ഒരവസ്ഥ കടക്കാൻ ഒരാൾക്ക് പ്രാപ്തി നൽകുന്ന ഉണർച്ചകൾ നേടാൻ തന്നെ ഒരുപാടു ശ്രമിക്കേണ്ടതുണ്ട്. നമ്മുടെ പാരമ്പര്യത്തിലും ഇതേപ്പറ്റി ധാരണകളുണ്ട്. ('പടിയാറും കടന്നവിടെ

ചെല്ലുമ്പോൾ ശിവനെ കാണാകും ശിവശംഭോ' എന്ന സ്തുതി ഓർമ്മ വരികയാണ്. ഭാഗവതത്തിൽ പറയുന്ന വ്യത്യസ്തലോകങ്ങളും ജീവന്റെ അവസ്ഥാന്തരങ്ങളുമായി ബന്ധപ്പെട്ടതാണെന്ന് തോന്നുന്നു.) പ്രാപ്ത നായ ഒരു ഗുരുവിനെ കിട്ടിയാൽ അർപ്പണബോധത്തോടെ ഗുരുവിന്റെ ആജ്ഞകൾ പാലിച്ചാൽ ഈ പരിണാമപ്രക്രിയ വേഗത്തിലാകുന്നു. ഉറങ്ങിയും മയങ്ങിയും കഴിയുന്നവരെ ഉണർത്താൻ ഉണർന്നവർ തന്നെ വേണമല്ലോ.

ജീവിതത്തിലും മരണത്തിലും ഉണർന്നുകഴിയുന്ന ജ്ഞാനികളായ മഹാത്മാക്കളാണ് ഗുരുക്കന്മാരാവുന്നത്. ആത്മസാക്ഷാൽക്കാരത്തിന്റെ പലപടവുകളും കടന്ന് ആത്മീയമായ ഉന്നതികളിലെത്തിയ 'ഉണർച്ചയിൽ കഴിയുന്ന' ഒരു ഗുരുവിന്റെ അടുത്ത് ജന്മാന്തരബന്ധം കൊണ്ടാവാം കുറെ പേർ എത്തുന്നത്. അവർക്ക് കഴിയാവുന്നത്ര ഉണർച്ചകളിലേക്ക് അവരെ കൊണ്ടുപോകാൻ ആ ഗുരു ശ്രമിക്കും. ആ ഗുരുവിനെ ഏകാഗ്രതയോടെ ശരണം പ്രാപിക്കുന്ന ഒരു വ്യക്തിയുടെ പൂർവജന്മാർജ്ജിതമായ ശരി തെറ്റുകൾ കണ്ട് അവ തിരുത്തി മുന്നേറാനുള്ള ജീവിതാനുഭവങ്ങൾ ആ ഗുരു അല്ലെങ്കിൽ ഗുരുകാരുണ്യം കൊണ്ട് പ്രകൃതി അവർക്ക് നൽകും. ബ്രഹ്മനിശ്ചിതരായ ഗുരുക്കന്മാരിൽ നിന്നാണ് ഈ വിധം പരിണാമത്തെ ത്വരിതപ്പെടുത്തുന്ന അനുഭവമുണ്ടാകുന്നത്.

ബ്രഹ്മനിശ്ചയംകൊണ്ട് വരുന്ന ഗുരുവിനെ അറിയാതെ പോകുന്ന വരുടെ പല ആത്മീയപ്രവർത്തനങ്ങളും വൃഥാവിലാകുന്നുപോലുമുണ്ട് എന്നാണ് ഗുരുതത്ത്വത്തെക്കുറിച്ച് സവിസ്തരം പ്രതിപാദിക്കുന്ന ഗുരു ഗീത (സ്കന്ദപുരാണന്തർഗ്ഗതം) ബോധിപ്പിക്കുന്നത്.

"വേദശാസ്ത്രപുരാണാനി ഇതിഹാസാദികാനി ച
മന്ത്രയന്ത്രാദിവിദ്യാനാം മോഹനോച്ചാടനാദികം
ശൈവശാക്താഗമാദീനി ഹ്യന്യേ ച ബഹവോ മതാഃ
അപഭ്രംശാഃ സമസ്താനാം ജീവാനാം ഭ്രാന്തചേതസാം
ജപസ്തപോ വ്രതം തീർത്ഥം യജ്ഞോ ദാനം തഥൈവ ച."

(വേദശാസ്ത്രങ്ങളും പുരാണേതിഹാസങ്ങളും മന്ത്രയന്ത്രാദിവിദ്യകൾ കൊണ്ടുള്ള അടുപ്പിക്കൽ, പുറത്താക്കൽ എന്നിവയും ശൈവശാക്താ ഗമങ്ങളും മറ്റ് ഒരുപാട് മതങ്ങളും എല്ലാം വിഭ്രമങ്ങളിൽപ്പെട്ട ജീവന്മാരുടെ അപഭ്രംശങ്ങളാണ്. ജപം, തപം, വ്രതം, തീർത്ഥം, യജ്ഞം, ദാനം എന്നിവയും അങ്ങനെ തന്നെ.)

എന്തുകൊണ്ടാണ് അവയൊക്കെ വിഫലമാകുമെന്ന് വ്യാസന്റെ ഗുരു ഗീത പറയുന്നത്? ഗുരുതത്ത്വമറിഞ്ഞില്ലെങ്കിലാണ് അവ വിഫലമാകു ന്നത്. 'ഗുരുതത്ത്വമവിജ്ഞായ സർവം വ്യർത്ഥം ഭവേത് പ്രിയേ', ഗുരു തത്വമറിയാതെ ഇതിലെല്ലാം ഏർപ്പെട്ടിട്ട് കാര്യമില്ല. എന്തുകൊണ്ടാണ ങ്ങനെ? നമ്മുടെ സ്രഷ്ടാവും സൃഷ്ടിയും സൃഷ്ടിജാലവുമായ ബ്രഹ്മം ഈ ഉലകത്തെ ഒരു ഏകാത്മഭാവത്തിലെത്തിക്കാൻ നിയോഗിക്കുന്ന ശക്തി യാണ് ഗുരു. അതുകൊണ്ടാണ് ഗുരുതത്ത്വത്തിന് ഇത്ര പ്രാധാന്യം. ബ്രഹ്മ നിശ്ചയമനുസരിച്ചാണ് ഗുരുവിന്റെ പ്രവർത്തനം. ഗുരു ബ്രഹ്മത്തിന്റെ സ്വയം പ്രകാശനം ആണെന്നും പറയാം.

മുപ്പത്തിരണ്ട്

ഗുരുവിലേക്കെത്തുന്ന ശിഷ്യർ

ശിഷ്യരോട് സംവദിക്കുകയും അവരുമായി ഇടപഴകുകയും ചെയ്യുന്നതിൽ നിന്നാണ് ഗുരു ശിഷ്യർക്കുവേണ്ടി പ്രവർത്തിക്കുന്നത് എങ്ങനെയൊക്കെ ആയിരിക്കാമെന്ന ചില ഉൾക്കാഴ്ചകൾ നമുക്ക് കിട്ടുക. ഇങ്ങനെ വ്യക്തിഗതമായി സംഭവിക്കുന്നത് പലപ്പോഴും എല്ലാവർക്കുമായി കിട്ടുന്ന മാതൃകകളായി മാറും. അതായത് അത്തരം വെളിപ്പെടലുകൾ സമൂഹത്തിനും ലോകത്തിനു തന്നെയും ഉപകരിക്കുന്നു. എന്നുവെച്ചാൽ സമകാലികശിഷ്യരുടെ അനുഭവസാക്ഷ്യങ്ങളിൽ നിന്ന് അറിവിന്റെ കൈമാറലുകൾ ഉണ്ടാവുന്നു. ശിഷ്യപരമ്പരകളുണ്ടാവുന്നു. അങ്ങനെ അറിവുകളുടെയും അനുഭവത്തിന്റെയും തുടർച്ചകളും ഉണ്ടാവുന്നു. ഈ പശ്ചാത്തലത്തിൽ ഒരു ഗുരുവിന്റെ സമകാലികരായ ശിഷ്യർ ഗുരുവിലെത്തിച്ചേരുന്ന വഴികളിലേക്കൊരു നോട്ടം പ്രസക്തമായിരിക്കും.

ഗുരുവിനെ കിട്ടണമെന്ന് ആഗ്രഹിച്ച് നടത്തുന്ന അന്വേഷണമാണ് ഗുരുവിലെത്തിക്കുന്നത് എന്ന് പൊതുവെ നമ്മൾ ചിന്തിക്കുന്നു. ആത്മാന്വേഷി ഒരു യഥാർത്ഥഗുരുവിനെ തേടി ഉഴറുന്നു എന്ന് ഗുരുഗീതയും പറയുന്നുണ്ട്.

"മധുലുബ്ധോ യഥാ ഭൃംഗഃ പുഷ്പാത് പുഷ്പാന്തരം വ്രജേത്

ജ്ഞാനലുബ്ധസ്തഥാ ശിഷ്യഃ ഗുരോർഗ്ഗുർവന്തരം വ്രജേത്'

എന്നാണ് ശ്ലോകം. തേൻ തേടി വണ്ട് പൂവിൽ നിന്ന് പൂവിലേക്കെന്ന പോലെ അറിവുതേടി ശിഷ്യൻ ഗുരുവിൽ നിന്ന് ഗുരുവിലേക്ക് പോകുന്നു.

തനിക്കുവേണ്ട അറിവ് കിട്ടുന്ന ഇടത്ത് ശിഷ്യന്റെ യാത്ര അവസാനിക്കുന്നു എന്ന് അനുമാനിക്കാം. ഗുരുവിനെ ശിഷ്യൻ കണ്ടെത്തുന്ന ഈ പ്രക്രിയയ്ക്ക് ദൈവാധീനം വേണം. പ്രകൃതി അനുകൂലമാവണം. അതോടൊപ്പം ഗുരുകാരുണ്യത്തിന്റെ ഗൂഢമായ ഊർജ്ജതരംഗങ്ങൾ പ്രവർത്തിക്കുന്നുണ്ട് എന്നെനിക്ക് തോന്നുന്നു. ഗുരുഗീത സൂചിപ്പിക്കുന്നതു പോലെ

എല്ലാ ശിഷ്യരും ബോധപൂർവം അറിവു തേടുന്നവരാവണമെന്നുമില്ല. തന്നെ സമീപിക്കുന്ന ഭക്തരിൽ ശ്രീകൃഷ്ണൻ കണ്ട നാലുതരം തിരിവുകളുണ്ടല്ലോ (ആർത്തോ ജിജ്ഞാസുരർത്ഥാർത്ഥി ജ്ഞാനി ദുഃഖിതൻ, ജിജ്ഞാസു, സമ്പത്ത് ആഗ്രഹിക്കുന്നവൻ, അറിവിന്റെ വഴിക്ക് പോകുന്നവൻ) ഒരുപാട് ജനങ്ങൾക്ക് ഗുരുവായിത്തീരുന്ന ഏതൊരു മഹാത്മാവിനെ സമീപിക്കുന്നവരിലും ഈ നാലു കൂട്ടരെ തന്നെയാണ് കാണുക.

ഗുരുകാരുണ്യത്തിന്റെ ഗൂഢമായ തരംഗങ്ങൾ പ്രവർത്തിക്കുന്നു എന്ന് അനുമാനിക്കാൻ കാരണം ചില വായിച്ചറിവുകളും അതിലുപരി ശ്രീ കരുണാകരഗുരുവിന്റെ അടുത്ത് എത്തിപ്പെട്ട പലരുടെയും അനുഭവങ്ങളുമാണ്. ആദ്യം വായിച്ചറിവിൽ നിന്നുള്ള ഉദാഹരണങ്ങൾ പറയാം.

നൂറ്റാണ്ടുകളായി ജീവിച്ചുവരുന്നു എന്നു വിശ്വസിക്കപ്പെടുന്ന മഹാവതാർ ബാബാജി യോഗവിദ്യ ആധുനികകാലത്തിന് സ്വീകരിക്കത്തക്ക നിലയിൽ ലാഹിരി മഹാശയനു പകർന്നു നൽകിയെന്നു പറയുന്നു. ക്രിയായോഗ എന്ന പേരിൽ അറിയപ്പെടുന്ന ഈ വഴിയിലുള്ള യോഗിയാണ് പരമഹംസയോഗാനന്ദൻ. യോഗി തന്റെ ഗുരുവായ സ്വാമി യുക്തേശ്വർ ഗിരിയെ കണ്ടെത്തുന്നത് കാശിയിലെ ഒരു തെരുവിന്റെ പാതയിൽ നിന്ന് നോക്കിയാൽ കാണാവുന്ന അറ്റത്ത് നിൽക്കുന്നതായിട്ടാണ്. കാന്തം ഇരുമ്പിനെ വലിച്ചടുപ്പിക്കുന്നതുപോലെ ആ സാന്നിധ്യം തന്നെ ആകർഷിക്കുന്നതായി അനുഭവപ്പെട്ട യോഗാനന്ദൻ അടുത്തുചെല്ലുകയാണ്. എത്രയോ തവണ താൻ ഈ മനുഷ്യനെ ദർശനത്തിൽ കണ്ടുവെന്ന് തിരിച്ചറിയുകയാണ്. കാൽക്കൽ വീണു വണങ്ങി എണീറ്റ ആ നവയുവാവിനോട് നീ വന്നുവല്ലോ എന്ന് സന്തോഷാധിക്യത്തോടെ യുക്തേശ്വർ പലവട്ടം പറയുന്നു. എത്ര നാളായി നിന്നെ കാത്തിരിക്കുന്നു എന്നും പറയുന്നു (Autobiography of a Yogi). സ്വാമി വിവേകാനന്ദനെ പോലെ ബംഗാളിൽ നിന്ന് പോയി പാശ്ചാത്യലോകത്തിന് ഇന്ത്യയുടെ അറിവ് പകർന്ന ഒരാളാണ് ഈ യോഗിയും.

ലാഹിരി മഹാശയന്റെ മറ്റൊരു താവഴിയിൽ എത്തിപ്പെട്ട ശ്രീ എം എന്ന തിരുവനന്തപുരം സ്വദേശിയുടെ അനുഭവത്തിലും ഈ വശം തെളിയുന്നുണ്ട്. ബാല്യത്തിൽ കൂട്ടുകാരുടെ കൂടെ കളിച്ച് എല്ലാവരും കൂടി വീട്ടിലേക്ക് നടക്കുമ്പോൾ എം തിരിഞ്ഞുനോക്കി. കളിച്ച മരച്ചുവട്ടിൽ ഒരു ജടാധാരി പരിചയമില്ലാത്ത വേഷത്തിൽ നിൽക്കുന്നു. യുവാവായി ഹിമാലയത്തിലേക്ക് പോയ എം അവിടെ ഒരു ഗുഹയിൽ താൻ ബാല്യത്തിൽ കണ്ട മനുഷ്യനെ വീണ്ടും കണ്ടു. ഗുഹയിലെ യോഗി, മുംതാസ് അലിയെ മധുവാക്കി എട്ടു കൊല്ലം കൂടെ നിർത്തിയ ശേഷം ഗൃഹസ്ഥനായി ജീവിക്കാൻ നിർദ്ദേശിച്ച് പറഞ്ഞയച്ചു. തന്റെ ജീവചരിത്രത്തിൽ (Apprenticed to A Himalayan Master) ശ്രീ എം ഇതെല്ലാം വിവരിച്ചിരിക്കുന്നു.

ഇനി എന്റെ ഗുരുവിന്റെ അടുത്തു വന്ന രണ്ടു പേരെ പറ്റി പറയാം. രണ്ടുപേരും എനിക്ക് നല്ല പരിചയമുള്ളവർ. ഒരാൾ സ്വാമി ജ്യോതിർമയ ജ്ഞാനതപസ്വി. സ്വാമി ഇന്നില്ല. മലേഷ്യയിൽ വാസമുറപ്പിച്ച ഒരു കുടുംബത്തിലായിരുന്നു ജനനം. സാമാന്യം സാമ്പത്തികസ്ഥിതിയുള്ള കുടുംബത്തിലെ മൂന്ന് ആൺ മക്കളിൽ മൂത്തവൻ. വളരെ ചെറിയ കുട്ടി യായിരിക്കുമ്പോൾ മുതൽ പലപ്പോഴായി വർഷങ്ങളോളം ഒരു കാഴ്ച കാണുമായിരുന്നു. അതികാലത്ത് ഉണരും. അപ്പോഴാണ് കാണുക. പ്രകാശത്തിൽ ഒരു രൂപമാണ് കാണുക. മുറിയിൽ ഏതെങ്കിലും ഒരു വശത്തായിരിക്കും അത്. ദൃഷ്ടി തിരിച്ച് മറ്റൊരു വശത്തേക്ക് നോക്കി യാൽ രൂപവും അങ്ങോട്ടു മാറും. ചിലപ്പോൾ അതിൽ നിന്ന് വാക്കുകൾ വരും. മനസ്സിലാവില്ല. ചിരി വരും. കുറച്ച് വലുതായപ്പോഴേക്ക് ഈ കാഴ്ച നിലച്ചുവെങ്കിലും മറ്റുപലതും കാണുമായിരുന്നു. ഇതൊന്നും പക്ഷേ ആരോടെങ്കിലും പറയണമെന്ന തോന്നലുണ്ടായില്ല.

സ്കൂൾവിദ്യാഭ്യാസം കഴിഞ്ഞപ്പോൾ മലേഷ്യയിൽ നിന്ന് തിരുവനന്ത പുരത്തേക്ക് വന്ന് വീടെടുത്ത് അമ്മയോടൊപ്പം താമസം തുടങ്ങി മാർ ഇവാനിയോസ് കോളേജിൽ ബി.കോമിനു ചേർന്നു. അന്ന് തിരുവനന്ത പുരത്ത് ഗുരുവിന്റെ ആശ്രമത്തിൽ താമസിച്ചിരുന്ന തന്റെ ചേച്ചിയെ ചെന്നു കാണാൻ അമ്മ സ്വാമിയെ തന്റെ സഹോദരനെ കൂട്ടി പറഞ്ഞയച്ചു. ആശ്രമത്തോട് അടുക്കുംതോറും സ്വാമിക്ക് സ്ഥലങ്ങളെല്ലാം താൻ കാഴ്ച കളിൽ കണ്ടതാണെന്ന് മനസ്സിലായി. വിശദാംശങ്ങൾ ഓർക്കാൻ കഴിഞ്ഞു. ഒരു മരത്തിന്റെ വെട്ടേറ്റ പാടു പോലും കണ്ടത് തിരിച്ചറിഞ്ഞു. ആശ്രമത്തിൽ ചെന്ന് വലിയമ്മയോടൊപ്പം ഗുരുവിനെ കണ്ടു. തന്റെ കുട്ടി ക്കാലത്ത് ദർശനങ്ങളിൽ എത്രയോ തവണ കണ്ട രൂപം ഗുരുവിന്റേതാ ണെന്ന് വർഷങ്ങൾക്കുശേഷം സ്വാമിക്ക് തിരിച്ചറിയാൻ കഴിഞ്ഞു.

രണ്ടാമത് മെക്സിക്കനായ കാർലോസ് ഗുസ്മാന്റെ അനുഭവം. (ഈ വിഷയം പറഞ്ഞുകേട്ട പലരും അയാൾ കള്ളം പറയുകയാണെന്ന് ധരി ച്ചിട്ടുണ്ട്. എന്റെ ഭാവനയ്ക്ക് കടിഞ്ഞാണില്ലെന്നും.) കുഞ്ഞുന്നാൾ മുതൽ കാർലോസിനു അതീന്ദ്രിയാനുഭവങ്ങൾ വലിയ തോതിൽ ഉണ്ട്. മുതിർന്ന പ്പോൾ പുസ്തകങ്ങൾ വായിക്കുകയും ധ്യാനം ശീലിക്കുകയും ഈ രംഗത്ത് പല അന്വേഷണങ്ങൾ നടത്തുകയും പ്രഭാഷണങ്ങൾക്ക് പോവു കയും ചെയ്യാൻ തുടങ്ങി. തന്നെപ്പോലെയില്ലെങ്കിലും കുറെയൊക്കെ അനു ഭവങ്ങളുള്ള ഒരു ജീവിതപങ്കാളിയെയും കിട്ടി. ഈ യുവാവിനു 1991ൽ ദർശനമുണ്ടായി. ഒരു പ്രകാശമാണ് കാണുന്നത്. അതിൽ കാരുണ്യ പൂർവം തന്നെ കൈനീട്ടി വിളിക്കുന്ന ഒരു പുരുഷരൂപം. പ്രത്യേക അനുഭൂതി ഉണ്ടായി. പലതും കാണുന്നതു കാരണം പ്രത്യേകിച്ച് പരിഗണിച്ചില്ല. പക്ഷേ തുടർന്നുള്ള ദിവസങ്ങളിൽ ഇത് ആവർത്തിച്ചപ്പോൾ കാർലോ സിന്റെ ഉള്ളു തിരിച്ചറിഞ്ഞു, ലോകത്തെവിടെയോ ജീവിച്ചിരിപ്പുള്ള

ആളാണ്, തന്റെ ജീവിതവുമായി ബന്ധമുള്ള ആരോ ആണ്. മനസ്സിൽ ഒരു ചോദ്യമുണർന്നു; അങ്ങ് എവിടെയാണ്? അപ്പോൾ രൂപത്തോടൊപ്പം ഇന്ത്യയുടെ ഭൂപടം കൂടി കാഴ്ചയിൽ തെളിഞ്ഞു.

ഇന്ത്യയിൽ എവിടെയെന്ന ചോദ്യത്തിനു ഉത്തരം കിട്ടിയില്ല. എങ്കിലും കാർലോസ് അന്വേഷിച്ചിറങ്ങി. താൻ നടത്തുന്ന ആഭരണക്കടയും രണ്ടു മക്കളെയും മൂന്നുമാസത്തേക്ക് തനിയെ നോക്കാമെന്ന് ഭാര്യ വാഗ്ദാനം ചെയ്തു. അതീന്ദ്രിയമായ നിർദ്ദേശങ്ങൾ കാരണം ചൈന, ശ്രീലങ്ക തുടങ്ങി ചില രാജ്യങ്ങളും കറങ്ങിയാണ് രണ്ടുമാസത്തിലേറെ കഴിഞ്ഞ് ഇന്ത്യയിൽ, തമിഴ്നാട്ടിൽ, എത്തിയത്. ദർശനത്തിൽ കണ്ട വ്യക്തിയു മായി ആ സ്ഥലങ്ങളിലൊക്കെ പൂർവജന്മബന്ധങ്ങളുടെ ദർശനങ്ങൾ ഉണ്ടായി. ഒരുപാട് ബുദ്ധിമുട്ടുകൾ സഹിക്കേണ്ടി വന്നു. ഒരു ട്രെയിനിൽ വെച്ച് ഇദ്ദേഹത്തെ കണ്ട ഒരു ഗുരുവിശ്വാസി ഒന്നും പറയാതെ കരുണാ കരഗുരുവിന്റെ വിലാസം കുറിച്ചുകൊടുക്കുകയും (സുന്ദരമഹാലിംഗം എന്ന ആ മനുഷ്യനെ കണ്ടപ്പോൾ രോമഹർഷമുണ്ടായി എന്നു കാർ ലോസ് പറഞ്ഞത് ഓർക്കുകയാണ്.) പിന്നീട് വഴിപറഞ്ഞുകൊടുക്കുകയും ചെയ്തു. കാർലോസ് ഒടുവിൽ ഗുരുസവിധത്തിൽ എത്തി. ആ അനു ഭവത്തിന്റെ മഹിമാതിരേകം കാർലോസിനെ ക്ഷണനേരത്തേക്ക് അബോധാവസ്ഥയിലാക്കി. ഉണർന്ന് കാർലോസ് ഗുരുവിനോട് ചോദി ച്ചത്, 'എന്നെ അറിയുമോ' എന്നാണ്. ഉടൻ തിരുത്തിച്ചോദിച്ചു, 'എന്നെ ഓർമ്മയുണ്ടോ' എന്ന്. തന്റെ കാൽക്കൽ മടിയിലേക്ക് ചാഞ്ഞു മുട്ടു കുത്തിനിന്ന കാർലോസിനോട് ഗുരു പറഞ്ഞു, "ആയിരക്കണക്കിനു ജന്മങ്ങളായി നിന്നെ ഞാൻ അറിയും." ഗുരുക്കന്മാരുടെ അടുത്തേക്ക് ശിഷ്യർ എത്തിപ്പെടുന്നതിന്റെ ഒരു നിർണ്ണായകഘടകം ഗുരുവിന്റെ ഇച്ഛ യാണെന്നു തന്നെ വിശ്വസിക്കാം.

പലരുടെയും അനുഭവങ്ങൾ വായിക്കുമ്പോൾ അങ്ങനെയാണ് തോന്നുക.

മുപ്പത്തിമൂന്ന്

മുള്ളു കളഞ്ഞ റോസാച്ചെടി

സത്യാന്വേഷണവഴികളിൽ ഇന്ദ്രിയനിഗ്രഹത്തിനു കാര്യമായ സ്ഥാനം കാണുന്നു. ഋഷിമാരുടെ തപസ്സ് അതില്ലാതെ സാധ്യമാവുമായിരുന്നില്ലല്ലോ. ശരീരവും ഞാൻ എന്ന ബോധവും തമ്മിൽ ഒരു വടംവലി ഈ പ്രക്രിയയിൽ വ്യക്തമാണ്. സാധാരണഗതിയിൽ 'ഞാൻ' എന്ന ബോധം ശരീരത്തെ ഏറെ സന്തോഷിപ്പിച്ചുകൊണ്ട് പോകുന്നതാണ് നമ്മുടെ അനുഭവം. നമ്മൾ പ്രവർത്തിപ്പിക്കേണ്ട ഒരു യന്ത്രമെന്നതിലുപരി നമ്മളെ പ്രവർത്തിപ്പിക്കുന്ന ഒരു യന്ത്രമായി നാം അതിനെ അറിയുന്നു. അല്ലെങ്കിൽ നമ്മൾ ശരീരം മാത്രമാണെന്ന തോന്നലിൽ നാം ജീവിക്കുന്നു.

ശരീരത്തെ ഒരു യന്ത്രമായി, ഉപകരണമായി, ജീവാത്മാവിന്റെ കൂടായി അറിഞ്ഞ് ശരീരത്തിന്റെ മേധാവിത്വത്തെ അതിജീവിച്ചവർ, ബോധത്തിന്റെ പടിപടിയായുള്ള ഉണർച്ചകളിലേക്ക് കടന്ന് മനുഷ്യരാശിക്ക് വഴികാട്ടികളായിത്തീർന്നവർ, പലവിധത്തിലും ശരീരത്തോട് പൊരുതിയിട്ടാണ് തങ്ങളുടെ നേട്ടങ്ങളിൽ എത്തിയിട്ടുള്ളത്. ശരീരത്തെ ജയിക്കാനും ശുദ്ധബോധത്തിലെത്താനും ശ്രമിക്കുന്നവർ ഇന്നും ഭാരതത്തിലുണ്ട്.

ജനിമൃതിചക്രം, സംസാരം, മോക്ഷം തുടങ്ങിയ ആശയങ്ങൾ ഭാരതസംസ്കാരത്തിന് നൽകിയ ശ്രമണപാരമ്പര്യം ശരീരത്തെ ആയാസകരമായ ചര്യകൾക്ക് വിധേയമാക്കിയിരുന്നു. സിദ്ധാർത്ഥരാജകുമാരൻ (ശ്രീബുദ്ധൻ) മഹാത്യാഗത്തിനു ശേഷം ശ്രമണന്മാരുടെ കൂടെയാണ് ആദ്യം കൂടിയത്. തപശ്ചര്യകളിൽ ജാഗ്രതയോടെ ഏർപ്പെട്ടിരുന്ന അഞ്ചുപേരുടെ ഒരു ചെറുസംഘത്തിൽ. (ഈ കാലയളവിലാണ് പൈശാചികശക്തിയായ 'മാര' വന്ന് ബുദ്ധന്റെ തപസ്സു മുടക്കാൻ ശ്രമിക്കുന്നതും സിദ്ധാർത്ഥൻ ആ തടസ്സത്തെ അതിജീവിക്കുന്നതും.) കാട്ടുപ്രദേശത്ത് കാര്യമായി ഭക്ഷണം കഴിക്കാതെയും ധ്യാനിച്ചും ആറുവർഷം കഴിഞ്ഞു. അപ്പോഴേക്ക് തീർത്തും ശോഷിച്ച് അവശനിലയിലായ സിദ്ധാർത്ഥൻ ഒരുദിവസം നടത്തത്തിനിടയിൽ വീണുപോയി. ആ വഴി വന്ന സുജാത എന്ന പെൺകുട്ടി

തന്റെ കയ്യിലുണ്ടായിരുന്ന പാൽച്ചോർ അവശനായി കിടന്ന സിദ്ധാർത്ഥന് കോരിക്കൊടുത്തു. ആ ഭക്ഷണം കൊണ്ട് സിദ്ധാർത്ഥന് ജീവൻ തിരികെ കിട്ടി എന്നാണ് പറയപ്പെടുന്നത്.

ഈ അനുഭവമാണ് തപശ്ചര്യകളിൽ മധ്യമാർഗ്ഗം ഉപദേശിക്കാൻ പിൽക്കാലത്ത് ബുദ്ധനായ സിദ്ധാർത്ഥന് പ്രേരണയായത്. ജൈനമതസ്ഥാപകനായ വർദ്ധമാനമഹാവീരൻ കൂടുതൽ കർക്കശമായ തപശ്ചര്യകൾ തന്നെ പാലിച്ചു. ജൈനമതക്കാർ പ്രത്യേകിച്ച് ജൈനമുനിമാർ ഇന്നും കഠിനവ്രതങ്ങൾ ആചരിക്കുന്നവരാണ്.

കഠിനമായി സ്വന്തം ദേഹത്തെ വേദനിപ്പിച്ച മഹാത്മാവാണ് ക്രിസ്തുവിൽ വിശ്വസിച്ച് ജീവിച്ച അസീസിയിലെ സെന്റ് ഫ്രാൻസിസ്. ധനിക വ്യാപാരിയുടെ മകനായ ഫ്രാൻസിസ് സംഗീതോപകരണവും വായിച്ച് ലാഘവത്തോടെ (ഇന്നത്തെ ഭാഷയിൽ അടിച്ചുപൊളിച്ച്) ജീവിച്ച ചെറുപ്പക്കാരനായിരുന്നു. നിനച്ചിരിക്കാതെയാണ് ചില അനുഭവങ്ങൾ ഉണ്ടാകുന്നതും തനിക്കു ശരിയെന്ന് ബോധ്യപ്പെട്ട മാർഗ്ഗം സ്വീകരിച്ചു എല്ലാമുപേക്ഷിച്ചു വീടുവിട്ട് പോകുന്നതും. ചെരുപ്പിടാതെ പരുക്കനായ വസ്ത്രം ധരിച്ച് നമ്മുടെ അവധൂതന്മാരെപ്പോലെ നടന്നു. തന്റെ ജീവനെ ചുമക്കുന്ന കഴുതയെന്നു വിളിച്ച് ശരീരത്തെ ഫ്രാൻസിസ് അനുസരിപ്പിച്ചു. ആ മനസ്സിൽ കാരുണ്യം നിറഞ്ഞു. സൂര്യചന്ദ്രന്മാരെയും സർവജീവജാലങ്ങളെയും കൂടപ്പിറപ്പുകളായി കണ്ടു. പലപ്പോഴും പക്ഷികൾ പാറിവന്ന് അദ്ദേഹത്തിന്റെ തോളിൽ ഇരുന്നു. തന്റെ വിപഞ്ചികയിലെ സ്വരവീചികൾ മൃഗങ്ങളെപ്പോലും ആകർഷിച്ചു.

കുറെ വർഷങ്ങൾക്ക് മുൻപാണ്, ദില്ലിയിൽ ഞാൻ ജോലി ചെയ്തിരുന്ന കാലത്ത് എന്റെ ഒരു സഹപ്രവർത്തക വിദേശയാത്രയ്ക്ക് പോയി. തിരിച്ചുവന്നപ്പോൾ പല സ്ഥലങ്ങളും സന്ദർശിച്ച കൂട്ടത്തിൽ അസീസിയിലും പോയ കാര്യം പറഞ്ഞു. ഫ്രാൻസിസിന്റെ ഓർമ്മകളുള്ള ആരാധനാസ്ഥലത്തെ തോട്ടത്തിൽ നിൽക്കുന്ന റോസാച്ചെടികളെ പറ്റിയുള്ള ഐതിഹ്യം എനിക്ക് പറഞ്ഞുതന്നു. (പിന്നീട് ഈ റോസാത്തോട്ടത്തെ പറ്റി വായിക്കുകയും ചെയ്തു.) ഫ്രാൻസിസ് ജീവിച്ചിരുന്ന കാലത്ത് ശരീരം പ്രലോഭനങ്ങൾക്ക് അടിമപ്പെടുകയാണോ എന്ന് സംശയിച്ച് ശരീരത്തെ ശിക്ഷിക്കാനായി നിറയെ മുള്ളുള്ള റോസാച്ചെടികൾക്കുമേലേ തുണിയില്ലാതെ കിടന്നുരുളുമായിരുന്നുവത്രെ. കുറച്ചുനാൾ ഇതു തുടർന്നപ്പോൾ ആ റോസാച്ചെടികളിൽ മുള്ളുകൾ ഇല്ലാതായി. തോട്ടത്തിൽ അന്നത്തെ റോസകളുടെ പിന്മുറക്കാരാണുള്ളത്. അവയ്ക്ക് മുള്ളില്ല. ഈ റോസാപ്പൂക്കൾ (Rosa Canina Assisiensis) ഫ്രാൻസിസിന്റെ തോട്ടത്തിൽ മാത്രമേയുള്ളൂ.

എന്റെ ഗുരു സന്ന്യാസദീക്ഷ നൽകിയവർക്ക് കർക്കശമായ ചര്യകൾ കൽപിച്ചിരുന്നതായി തോന്നിയിട്ടില്ല. എന്നാൽ ഭക്തിയും ലയനവും

കുറവായി അനുഭവപ്പെടുന്ന അവസരങ്ങളിൽ ശരീരത്തിനു കഷ്ടങ്ങൾ ഏൽപിക്കുവാൻ നിർദ്ദേശിച്ചിരുന്നതായി അറിയാം. പട്ടിണി കിടക്കുന്നതും ശരീരം കൊണ്ട് നന്നായി വിയർത്ത് അധ്വാനിക്കുന്നതും ഉദാഹരണങ്ങൾ. സ്വന്തം സുഖങ്ങളും ഇഷ്ടാനിഷ്ടങ്ങളും ബോധപൂർവം ത്യജിക്കാതെ മനുഷ്യനു ആന്തരികപരിണാമം സംഭവിക്കുന്നില്ല. നിരവധി മഹാത്മാക്കൾ ജന്മാന്തരങ്ങളിലൂടെ ബോധപൂർവം അനുഷ്ഠിച്ച ത്യാഗമാണ് നമ്മുടെ സംസ്കാരത്തിന്റെ അടിത്തറ. ചെറിയ രീതിയിലെങ്കിലും ത്യാഗമനുഷ്ഠിക്കാൻ അവരുടെ വാക്കുകൾ ശ്രദ്ധിച്ചാൽ നമുക്കും സാധിക്കും, അതു വഴി ആന്തരികമായ പരിണാമത്തിനു ആക്കം കൂട്ടാനും.

മുപ്പത്തിനാല്
'അറിയുന്ന'വരുടെ ജീവകാരുണ്യം

ജീവിതത്തിൽ സ്വാർത്ഥതാത്പര്യങ്ങൾക്ക് നാം കൂടുതൽ ഇടം കൊടു ക്കാറുണ്ട്. എങ്കിലും കാരുണ്യത്തിന്റെ ഒരംശം നമ്മിൽ ഉണ്ട്. പലപ്പോഴും അവികസിതമോ അല്പവികസിതമോ ആയ നിലയിലാവാം അത്. അതു കൊണ്ട് അത് പ്രകടമാവുന്ന രീതികളിൽ ഏറ്റക്കുറവുകൾ കാണാം. എന്നാൽ സാധാരണമനുഷ്യരെ അപേക്ഷിച്ച് ജ്ഞാനമാർഗ്ഗത്തിൽ ഉയർന്നു പോകുന്ന മഹാത്മാക്കളിൽ, കാരുണ്യം വ്യാപ്തിയിലും സൂക്ഷ്മതയിലും ആഴത്തിലും മികച്ചു നിൽക്കുന്നു. പ്രത്യേകിച്ച് ഗുരുസ്ഥാനങ്ങളിൽ പ്രകാശിക്കുന്നവർ നമുക്ക് കാരുണ്യത്തിന്റെ പാഠങ്ങൾ തരുന്നവരാണ്. ജീവന്റെ താഴ്ന്ന നിലകളിൽ നിന്നുകൊണ്ട് നമുക്ക് അവരെ കൃത്യമായി മനസ്സിലാക്കാൻ കഴിയാറില്ല.

വഴിയിൽ കണ്ട, നടക്കാൻ ബുദ്ധിമുട്ടിയ, മുടന്തുള്ള ആട്ടിൻ കുട്ടിയെ ഗൗതമബുദ്ധൻ എടുത്തു നടന്നു. രാജസന്നിധിയിൽ ബലികൊടുക്കാൻ കൊണ്ടുപോയ ആടുകളുടെ കൂട്ടത്തിനു പിന്നിലായിരുന്നു അത്. കൊട്ടാര ത്തിൽ വെച്ച് ആദ്യത്തെ ആടിനു നേരേ ഓങ്ങിയ വാളിനെ ബുദ്ധൻ തടഞ്ഞു; 'അതിനെ വിടൂ, പകരം ഞാൻ ബലിയാവാം.' ആ പുണ്യപുരു ഷന്റെ വാക്കുകൾ രാജാവിന്റെ ഹൃദയത്തെ സ്പർശിച്ചു. രാജാവ് ബലി നിർത്തിവെച്ചു. രാജാവ് ആവശ്യപ്പെട്ട പ്രകാരം അവിടെ കൂടിയവരോട് ബുദ്ധൻ സംസാരിച്ചു: ജീവനെടുക്കാൻ എളുപ്പമാണ്, പക്ഷേ ജീവൻ കൊടുക്കാൻ ആർക്കും കഴിയില്ല. അതുകൊണ്ട് കാരുണ്യമുള്ളവരാ യിരിക്കൂ. കാരുണ്യമാണ് ജീവിതത്തിന് അന്തസ്സും സൗന്ദര്യവും നൽകുക. നിങ്ങളോർക്കണം, ജീവജാലങ്ങളെ ഇണക്കുന്നത് 'മൈത്രി'യാണ്. ബുദ്ധന്റെ ഉപദേശം ഉൾക്കൊണ്ട രാജാവ് തന്റെ രാജ്യത്ത് ബലി നിർത്ത ലാക്കി.

ചട്ടമ്പിസ്വാമികൾ ജീവജാലങ്ങളോട് അതീവ കാരുണ്യവാനായിരുന്നു. സ്വാമി ചെറുതും വലുതുമായ ജീവികളുമായി ആശയവിനിമയം നടത്തുക

പതിവായിരുന്നു എന്നതിനു തെളിവായി ഒട്ടേറെ ദൃക്സാക്ഷിവിവരണ ങ്ങൾ രേഖപ്പെടുത്തപ്പെട്ടിട്ടുണ്ട്. ചില ഉദാഹരണങ്ങൾ ഇവിടെ പറയാം.

ഒരിക്കൽ ശിഷ്യനായ ഒരു വനംവകുപ്പ് ഉദ്യോഗസ്ഥന്റെ വന പ്രദേശത്തെ വീട്ടിൽ സ്വാമി താമസിക്കുകയായിരുന്നു. സ്വാമിയെ കാണാൻ ദൂരെ നിന്ന് രണ്ടുപേർ അവിടെ ചെന്നപ്പോൾ അദ്ദേഹം വീട്ടിലില്ല, സമീപത്തെ പുതുവൽപ്രദേശത്താണെന്ന് അറിഞ്ഞ് അങ്ങോട്ടു ചെന്നു. അവിടെ ഒരു ചെറിയ ഇറക്കത്തിൽ ഒരു പുലിക്ക് അഭിമുഖമായി സ്വാമി നിൽക്കുന്നത് കണ്ടുപേടിച്ച് സന്ദർശകർ ഒരു മരത്തിൽ കയറി യിരുന്നു. സ്വാമിയെ പുലി തിന്നുന്നത് കാണേണ്ടിവരുമല്ലോ എന്നു ചിന്തിച്ച് അവർ ദുഃഖിതരായി. അല്പനേരം കഴിഞ്ഞപ്പോൾ മനസ്സിലായി സ്വാമി പുലിയോട് സംസാരിക്കുകയാണെന്ന്. പുലി തിരിഞ്ഞ് കാട്ടിലേക്കു നടന്നു, സ്വാമി സന്ദർശകരുടെ ദിശയിലേക്കും. മരത്തിൽ നിന്നിറങ്ങിയ വരോട് സ്വാമി പറഞ്ഞു: ഇവിടെ മേയാനെത്തിയ പശുക്കളിലൊന്നിനെ പിടിക്കാൻ തുടങ്ങിയ പുലിയെ ഞാൻ പറഞ്ഞു മനസ്സിലാക്കുകയായി രുന്നു, അത് അവനുള്ളതല്ലെന്ന്.

ഒരിക്കൽ സ്വാമിയെ വിഷപ്പാമ്പ് കടിച്ചു. സ്വാമി മുറിവായിലെ രക്തം കളഞ്ഞശേഷം പറമ്പിൽ നിന്ന് പച്ചിലകൾ പറിച്ച് മരുന്നുണ്ടാക്കി വേണ്ട തെല്ലാം ചെയ്തു. നോക്കുമ്പോൾ കടിച്ച പാമ്പ് അവിടെത്തന്നെ കിട ക്കുന്നു. സ്വാമി ചെന്ന് പതുക്കെ അതിനെ തലോടി അതിനോട് പൊയ് ക്കൊള്ളുവാൻ പറഞ്ഞപ്പോൾ അത് ഇഴഞ്ഞുപോയി. സ്വാമി ഉറുമ്പുക ളോടു വരെ സംവദിച്ചിരുന്നു. നമ്മുടെ ഉറുമ്പുസന്താനങ്ങൾക്ക് ഭക്ഷണം കൊടുക്കുന്നില്ലേ എന്ന് ശിഷ്യനോട് എഴുതിച്ചോദിച്ചതായി വായിച്ചിട്ടുണ്ട്. തന്റെ 'ജീവകാരുണ്യനിരൂപണം' എന്ന കൃതിയിൽ ഉറുമ്പുകളെപോലും കൊല്ലരുത് എന്ന സന്ദേശമാണ് സ്വാമി തരുന്നത്. ഉറുമ്പുകളെ ഒരു ജന മായും ഒരു സ്ഫുടമായും സ്വാമി വിശേഷിപ്പിക്കുന്നു. ജനിമൃതിചക്രം നമ്മുടെ ജീവനെ പരിണമിപ്പിക്കുന്നു എന്ന ആശയമാണത്. സ്വാഭാവിക മല്ലാതെ ജീവൻ പോകുന്നത് ഓരോ ജീവിക്കും പ്രതിസന്ധികൾ സൃഷ്ടി ക്കുന്നു.

കുട്ടിക്കാലം മുതൽ ശ്രീ കരുണാകരഗുരുവിനോട് അടുത്തുനിൽ ക്കുകയും പിൽക്കാലത്ത് ഗുരുവിൽ നിന്ന് സന്ന്യാസം സ്വീകരിക്കുകയും ചെയ്ത ഒരു ശിഷ്യ ഒരനുഭവം പറഞ്ഞതോർക്കുന്നു. ഈ ശിഷ്യ ഒരു ദിവസം, കടുത്ത ശരീരവേദനയുടെ അകമ്പടിയോടെ തനിക്ക് പനി കൂടി ക്കൂടിവന്ന സമയത്ത്, ധ്യാനത്തിലിരുന്ന ഗുരുവിനു മുന്നിൽ അല്പം അകലെയായി നമസ്കരിച്ചു. ഗുരു പെട്ടെന്ന് ധ്യാനത്തിൽ നിന്നുണർന്ന്, നമസ്കരിച്ചെണീറ്റ ശിഷ്യയോട് ശരീരം വേദനിക്കുന്നോ, പനിക്കുന്നോ എന്ന് അന്വേഷിച്ചു. വേണ്ട ശുശ്രൂഷയ്ക്ക് ഏർപ്പാടു ചെയ്തു. എങ്ങനെ യാണ് ഗുരു ഇതറിഞ്ഞത് എന്ന് പിന്നീട് ചോദിച്ചപ്പോൾ ഗുരു പറഞ്ഞത് ഉള്ളിൽ അനുഭവപ്പെട്ടു എന്നാണ്.

ഒ.വി. ഉഷ

പരിചരിക്കാൻ നിന്ന ശിഷ്യരിലൊരാളുടെ അനുഭവം ഇതോടു ചേർക്കട്ടെ. ഒരു ദിവസം പുതിയതായി എത്തിയ സന്ദർശകരിൽ ഒരു സ്ത്രീ മുന്നിൽ വന്ന് തൊഴുതപ്പോൾ ഗുരു ചോദിച്ചു: "അമ്മാ, മുട്ടുവേദന നല്ല പോലെയുണ്ട് അല്ലേ?" കണ്ണുനിറഞ്ഞ് കൃതജ്ഞതയോടെ അവർ ഉണ്ട് എന്നറിയിച്ചു. വേണ്ട മരുന്ന് കൊടുക്കാൻ ഏർപ്പാടാക്കി അവരെ അയച്ചു കഴിഞ്ഞപ്പോൾ ഈ ശിഷ്യൻ അന്വേഷിച്ചു മുട്ടുവേദന എങ്ങനെ അറിഞ്ഞെന്ന്. മുട്ടുവേദന അനുഭവപ്പെട്ടു എന്നാണു ഗുരു പറഞ്ഞത്. ഇങ്ങനെ ഒരുപാടനുഭവങ്ങളുണ്ട്. എന്തൊക്കെയോ രോഗങ്ങളും വിഹ്വലതകളും കർമ്മദോഷങ്ങളും പ്രതിസന്ധികളുമായി എത്രയെത്രയോ പേർ ഗുരുവിനെ കണ്ടു. അതെല്ലാം സ്വന്തമെന്നപോലെ അറിയുകയായിരുന്നിരിക്കും എന്നതിനാൽ ഗുരു എത്രമേൽ സഹിച്ചു കാണണം എന്ന് അതിശയം തോന്നാറുണ്ട്. കാരുണ്യം എന്നല്ലാതെ നിസ്വാർത്ഥമായ ആ സഹനത്തിന് മറ്റേതു പദമാണ് യോജിക്കുക!

നിന്നെ സർവപാപങ്ങളിൽ നിന്നും ഞാൻ മോചിപ്പിക്കും എന്ന് ഭഗവദ് ഗീതയിൽ ശ്രീകൃഷ്ണൻ പറയുന്നതിലും കാരുണ്യത്തിന്റെ ക്രിയാശക്തിയാണ് പ്രകാശിക്കുന്നത്. ക്രിസ്തു എല്ലാവർക്കും വേണ്ടി സ്വയം ബലിയായി എന്നു പറയുന്നതിന്റെ അടിസ്ഥാനവും ഗുരുക്കന്മാരിലൂടെ മനുഷ്യർക്ക് കിട്ടുന്ന ദിവ്യകാരുണ്യമാണ്. ഒരളവോളം ഇതൊരു പകർന്നെടുക്കൽ കൂടിയാണ്, ഒരു ശുദ്ധീകരണവും.

മുപ്പത്തിയഞ്ച്

കല്ലും കാഞ്ചനം

ഒരു ജീവനെ, അതിന്റെ കഴിവിനെ, കഴിവുകേടിനെ ജ്ഞാനിയായ ഗുരു തിരിച്ചറിയുന്നതുപോലെ മറ്റാർക്കുമാവില്ല. ചെറുപ്രാണികളെ കുറിച്ചു പോലും അവർ ശ്രദ്ധയുള്ളവരായിരിക്കും. സോളമൻ രാജാവ് ഉറുമ്പുകളുടെ പരസ്പരസംഭാഷണം മനസ്സിലാക്കിയ കഥയുണ്ട്. (ചട്ടമ്പി സ്വാമികൾ ഉറുമ്പുകളുമായി സംവദിച്ചതിന്റെ ദൃക്സാക്ഷിവിവരണം ഉള്ളതുകൊണ്ട് ഈ കഥയും നടന്ന സംഭവത്തെ ആസ്പദമാക്കിയുള്ളതാണെന്ന് കരുതുന്നത് തെറ്റാവില്ല.) ഇസ്രയേൽ രാജാവായിരുന്ന സോളമന്റെ മഹിമ കേട്ടറിഞ്ഞ് അദ്ദേഹത്തെ സന്ദർശിച്ച എത്യോപ്യയിലെ ഷീബാരാജ്ഞിയെ യാത്രയാക്കാൻ ഒപ്പം ചെന്നതായിരുന്നു രാജാവ്. എല്ലാവരും കുതിരപ്പുറത്തായിരുന്നു. പെട്ടെന്ന് അദ്ദേഹം പോയിക്കൊണ്ടിരുന്ന വഴിയിൽ നിന്നു തന്റെ കുതിരയുടെ ഗതി മാറ്റി. സ്വാഭാവികമായും പുറകേ വന്നവരും തങ്ങളുടെ ഗതി മാറ്റി. ഷീബ സോളമനോട് വഴിമാറിയതിന്റെ കാരണം അന്വേഷിച്ചു.

ഉറുമ്പുകളുടെ സംസാരം കേട്ടിട്ടാണ് വഴി മാറിയതെന്ന് രാജാവറിയിച്ചു. ഇതാ വരുന്നു സോളമൻ രാജാവ്, രക്ഷിക്കേണ്ട രാജാവിന്റെ കുതിരക്കുളമ്പടികളിൽപെട്ട് നമ്മൾക്ക് ജീവൻ നഷ്ടപ്പെടാൻ പോകുന്നു, എന്നായിരുന്നുവത്രെ പരിഭ്രാന്തരായ ഉറുമ്പുകൾ വിലപിച്ചത്. ഇങ്ങനെയൊരു കരുതൽ രാജാവിന്റെ ഭാഗത്തുനിന്ന് ഉണ്ടാവണോ എന്ന് ന്യായമായും ഷീബ സംശയിച്ചു. ജ്ഞാനികളും ശക്തരും പാവങ്ങൾക്കും അശക്തർക്കും വേണ്ട സഹായം കൊടുക്കുകയും അവരെ രക്ഷിക്കുകയുമാണ് വേണ്ടത് എന്ന് സോളമൻ പറഞ്ഞു. എല്ലാ പ്രാണികളുടെയും അന്തർഗ്ഗതം ഗ്രഹിക്കാനും എളിയതിൽ എളിയതിന്റെ സുരക്ഷ ഉറപ്പുവരുത്താനും ബദ്ധശ്രദ്ധനായ രാജാവിനു മുന്നിൽ ഷീബ വിനീതയായി: വലിയവരുടെ പ്രശംസകളേക്കാൾ എളിയ സ്വരങ്ങൾക്ക് കാതോർക്കുന്നതാണ് അങ്ങയുടെ അറിവിന്റെയും പെരുമയുടെയും രഹസ്യം എന്ന് അവർ പറഞ്ഞു.

പേരുകേട്ട മറാഠി പുണ്യാത്മാവായിരുന്നു ഏക് നാഥ്. ഒരിക്കൽ വടക്ക് പ്രയാഗയിൽ നിന്ന് തെക്ക് രാമേശ്വരത്ത് ശിവനു അഭിഷേകം നടത്താൻ ഗംഗാജലവുമായി പോവുകയായിരുന്ന ഒരു സംഘത്തിൽ ഏക് നാഥു മുണ്ടായിരുന്നു. വഴിക്ക് വരണ്ടുകിടന്ന ഒരു പ്രദേശത്ത് ഒരു കഴുത മരണ ചേഷ്ടകളോടെ കിടക്കുന്നതു കണ്ടു. ഉടനെ ഏക് നാഥ് കഴുതയുടെ സമീപം ചെന്ന് തന്റെ കയ്യിലെ ഗംഗാജലം അതിന്റെ വായിൽ ഇത്തിരീശ്ശെ യായി ഒഴിച്ചുകൊടുത്തു. കൂടെയുള്ളവർക്ക് കടുത്ത നീരസമുണ്ടായി. ശിവനായി നേർന്ന ഗംഗാജലം കഴുതയ്ക്ക് കൊടുക്കുകയോ? ശിവനെ അപമാനിക്കുന്നതിനു തുല്യമായില്ലേ അത്? ഏക് നാഥ് അക്ഷോഭ്യനായി അവരോട് പറഞ്ഞു; ദൈവം എല്ലായിടത്തും നിറഞ്ഞുനിൽക്കുന്നു എന്ന് നിങ്ങൾ വിശുദ്ധഗ്രന്ഥങ്ങളിൽ വായിച്ചിട്ടില്ലേ? പിന്നെന്തിനു വിഷമിക്കണം? സന്ദർഭോചിതമായി ഉപയോഗിച്ചില്ലെങ്കിൽ ഒന്നിനും ഒരു മൂല്യവുമില്ല. ഈ പാവം ജീവി കുടിച്ച വെള്ളം രാമേശ്വരത്തിലെത്തിയെന്ന് കൂട്ടി ക്കൊള്ളൂ.

എന്റെ ഗുരുവിനു ചുറ്റും എപ്പോഴും ആധിയും വ്യാധിയും പിടിച്ച മനുഷ്യരായിരുന്നു. അപൂർവം അന്വേഷകരും. മറ്റു ജീവികൾ വല്ലപ്പോഴും മാത്രം കടന്നുവന്നു. അവയോടുള്ള അനുകമ്പയുടെ ചില ഒളിമിന്നലു കൾ ചിലർ കണ്ടിട്ടില്ലെന്നില്ല. ഒരിക്കൽ ഗുരു ആളുകളെ കണ്ടുകൊണ്ടി രുന്ന സമയത്ത് ആശ്രമപരിസരത്തു കഴിഞ്ഞിരുന്ന പൂച്ച ഗുരുവിന്റെ മുറിയിലേക്ക് കടന്നു വന്നു. ആരോ അതിനെ ഓടിക്കാൻ ശ്രമിച്ചപ്പോൾ ഗുരു വിലക്കി. നോക്കുമ്പോൾ അതിന്റെ കൂടെ അതിന്റെ രണ്ടു മൂന്നു കുഞ്ഞുങ്ങളുമുണ്ട്. അമ്മയും മക്കളും ഗുരുവിന്റെ കാൽക്കൽ വന്നു നിന്ന പ്പോൾ ഗുരു പറഞ്ഞുവത്രെ: "നിങ്ങൾ നിങ്ങളുടെ കൊച്ചുങ്ങളെ എന്റെ അടുത്ത് കൊണ്ടുവരാറില്ലേ? അതുപോലെ അവളും കൊച്ചുങ്ങളെ കാണി ക്കാൻ കൊണ്ടുവന്നിരിക്കുകയാണ്."

തള്ളയ്ക്കും മക്കൾക്കും അവർക്കു പറ്റുന്ന എന്തോ പലഹാരം ഗുരു തിന്നാൻ കൊടുത്തു.

ഒരു ദിവസം ഗുരുവിന്റെ പർണ്ണശാലയ്ക്കടുത്ത് മണ്ണു കിളച്ചുകൊണ്ടു നിന്ന ഒരാളെ ഗുരു വിളിപ്പിച്ചു. ചെന്നപ്പോൾ ഗുരു പറഞ്ഞു, "നോക്ക്, കഴുക്കോലിൽ പാമ്പ് കയറിയിരിക്കുന്നു. താഴെ ഇറക്കിയിട്ട് ഒരു 'കുഞ്ഞ് അടി' കൊടുത്തു വിട്ടേക്കണം, ഇനി വരരുത്." പാമ്പിനെ പേടിയോ അതിനെ കൊല്ലാൻ മടിയോ ഇല്ലാത്ത ആളായിരുന്നു സത്യൻമാമൻ. എങ്കിലും ഗുരു പറഞ്ഞതനുസരിച്ച് കുഞ്ഞ് അടി മാത്രം കൊടുത്ത് അതിനെ പായിച്ചുകളഞ്ഞു.

ആധിയും വ്യാധിയുമുള്ള മനുഷ്യരുമായി ഗുരു സദാ ഇടപെട്ടുകൊണ്ടി രുന്നു എന്നു പറഞ്ഞല്ലോ. ഗുരു ആശ്വാസം നൽകിയ ഒരുപാടൊരുപാട്

സംഭവങ്ങൾ എനിക്കുതന്നെ അറിയാം. ഞാനിപ്പോൾ ഓർക്കുന്നത് ഒരു പക്ഷേ പ്രാധാന്യമുണ്ടെന്ന് പെട്ടെന്ന് തോന്നിക്കാത്ത ഒരു സംഭവമാണ്. ഗുരുവിന്റെ ജന്മദിനം അടുത്തുവന്ന സമയമായിരുന്നു. ആളുകൾ സമ്മാനപ്പൊതികളുമായി ഗുരുവിനെ കാണാൻ വരുന്നു. മാനസികമായി തകരാറുള്ള ഒരാൾ അന്ന് ആശ്രമത്തിൽ ചികിത്സയിൽ കഴിഞ്ഞിരുന്നു. അടച്ചിടേണ്ട അവസ്ഥയിലായിരുന്നില്ല. പൊതികളും കൊണ്ട് പലരും വരുന്നത് ശ്രദ്ധിച്ച അയാളും ഒരു പൊതിയും കൊണ്ട് ഗുരുസന്നിധിയിൽ എത്തി. ഗുരുവിന്റെ കയ്യിൽ നിന്ന് ക്ഷണനേരം കൊണ്ട് അത് അടുത്തു നിന്ന ഒരാൾ ഏറ്റുവാങ്ങി. നല്ല കനം. ശർക്കരയുരുളയുടെ വലിപ്പത്തിൽ കല്ല്. ആരോ അയാളെ പെട്ടെന്ന് ഇറക്കിവിടാൻ ഒരുങ്ങിയത് ഗുരു തടഞ്ഞു. ആർദ്രതയോടെ ഗുരു പറഞ്ഞു, "ഒന്നും ചെയ്യരുത്, എനിക്ക് എന്തെങ്കിലും തരണം എന്ന തോന്നൽ അവനു വന്നല്ലോ."

താളം തെറ്റിയ ഒരു മനസ്സിൽ പൊടിച്ച 'പോസിറ്റീവ്' ആയ ചിന്തയുടെ ഒരു ചെറുമിന്നലാട്ടം പോലും ഗുരു പൊലിപ്പിച്ചെടുത്തു. കല്ലിനൊരുപയോഗം ഗുരു കണ്ടെത്തി. ആ കല്ല് തനിക്കു കിട്ടിയ സമർപ്പണമായി കണ്ട് ആ സമർപ്പണത്തെ ആ രോഗിയുടെ സൽക്കർമ്മമാക്കി. വാതിലടയാതിരിക്കാൻ (കാറ്റു വന്ന് എപ്പോഴും വാതിൽ അടയുന്നുണ്ടായിരുന്നില്ല എങ്കിലും) ഒരു തടയായി അതു കുറെനാൾ ഉപയോഗിച്ചു. കല്ലും കാഞ്ചനവും ജ്ഞാനിക്ക് ഒരുപോലെ തന്നെ. അതേ സമയം സാധാരണ ദൃഷ്ടിയിൽ ചെറുതെന്ന് കരുതുന്ന ഏതു കാര്യവും അതിന്റേതായ രീതിയിൽ പ്രസക്തമായിരിക്കാം.

രണ്ടു സന്ദർഭങ്ങളിലായി എന്നോട് ഗുരു ഒരേ കാര്യം പറഞ്ഞത് ഓർക്കുകയാണ്: ഒന്നും ചെറുതല്ല...

മുപ്പത്തിയാറ്

അവനവനെ അറിയുക

അവനവനെ അറിയുക എന്ന വിഷയത്തിന് ഭാരതത്തിൽ വലിയ സ്ഥാനമാണുള്ളത്. മനനത്തിലൂടെയും ധ്യാനത്തിലൂടെയും മറ്റു പ്രവർത്തനങ്ങളിലൂടെയും ഉൾപ്പൊരുളുകൾ അന്വേഷിക്കുന്ന രീതികളെപ്പറ്റി നാം കേട്ടിരിക്കുന്നു. ഭാരതത്തിൽ നമ്മൾ ഇതിനെ തപസ്സായി കരുതുന്നു. തപസ്സ് ആന്തരികപരിണാമത്തിലേക്ക്, ആത്മവികാസത്തിലേക്ക്, മനുഷ്യത്വത്തിന്റെ മികച്ച സാധ്യതകളിലേക്ക് ജീവനെ ഉയർത്തുന്നു.

നേരിട്ടുള്ള അനുഭവങ്ങളുടെ ഈ ബോധശാസ്ത്രം ലോകത്തെക്കുറിച്ചുള്ള അറിവിലേക്കും വാതിൽ തുറക്കുന്നു. നമ്മുടെ ഋഷിമാരുടെ ജീവിതം എങ്ങനെയുള്ളതായിരുന്നു. അറിവ് മറ്റുള്ളവർക്കും പകർന്നു നൽകാൻ, ശുദ്ധബോധത്തെ ജ്വലിപ്പിക്കാൻ, ആത്മജ്ഞാനം തെളിയിച്ചെടുക്കാൻ അവർ പ്രാപ്തി നേടി. ഈ ആത്മീയത ഋഷിമാരുമായി ബന്ധമുണ്ടായിരുന്ന സ്ത്രീകൾക്കും ഉണ്ടായിരുന്നു. ഏറ്റവും പ്രശസ്തമായ സൂചനയാണ് യാജ്ഞവൽക്യ മഹർഷിയുമായി സംവാദം നടത്തിയ (ബൃഹദാരണ്യകോപനിഷത്ത്) മൈത്രേയിയുടെ പ്രാർത്ഥന;

"അസതോ മാ സദ് ഗമയ
തമസോ മാ ജ്യോതിർ ഗമയ
മൃത്യോർ മാ അമൃതം ഗമയ."

മൈത്രേയിയെപോലെ അറിവിന്റെ വഴികളിൽ സഞ്ചരിക്കയും മന്ത്രങ്ങൾ വെളിപ്പെട്ടുകിട്ടുകയും ചെയ്ത വേദവാഹിനികളായ സ്ത്രീകൾ ബ്രഹ്മവാദിനികൾ എന്നറിയപ്പെട്ടു.

ഏകാഗ്രതയ്ക്കായി കാടിന്റെ ഏകാന്തത തേടിയവരായിരുന്നു അന്നുള്ളവരിൽ പലരും. നാട്ടിലിരുന്ന് ഉയർന്നവവരും ഉണ്ട്. വനമധ്യത്തിലാകട്ടെ, ജനമധ്യത്തിലാകട്ടെ തങ്ങളുടെ ആത്മാന്വേഷണം തുടർന്നവർ എല്ലാവരും ജനങ്ങളിലേക്ക് തങ്ങളുടെ അറിവ് പകർന്നിരുന്നു എന്ന് പറയാൻ കഴിയില്ല. ഉയർച്ചതാഴ്ചകൾ അനുസരിച്ചായിരുന്നുവോ ആ പ്രക്രിയ എന്നും പറയാൻ വയ്യ. നിരീക്ഷിക്കുമ്പോൾ അനുമാനിക്കാൻ കഴിയുന്നത് ഓരോ നിയോഗങ്ങളനുസരിച്ചു പ്രവർത്തിക്കയാണ്

മഹാത്മാക്കൾ ചെയ്യുന്നത് എന്നാണ്. സമീപകാലത്ത് ജീവിച്ചിരുന്ന രണ്ട് ആത്മജ്ഞാനികളായിരുന്നുവല്ലോ ശ്രീനാരായണഗുരുവും ചട്ടമ്പിസ്വാമികളും. രണ്ടുപേർക്കുമിടയിൽ അഗാധസ്നേഹവും നിലനിന്നിരുന്നു. ചട്ടമ്പിസ്വാമികൾ ജനങ്ങൾക്കുവേണ്ടി സ്ഥാപനങ്ങൾ ഉണ്ടാക്കാൻ ശ്രമിച്ചില്ല. അധികം ശിഷ്യരെ സ്വീകരിച്ചുമില്ല. അതേസമയം നാരായണഗുരു സ്ഥാപനങ്ങൾ ഉണ്ടാക്കി, ജനങ്ങൾക്കുവേണ്ടി വളരെ സമയം ചെലവഴിച്ചു, സമൂഹത്തിൽ വലിയ ചലനങ്ങൾ ഉണ്ടാക്കി.

ഈജിപ്തിലെ ലക്സർ ക്ഷേത്രത്തിൽ (നൈൽ നദിക്കരയിലെ പുരാതന തീബ്സ്, ഇന്നത്തെ ലക്സർ, നഗരത്തിൽ) ഇങ്ങനെ രേഖപ്പെടുത്തിയിരിക്കുന്നതായി വായിച്ചിട്ടുണ്ട്; 'മനുഷ്യാ, നീ നിന്നെത്തന്നെ അറിയുക' (Man, know thyself). ശരീരം ദൈവത്തിന്റെ വീടാണെന്നും അവിടെ കുറിച്ചിട്ടതായി പറയുന്നു. ഈജിപ്തിൽ നിന്ന് ഗ്രീസിലേക്കും ഇറ്റലിയിലേക്കും ഈ know thyself വന്നു. പ്ലേറ്റോയും അരിസ്റ്റോട്ടിലും ഈ ആശയം ഉപയോഗിച്ചതായി അറിയുന്നു. ഈ സത്യത്തെ അന്വേഷിച്ചറിഞ്ഞ വലിയ പാരമ്പര്യം ഭാരതത്തിനുണ്ട്.

ഈ അറിവിന് രണ്ടു വശമുണ്ടെന്ന് പറയാം. ശരീരത്തിൽ ലയിച്ചു നിൽക്കുന്ന ജീവന്റെ പ്രകൃതം എന്തെന്ന് അനുഭവത്തിൽ അറിയുന്നതാണ് ഒന്ന്. ശുദ്ധബോധത്തിന്റെ അതീന്ദ്രിയമായ ആനന്ദമാണ് നമ്മളിൽ കുടികൊള്ളുന്നതെന്ന് അറിഞ്ഞവർ പറയുന്നു. ജന്മാന്തരങ്ങളിലൂടെ ജീവന്റെ കർമ്മഗതി എന്തായിരുന്നു എന്ന ധാരണ അനുഭവത്തിൽ വരുന്നതാണ് രണ്ടാമത്തെ അറിവ്. ആത്മജ്ഞാനിയിൽ ഈ അറിവുകളൊക്കെ ഉണരുന്നു. ഈ അറിവ് നേടുന്നതിനു സ്വന്തം അന്തരിന്ദ്രിയങ്ങൾ തന്നെയാകുന്നു പരീക്ഷണശാല.

എന്റെ ഗുരു പറയാറുണ്ട്: "കഴിഞ്ഞുപോയ കാലങ്ങളുടെ ധർമ്മഗതിയിൽ പറ്റിയിരിക്കുന്ന നല്ലതും ചീത്തയുമായിട്ട് ആവർത്തിച്ചുനിവർത്തിച്ചുവരുന്ന ആ ജീവന്റെ ഗതിയെന്താണ് എന്നറിയുന്നതാണ് ഗുരുമാർഗ്ഗം. അങ്ങനെയുള്ള ഗുരുമാർഗ്ഗത്തെ പറ്റിയാണ് നിങ്ങളോട് പറയുന്നത്..." കാലങ്ങളുടെ ധർമ്മഗതി എന്നു പറയുമ്പോൾ നമ്മുടെ ജീവൻ മാറിമാറി വന്ന യുഗങ്ങളിലൂടെ, യുഗധർമ്മങ്ങളിലൂടെ പരിണമിച്ചെത്തിയിരിക്കുകയാണ് എന്നാണ് ഞാൻ മനസ്സിലാക്കുന്നത്.

സ്വന്തം കർമ്മഗതി തെളിഞ്ഞു കിട്ടുകയും തുടർന്ന് മറ്റുള്ളവരുടെ കർമ്മഗതി കാണാൻ കഴിയുകയും അതിൽ വർത്തമാനകാലത്തെ ബാധിച്ചു നിൽക്കുന്ന പൂർവകർമ്മങ്ങളെ കണ്ട് തിരുത്തിയെടുക്കാൻ ഈശ്വരാനുവാദം കിട്ടുകയും ചെയ്യുന്നവനാണ് ഗുരു. ജീവന്റെ, ജീവിതത്തിന്റെ, കാതലായ രഹസ്യങ്ങൾ ആ വ്യക്തി അറിഞ്ഞിരിക്കും. അങ്ങനെയുള്ള ഗുരു തുടങ്ങിവെക്കുന്നതാണ് ഗുരുമാർഗ്ഗം. ദീപത്തിൽനിന്ന് ദീപങ്ങളെന്ന പോലെ അറിവിന്റെ പകർച്ചകളുടെ ഒരു പ്രവാഹമാണ് ലോകത്തിനു വേണ്ടത്.

മുപ്പത്തിയേഴ്

ബ്രഹ്മചര്യവും മിന്നൽപ്രഹരവും

ആത്മാന്വേഷണത്തിന്റെ പാതയിൽ ബ്രഹ്മചര്യത്തിന്റെ പങ്ക് നിർണ്ണായകമാണ്. കല്യാണം കഴിക്കാതെ ജീവിക്കുന്നതാണ് ബ്രഹ്മചര്യം എന്ന് പൊതുവേ ആളുകൾ കരുതാറുണ്ട്. പക്ഷേ അതല്ല വസ്തുത. ഇന്നത്തെ കാലത്ത് കല്യാണം കഴിക്കാതെ 'ലിവിംഗ് റ്റുഗെതർ' വ്യവസ്ഥയിൽ ജീവിക്കുന്ന അനേകം പേരുണ്ട്. എന്നു വെച്ച് അവർ ബ്രഹ്മചാരികളാവുന്നില്ലല്ലോ.

വൈദികപാരമ്പര്യത്തിൽ നിന്നാണ് ഈ പദം നാം കേട്ടുപരിചയിക്കുന്നത്. വ്യക്തിയുടെ ജീവിതത്തെ നാലു ഘട്ടങ്ങളായി, നാലു ആശ്രമങ്ങളായി, തരം തിരിച്ചിരിക്കുന്നതിൽ ആദ്യത്തേതാണ് ബ്രഹ്മചര്യം. വിവാഹത്തിനു മുൻപ് (കൗമാരം മുതൽ നവയൗവനം വരെ) വേദപഠനവും ചിട്ടയായ അനുഷ്ഠാനങ്ങളുമായി സ്ത്രീസമ്പർക്കമില്ലാതെ കഴിയുന്ന വിദ്യാർത്ഥിജീവിതമാണത്. ഉപനയനം എന്ന ചടങ്ങോടു കൂടിയാണ് ആൺകുട്ടികൾ ഈ ജീവിതം ആരംഭിക്കുന്നത്.

വേദങ്ങളും ചിട്ടകളും ചടങ്ങുകളും പഠിച്ച് പിന്നെ അവർ വിവാഹിതരാവുന്നു. അതാണ് രണ്ടാമത്തെ ഘട്ടമായ ഗൃഹസ്ഥാശ്രമം. ഗൃഹസ്ഥജീവിതത്തിന്റെ ഉത്തരവാദിത്വങ്ങൾ ഒഴിഞ്ഞാൽ വാനപ്രസ്ഥം വരുന്നു. അത് സന്ന്യാസത്തിലേക്ക്, ആഗ്രഹങ്ങളെല്ലാം കളഞ്ഞ് മോക്ഷപ്രാപ്തി എന്ന ലക്ഷ്യത്തിലേക്ക്, നയിക്കുന്നതാണ്. ഈ ക്രമീകരണം വലിയ ഒരാദർശത്തെ സാക്ഷാൽക്കരിക്കാനായിരുന്നുവെങ്കിലും ഒട്ടും ജനകീയമല്ലാത്ത ചടങ്ങുകൾ മാത്രമായിട്ടാണ് ഇപ്പോഴിത് സമൂഹത്തിൽ അവശേഷിക്കുന്നതെന്ന് തോന്നുന്നു.

ഈശ്വരപ്രാപ്തി മോഹിക്കുന്നവർ ജീവിതത്തിലുടനീളം പാലിക്കുന്ന ആന്തരികമാർഗ്ഗമാണ് ബ്രഹ്മചര്യം. ശ്രീകൃഷ്ണൻ നൈഷ്ഠിക ബ്രഹ്മചാരിയായിരുന്നു എന്ന് എവിടെയോ വായിച്ചതായി ഓർക്കുന്നു. പതിനാറായിരത്തിയെട്ട് ഭാര്യമാരുണ്ടായിരുന്നു എന്നു കഥയുമുണ്ട്. ആത്മ

ശക്തി നേടുന്ന വ്യക്തി ഏതവസ്ഥയിലും ബ്രഹ്മമാർഗ്ഗത്തിൽ ചരിക്കുന്നു എന്നർത്ഥം. ബ്രഹ്മം എന്ന് നമ്മൾ വിളിക്കുന്ന പരംപൊരുളിനെ അറിയാനായി അവനവന്റെ സത്തയിലേക്ക് ഇറങ്ങിച്ചെല്ലുക എന്ന ലക്ഷ്യത്തോടെ, അവനവനെ പരീക്ഷണവസ്തുവാക്കുകയാണ് ബ്രഹ്മചാരി ചെയ്യുന്നത്. ആത്മാർത്ഥതയോടെ ഈ വഴി പിന്തുടരുന്നവർ എല്ലാം ഈശ്വരനിൽ സമർപ്പിച്ച് ജപധ്യാനങ്ങളിലും ഉചിതമായ കർമ്മങ്ങളിലും വ്യാപൃതരാവുന്നു. ഈശ്വരസാക്ഷാൽക്കാരമെന്ന ആശയം മാത്രം മനസ്സിൽ വെച്ച് ലളിതജീവിതം നയിക്കുന്നു. ഇതിൽ നിന്ന് വീര്യലാഭം ഉണ്ടാകും, ആത്മവീര്യം തന്നെ. അതിൽനിന്ന് വാക്കിന്റെ ശക്തി കിട്ടും. ഓർമ്മയും ജാഗ്രതയുമുണ്ടാകും.

ഈശ്വരലാഭത്തിനായി ആത്മാന്വേഷികളായി ഈശ്വരശക്തിയെ ഉപാസിച്ച് ബ്രഹ്മചര്യം അനുഷ്ഠിക്കുന്ന സ്ത്രീകളുമുണ്ട്. പുരുഷസംസർഗ്ഗം വന്നുപെട്ടാൽ അവരുടെ പുണ്യോർജ്ജം നഷ്ടപ്പെടുകയും ഉപാസനാശക്തി ചോർന്നുപോകയും ചെയ്യുമെന്നാണ് കേട്ടിട്ടുള്ളത്. വിവാഹിതരായ സ്ത്രീകളിൽ പാതിവ്രത്യവും (പുരുഷന്മാരിൽ ഏകപത്നീവ്രതവും) ഈശ്വരോപാസനയും ഒത്തുകൊണ്ടുപോകുന്നതിനെ ബ്രഹ്മചര്യമായിത്തന്നെ കാണാം. ഈ വഴിക്ക് മുന്നേറുന്നവരിൽ അവനവന്റെ ധ്യാനജീവിതത്തിൽ മാത്രം ശ്രദ്ധ ചെലുത്തി പോകാനായിരിക്കും ചിലരുടെ നിയോഗം. മറ്റുള്ളവരെ സഹായിക്കാൻ നിയോഗമുള്ളവരിൽ പലർക്കും ഭൗതികലോകവും മറുലോകങ്ങളുമായുള്ള (അങ്ങനെയൊക്കെ ഉണ്ടെന്നാണ് കണ്ടറിഞ്ഞവരിൽ നിന്ന് മനസ്സിലാക്കാൻ കഴിയുന്നത്) ബന്ധങ്ങളെക്കുറിച്ച് അറിവുണ്ടാകും. ആ അറിവ് ഉപയോഗിച്ച് അവർക്ക് പ്രവർത്തിക്കേണ്ടിയും വരും. വലിയ ത്യാഗികൾക്കേ അതൊക്കെ കഴിയൂ.

ഒരനുഭവസ്ഥ പറഞ്ഞ ഒരു സംഭവം ഓർമ്മ വരുന്നു. തൊണ്ണൂറുകളുടെ ആദ്യം. അന്ന് അവർ സ്കൂളിൽ പഠിക്കുകയാണ്. കോട്ടയത്തുനിന്ന് (പൂഞ്ഞാർ ആണെന്നു തോന്നുന്നു) തിരുവനന്തപുരത്ത് ഗുരുവിനെ കാണാൻ മാതാപിതാക്കളോടൊപ്പം ഇടയ്ക്ക് വരും. അങ്ങനെ ആശ്രമത്തിൽ എത്തിയ ഒരുദിവസം. പകൽ മുഴുവൻ കാത്തിരുന്നിട്ടും ഈ കുടുംബത്തിനു ഗുരുസന്നിധിയിൽ ചെല്ലാനൊത്തില്ല. രാത്രി വളരെ വൈകിയാണ് ഗുരു ഇവരെ കാണാൻ സമയം കണ്ടെത്തിയത്. മറ്റൊരു കുടുംബത്തെ കൂടി ഒപ്പം വിളിപ്പിച്ചിരുന്നു. പതിനൊന്നു മണി കഴിഞ്ഞു കാണും. ഗുരു രണ്ടുകുടുംബങ്ങളോടും കാര്യങ്ങൾ ചോദിച്ചറിഞ്ഞ് സംസാരിച്ചുകൊണ്ടിരുന്നു.

ഇതിനിടയ്ക്ക് പൊടുന്നനെ ഗുരു അവരോടു പറഞ്ഞു: "എന്തെങ്കിലും ശബ്ദം കേട്ടാൽ പേടിക്കരുത്." പറഞ്ഞുതീർന്നില്ല കറന്റു പോയി. എല്ലാവരും നിശ്ശബ്ദരായി, ആകാംക്ഷയോടെ നിന്നു. രണ്ടുമൂന്നു നിമിഷം

കടന്നു കാണും. ആ ഹാളിന്റെ ജനാലയ്ക്കു പുറത്ത് വളരെ അടുത്താ ണെന്ന് തോന്നി ഉച്ചത്തിലുള്ള ഭയപ്പെടുത്തുന്ന ഒരലർച്ച ഉയർന്നു. ഏതോ മിന്നൽ പ്രഹരം ഏറ്റതുപോലെ അതിദയനീയമായ വേദനയിൽ നിന്നാ ണതു പുറപ്പെട്ടതെന്ന് തോന്നി. അത് അതിവേഗം അകന്ന് വായുവിൽ ലയിച്ചു. താമസിക്കാതെ കറന്റ് വന്നു. ഒന്നും സംഭവിക്കാത്തതുപോലെ ഗുരു അവരുമായുള്ള സംഭാഷണം തുടർന്നു. എന്താണുണ്ടായതെന്ന് ഗുരുവിനോട് ചോദിക്കാനുള്ള ധൈര്യം ആർക്കുമുണ്ടായില്ല. (ഏതോ നീച ശക്തിയുടെ വരവ് ഗുരു അറിഞ്ഞതും അതിനെ അതർഹിക്കുന്ന രീതി യിൽ ഓടിച്ചുവിടുകയും ചെയ്തതാണെന്ന് വ്യക്തമാണല്ലോ.)

ശ്രീനാരായണഗുരുവിന്റെ 'ദൈവചിന്തനം' എന്ന ഗദ്യകൃതിയിൽ വായുലോകനിവാസികളെ പറ്റി പ്രതിപാദിക്കുന്നുണ്ട്. വായുലോക നിവാസികളുടെ സമാന്തരലോകങ്ങൾ നാരായണഗുരു കണ്ടറിഞ്ഞിരുന്നു എന്ന് വെളിപ്പെടുത്തുന്ന ഹ്രസ്വകൃതിയാണ് 'ദൈവചിന്തനം'.

മുപ്പത്തിയെട്ട്

വായുലോകനിവാസികൾ

എനിക്ക് ശ്രീ ശങ്കരാചാര്യരോടായിരുന്നു ഒരു കാലത്ത് വലിയ താത്പര്യം. (ഇപ്പോൾ ഇഷ്ടം പോയി എന്നു പറയുകയല്ല.) 'മോഹമുദ്ഗരം' എന്ന ഒറ്റ കൃതിയേ ഞാൻ വായിച്ചിട്ടുള്ളൂ. എം.എസ്. സുബ്ബലക്ഷ്മിയുടെ അനുഗൃഹീതശബ്ദത്തിൽ ആ കൃതിയിലെ (ഭജ ഗോവിന്ദം എന്ന് ആവർത്തിക്കുന്ന) ശ്ലോകങ്ങൾ രത്നങ്ങളെപ്പോലെ തിളങ്ങുന്നതായി തോന്നിയിട്ടുണ്ട്. ആചാര്യസ്വാമികളുടെ 'മാതൃപഞ്ചക'വുമായും പരിചയം ഉണ്ടായിരുന്നു.

ശ്രീനാരായണഗുരുവിനെ ഞാനേറെ ആദരിക്കുന്ന കുമാരനാശാന്റെ ഗുരു എന്ന നിലയ്ക്ക് മാത്രമാണ് എത്രയോ കാലം കണ്ടുകൊണ്ടിരുന്നത്. ശ്രീനാരായണഗുരുവിന്റെ 'ആത്മോപദേശശതകം' എന്ന വിഖ്യാത രചന നിത്യചൈതന്യയതി ഇംഗ്ലീഷിൽ തർജ്ജമ ചെയ്തത് ആദ്യം (എന്നാണോർമ്മ) പ്രസിദ്ധീകരിച്ചത് ഞാൻ ജോലിയെടുത്തിരുന്ന വികാസ് പബ്ലിഷിംഗ് ഹൗസ് ആയിരുന്നു. എനിക്കായിരുന്നു പ്രസിദ്ധീകരണച്ചുമതല. ജോലിയുടെ ഭാഗമായി ഞാൻ ആ കൃതി വളരെ സൂക്ഷ്മതയോടെ വായിച്ചിരുന്നു. മറ്റു പദ്യകൃതികളുമായും ചെറിയ പരിചയം ഉണ്ടായിരുന്നു. എന്നിട്ടും ശ്രീശങ്കരന്റെ കവിതയോടു തന്നെയായിരുന്നു ആഭിമുഖ്യം.

എന്റെ ഗുരുവിനെ കാണാനും അടുത്ത് ഇടപഴകാനും ഭാഗ്യം സിദ്ധിച്ച 1981 മുതലാണ് ക്രമേണ നാരായണ ഗുരുവിലേക്ക് ശ്രദ്ധ തിരിയുന്നത്. ഗുരുവിന്റെ സദസ്സുകളിൽ ഗുരു ഇടയ്ക്കിടയ്ക്ക് ശ്രീനാരായണഗുരുവിനെ ഓർക്കുമായിരുന്നു. മാത്രമല്ല 'ആത്മോപദേശശതക'ത്തിലെയും 'ദർശനമാല'യിലെയും മറ്റും വരികൾ ഇടയ്ക്ക് ഉദ്ധരിക്കയും ചെയ്യും. നേരിട്ടു കണ്ടിട്ടില്ലെങ്കിലും ശ്രീ നാരായണഗുരുവിനെ ഗുരു സ്നേഹിച്ചിരുന്നു.

എന്റെ ഗുരുവിനെ കണ്ടെത്തിയ ഞാൻ അന്ന് രാജകൊട്ടാരത്തിലെ ഖജനാവിലെത്തിപ്പെട്ട കള്ളനെപ്പോലെ ആവേശത്തിലായിരുന്നു. ഗുരുവിന്റെ ലാളിത്യവും പുലർകാല സൂര്യന്റെ പ്രഭപോലെ സദാ പ്രസരിച്ച സ്നേഹവും കൊച്ചുകാര്യങ്ങളിൽ പോലുമുള്ള ശ്രദ്ധയും ആശ്രമത്തിന്റെ അന്നത്തെ മിതത്വവും അസാധാരണങ്ങളായ അനുഭവങ്ങൾ ദൈനംദിന

കാര്യങ്ങളുടെ ഭാഗം പോലെ നടന്നിരുന്നതും അദ്ഭുതകരമായിരുന്നു. ഗുരു അത്രയ്ക്ക് ആരാധ്യനായി അനുഭവപ്പെട്ടു, അതുകൊണ്ട് ഗുരു ശ്രീ നാരായണനെക്കുറിച്ച് പറഞ്ഞതെല്ലാം എന്നെ അഗാധമായി സ്പർശിച്ചു.

ഗുരുവിന്റെ ആ സ്നേഹം സ്വാഭാവികമായിരുന്നു താനും. കാരണം ഗുരു തന്റെ ആശ്രമജീവിതം തുടങ്ങിയത് ശ്രീനാരായണഗുരു ആലുവ യിൽ സ്ഥാപിച്ച അദ്വൈതാശ്രമത്തിലായിരുന്നു. പതിനേഴുകൊല്ലം ശ്രീനാരായണപ്രസ്ഥാനത്തിൽ ഉണ്ടായിരുന്നു, പല സ്ഥാപനങ്ങളിലായി. തികച്ചും യാദൃച്ഛികം എന്ന് തോന്നാവുന്ന രീതിയിലാണ് അദ്വൈതാശ്രമ ത്തിൽ എത്തുന്നത്. ഏകദേശം പതിമൂന്നു വയസ്സുള്ളപ്പോൾ. (ആ സംഭവം ഇവിടെ വിവരിക്കുന്നില്ല.)

ഒരിക്കൽ ഞാനൊരു സംശയം ഉന്നയിച്ചപ്പോൾ മറുപടി പറയാതെ ഗുരു അടുത്തുനിന്ന സന്ന്യാസിനിയായ ശിഷ്യയോട് (സന്ന്യാസിനിമാർക്ക് ഗുരു കൊടുത്ത സ്ഥാനപ്പേര് ജനനി എന്നാണ്.) ഗുരുദേവകൃതികൾ എടുത്തുകൊണ്ടുവരാൻ പറഞ്ഞു. എന്നിട്ട് ആ ജനനിയോട് പറഞ്ഞു: "ദൈവചിന്തനം വായിക്ക്." കാൽനൂറ്റാണ്ടിലേറെ കഴിഞ്ഞു, ഇന്നും അന്നെ നിക്കുണ്ടായ ആശ്ചര്യം മറന്നിട്ടില്ല. നമുക്ക് കാണാൻ കഴിയുന്ന ഈ ലോകത്തിലെന്ന പോലെ വായുലോകത്തിലും അനേകകോടി ജീവന്മാർ ഇരിക്കുന്നു എന്നാണ് ആ ഗദ്യകൃതിയുടെ തുടക്കം. നമ്മോടൊപ്പം അദൃശ്യ മായ മറുലോകങ്ങൾ ഉണ്ടെന്നുതന്നെ.

സമാന്തരലോകങ്ങൾ (parallel universe) എന്നൊരു ചിന്ത പാശ്ചാത്യ ലോകത്തിലും ഉണ്ടായി വന്നിട്ടുണ്ട്. നമ്മുടെ ലോകം കൂടി ഉൾപ്പെടുന്ന ഒരു 'മൾട്ടിവെഴ്സ്' (multiverse) ഉണ്ടായിരിക്കാം എന്നുമൊക്കെ അവർ പറയുന്നുണ്ട്. ഭൗതികശാസ്ത്രക്കാരുടെ ചിന്തകളാണ്. അല്ലാതെ ഈ പുതിയ കാലം അന്ധവിശ്വാസികളായി മുദ്രകുത്തുന്നവരുടെ അഭ്യൂഹ ങ്ങളല്ല.

'ദൈവചിന്തനം' വായിക്കുമ്പോൾ ഗുരു കണ്ടതാണ് രേഖപ്പെടുത്തി യിട്ടുള്ളത് എന്നും ഭാവനാസൃഷ്ടി അല്ല എന്നും ഉറപ്പുതോന്നും. (ആദ്യം വായിച്ചുകേട്ടതിൽപ്പിന്നെ പല തവണ 'ദൈവചിന്തനം' വായിച്ചിട്ടുണ്ട്.) സൂക്ഷ്മശരീരികളെക്കുറിച്ച് ഒരു ധാരണ വായിക്കുന്നവർക്ക് കിട്ടും. ദൈവ ങ്ങൾ, പിശാചുക്കൾ, യക്ഷകിന്നരഗന്ധർവന്മാർ എന്നെല്ലാം പറയാവുന്ന ഗണങ്ങളിൽപെട്ടവരാണവർ. എല്ലാ മതധാരകളിലും മതസ്ഥാപകന്മാ രുടെയും വലിയ ഭക്തരുടെയും മറ്റും അനുഭവങ്ങളിൽ ഈ വക കാര്യ ങ്ങളുടെ സൂചനകൾ ഉണ്ട്. അനുഭവശാലികളായ ഗുരുക്കന്മാർ ഇതെല്ലാം അറിയുകയും നമുക്കും ഈ വായുലോകവാസികൾക്കും തമ്മിൽ നമ്മളറി യാത്ത ബന്ധങ്ങൾ ഉള്ളത് തിരിച്ചറിയുകയും ഈ വ്യവസ്ഥയിൽ നമ്മെ സഹായിക്കേണ്ടതുണ്ടെങ്കിൽ സഹായിക്കുകയും ചെയ്യുന്നു.

മുപ്പത്തിയൊൻപത്

നല്ലത് കലിയുഗം

പരിമിതമായ അറിവിന്റെ സഹായത്തോടെയാണ് നാം ജീവിക്കുന്നത്. അതിജീവനത്തിനു ജന്തുസഹജമായ അറിവുകൾ നമുക്കുണ്ട്. അതിനപ്പുറത്തേക്ക് നമ്മൾ ഭൗതികമായും ആത്മീയമായും ഏറെ സഞ്ചരിച്ചിട്ടുമുണ്ട്. ഭൗതികമായ സഞ്ചാരങ്ങൾ അതായത് ശാസ്ത്രസാങ്കേതികപുരോഗതികൾ നമുക്ക് നിരവധി നേട്ടങ്ങൾ ഉണ്ടാക്കിയെന്നത് നിസ്തർക്കമാണ്. എങ്കിലും അതിന്റെ മറുവശവും നാമിന്ന് മനസ്സിലാക്കി തുടങ്ങിയിട്ടുണ്ട്.

ആത്മീയമായ സഞ്ചാരങ്ങൾ നടത്തിയ എത്രയോ വിശിഷ്ട വ്യക്തിത്വങ്ങൾ നമ്മുടെ ചരിത്രത്തിൽ ഉണ്ട്. പക്ഷേ, ആ ഗുരുക്കന്മാരുടെ വാക്കുകളിലെ വെളിച്ചം ശരിക്കും നാം ഉൾക്കൊള്ളുന്നുണ്ടോ? നാം പൊതുവെ ആചാരാനുഷ്ഠാനങ്ങളുടെയും ഉത്സവങ്ങളുടെയും ആവർത്തനങ്ങൾക്കപ്പുറം കടന്നു ചെല്ലുന്നുണ്ടോ?

നമ്മുടെ അറിവിന്റെ പരിമിതിയുടെ സൂചനകളല്ലേ ഇതെല്ലാം? ഈ സാഹചര്യത്തിൽ ഗുരുമൊഴികൾ നമുക്ക് മുന്നോട്ട് ചുവടുകൾ വെക്കാനുള്ള വഴിവെളിച്ചങ്ങൾ തന്നെയാണ്. പ്രത്യേകിച്ച് ആത്മീയതയിൽ താത്പര്യമോ വിശ്വാസമോ ഒക്കെ ഉള്ളവരുടെ കാര്യത്തിൽ.

നമ്മുടെ അറിവും അറിവുകേടും കാലവുമായി ബന്ധപ്പെട്ടിരിക്കുന്നതായി അനുമാനിക്കാം. കാലം ചാക്രികമാണെന്ന് നമ്മുടെ ഋഷിമാർ നമ്മെ അറിയിച്ചിട്ടുണ്ട്. (ഋതുക്കൾ ചാക്രികമാണല്ലോ. അതുപോലെ.) അവരുടെ അതീന്ദ്രിയമായ അറിവാണത്. പ്രപഞ്ചസ്രഷ്ടാവിന്റെ കൃപാവരംകൊണ്ട് ലഭിച്ചത്. ചതുർയുഗങ്ങൾ നാലു കാലങ്ങൾ ആയിട്ടാണ് ഈ ചാക്രികത സംഭവിക്കുന്നത് എന്നാണ് പറയുന്നത്. ഒരു ചതുർയുഗത്തിൽ സത്യ (കൃത), ത്രേതാ, ദ്വാപര, കലി എന്നിങ്ങനെ നാലു യുഗങ്ങൾ. ഓരോ യുഗത്തിനും ലക്ഷക്കണക്കിനു വർഷങ്ങളുടെ ദൈർഘ്യം. ഒരു കല്പം കൊണ്ടാണ് ഒരു കാലചക്രം പൂർത്തിയാവുന്നത്. ഒരു കൽപത്തിൽ പതിന്നാലു മനുക്കളുടെ കാലങ്ങൾ, അതായത് മന്വന്തരങ്ങൾ. ഓരോ

മന്വന്തരത്തിലും എഴുപത്തിയൊന്ന് ചതുർയുഗങ്ങൾ. നമ്മെ സംബന്ധി ച്ചേടത്തോളം കോടിക്കണക്കിനു വർഷം ദൈർഘ്യമുള്ള ഒരു കല്പം അനന്തകാലം തന്നെ. ഈ വിഷയത്തിൽ ജ്ഞാനികൾക്ക് കിട്ടിയ വെളി പാടുകളെ ആശ്രയിക്കുകയേ നമുക്ക് കരണീയമായിട്ടുള്ളൂ.

ഒരു ചതുർയുഗത്തിലെ ഓരോ യുഗത്തിനും പൊതുവെയുള്ള ഒരു സ്വഭാവമോ പ്രവർത്തനശൈലിയോ ഉണ്ട്. അതിനു യുഗധർമ്മം എന്നു പറയുന്നു. സത്യയുഗത്തിൽ പൊതുവെ എല്ലാവരും കള്ളമില്ലാത്തവരും അറിവു തികഞ്ഞവരും ബുദ്ധിയുടെ നൂറുശതമാനം ഉപയോഗിക്കുന്നവരു മാണത്രെ. തുടർന്നുള്ള ത്രേതയിലേക്ക് കടക്കുമ്പോൾ ബുദ്ധിയുടെ മുക്കാൽ ഭാഗമേ മനുഷ്യൻ ഉപയോഗിക്കുന്നുള്ളൂ. ദ്വാപരത്തിൽ പകുതി ഉപയോഗിക്കുന്നു. കലിയിൽ കാൽഭാഗം മാത്രം. പ്രകൃതിയും മനുഷ്യനും ഒക്കെ മാറിക്കൊണ്ടിരിക്കുന്നു എന്നർത്ഥം. ത്രേതായുഗത്തിൽ ജീവിച്ച സീതയുടെ മോതിരം ദ്വാപരത്തിൽ ജീവിച്ച ഭീമന്റെ അരക്കെട്ടിനു പാക മായിരുന്നു എന്ന കഥ വെറും ഭാവനയായിരിക്കണമെന്നില്ല.

കരുണാകര ഗുരുവിന്റെ സന്നിധിയിൽ വെച്ചാണ് യുഗക്കണക്കുകളും യുഗധർമ്മവും പ്രധാനവിഷയമാണെന്ന് ഞാൻ മനസ്സിലാക്കുന്നത്. ഭാര തീയമായ കാലഗണനയെ ഇപ്പോഴും പ്രസക്തമായി ഗുരു കണ്ടു. യുഗ പ്പകർച്ചകൾ സൃഷ്ടിയുടെ വ്യവസ്ഥയാണെന്നും പലപ്പോഴും യുഗങ്ങൾ ക്കിടയിൽ നീണ്ട അന്തരാളഘട്ടങ്ങൾ ഉണ്ടാവാറുണ്ടെന്നും ഗുരു പറയു ന്നതു കേട്ടു. ഒരു ചതുർയുഗത്തിലെ ആദ്യത്തെ മൂന്നു യുഗങ്ങളിൽ വന്നു ഭവിക്കുന്ന കർമ്മദോഷങ്ങൾ ക്രമേണ ഒന്നിച്ചുകൂടി എത്തുന്നതു കൊണ്ടാണ് കലിയിൽ അഴുക്കടിയുന്നത്. അതാണു കലി മലിനമെന്നും കലുഷിതമെന്നും പ്രവചിക്കപ്പെട്ടിട്ടുള്ളതും.

കലിയിൽ പൊതുവെ മനുഷ്യൻ തന്റെ ബുദ്ധിയുടെ കാൽഭാഗം മാത്രം ഉപയോഗിക്കുന്നതായി പറയുന്നുണ്ടല്ലോ. അതാവാം ഇരിക്കുന്ന കൊമ്പ് വെട്ടുന്ന തരത്തിലുള്ള പ്രവൃത്തികൾകൊണ്ട് ശുദ്ധമായ കുടിവെള്ളവും ശുദ്ധവായുവും കിട്ടാത്ത അവസ്ഥയിലേക്ക് നാം നീങ്ങിക്കൊണ്ടിരിക്കു ന്നത്. ഇതൊക്കെയാണെങ്കിലും കലി ചീത്തയല്ല എന്ന് ഗുരുവിൽ നിന്ന് മനസ്സിലാക്കാൻ കഴിഞ്ഞിട്ടുണ്ട്. എല്ലാം കലങ്ങിത്തെളിയേണ്ടത് കലിയി ലാണ്. പിതൃദോഷങ്ങൾ, ആരാധനാദോഷങ്ങൾ, വ്യക്തിഗതങ്ങളായ കർമ്മദോഷങ്ങൾ എന്നിങ്ങനെ വ്യക്തിയേയും വംശത്തെയും തദ്വാരാ സമൂഹത്തെ, രാഷ്ട്രത്തെ, ലോകത്തെ ഒക്കെയും ദുരിതത്തിലാഴ്ത്തുന്ന എല്ലാ ദുഷിപ്പുകളും നീക്കിമാറ്റേണ്ട കാലമാണിത്. എങ്കിലേ പുണ്യ സമ്പാദനവും ആത്മീയമായ ഉയർച്ചയും സാധ്യമാവുകയുള്ളൂ. ആത്മ ശുദ്ധിയാണ് ആത്മശക്തിക്കും എല്ലാ ഐശ്വര്യത്തിനും നിദാനം. സത്യ

യുഗത്തിലേക്കുള്ള സംക്രമണം സാധ്യമാക്കേണ്ടത് കലിയിലുള്ള ആത്മ ശുദ്ധീകരണ പ്രവർത്തനങ്ങളാണ്. അതാണു കലിയുടെ ധർമ്മം.

മുക്തിയുടെ കാലവുമാണ് കലി. ഈ കലികാല മഹിമ ഗ്രഹിച്ച ഒരു പുണ്യാത്മാവാണ് പൂന്താനം. മറ്റു പ്രദേശങ്ങളിലും മറ്റുലോകങ്ങളിലും ഉള്ളവരും മുൻപത്തെ മൂന്നു യുഗങ്ങളിൽ ഉള്ളവരും മുക്തി തങ്ങൾക്ക് സാധ്യമല്ല എന്നറിഞ്ഞിരിക്കുന്നതായി 'ജ്ഞാനപ്പാന'യിൽ അദ്ദേഹം പറയുന്നു. അതുകൊണ്ട് അവർ 'കലികാലത്തെ ഭാരതഖണ്ഡത്തെ/കലിതാദരം കൈവണങ്ങീടുന്നു.' ഇവിടെ വന്ന് ഒരു പുല്ലായിട്ടെങ്കിലും ജനിക്കാൻ ഭാഗ്യമില്ലാതെ പോയല്ലോ ദൈവമേ എന്ന് പുണ്യാത്മാക്കൾ പോലും ഉള്ളാലെ കേഴുന്നതായും 'ഭാരത ഖണ്ഡത്തിങ്കൽ പിറന്നൊരു/ മാനുഷർക്കും കലിക്കും നമസ്കാരം' എന്നു വന്ദിക്കുന്നതായും പൂന്താനം തന്റെ ഉൾക്കാഴ്ച പങ്കുവെച്ചിരിക്കുകയാണ്. 'യുഗം നാലിലും നല്ലൂ കലിയുഗം'.

നാല്പത്
നിഗൂഢം കാരുണ്യം

കലിയുടെ തുടക്കമായ ഈ കാലഘട്ടം നമ്മെ നിരാശാഭരിതരാക്കുന്ന രീതിയിൽ അന്ധകാരം നിറഞ്ഞതായി നമുക്ക് അനുഭവപ്പെടുന്നുണ്ട്. കലി യിൽ ധർമ്മം നിൽക്കുന്നത് ഒറ്റക്കാലിലാണത്രെ. സത്യയുഗത്തിന്റെ നന്മ കളും അറിവും പതുക്കെ തിന്മകൾക്ക് വഴിമാറി ഒടുവിൽ ധർമ്മച്യുതി ലോകത്തെ വല്ലാതെ ഗ്രസിച്ചിരിക്കുന്നു. പക്ഷേ അടുത്തത് സത്യയുഗ മാണെങ്കിൽ മാറ്റം ഈ യുഗത്തിൽ തന്നെ തുടങ്ങേണ്ടതുണ്ട്. ഇതി നായുള്ള ശുദ്ധീകരണപ്രക്രിയകളാണ് ഗുരുമാർഗ്ഗങ്ങൾ.

കഴിഞ്ഞ അയ്യായിരം വർഷങ്ങളിൽ ഒട്ടേറെ ഗുരുക്കന്മാരും അവരുടെ പാരമ്പര്യങ്ങളും ഈ പ്രക്രിയ തുടർന്നുവന്നതായി കാണാം. പ്രായോ ഗികതലത്തിൽ അനുയായികളിൽ നിന്നുതന്നെ വെല്ലുവിളികൾ നേരി ടാറുണ്ടെങ്കിലും സനാതനധർമ്മത്തിന്റെ ഓർമ്മപ്പെടുത്തലുകളായി അവ നിൽക്കുന്നു. ഗുരുവിന്റെ അറിവും കാരുണ്യവും സ്വീകരിച്ച് ഉയരാൻ പ്രാപ്തിയുള്ളവർ ചുരുക്കമാണ്. എന്റെ സ്വന്തം ജീവിതത്തിൽ ഉള്ള എന്റെ കഴിവുകേടറിയുന്ന ഞാൻ അനുഭവസത്യം കൂടിയാണ് പറയു ന്നത്. എന്റെ ഗുരു കരുണാകരഗുരുവിൽ നിന്ന് കിട്ടുമായിരുന്ന അറിവിന്റെ ആഴങ്ങൾ ദൂരെനിന്നു നോക്കി ഞാൻ കരയിൽ നിന്നതേയുള്ളൂ.

നമ്മുടെ കഴിവുകേടിനു ആക്കം കൂട്ടാൻ മറുലോകങ്ങളിൽ നിന്ന് നമ്മെ ബാധിക്കുന്ന ദോഷമുള്ള പിതൃക്കളുണ്ട്. അവർ ആരാധിച്ചുപോയ ആസുരങ്ങളായ ദേവതാശക്തികളുണ്ട്. അതുകൊണ്ട് പെട്ടെന്ന് പഴയ ശീലങ്ങളിൽ നിന്നു മാറാൻ നമുക്ക് കഴിയാറില്ല. അതാണല്ലോ കലിയുടെ പ്രവർത്തനവും. എങ്കിലും ദൈവം അറിവിന്റെ കെടാവിളക്ക് എവിടെയോ കൊളുത്തിവെച്ചിട്ടുണ്ട് എന്നു തന്നെ നമുക്ക് പ്രതീക്ഷിക്കാം. കലിയിൽ നിന്ന് സത്യത്തിലേക്കു കടക്കുവാൻ വേണ്ടതെല്ലാം സർവശക്തൻ ഇണക്കിത്തരുമെന്നും നമുക്കു കരുതാം.

ശുദ്ധീകരണത്തിനു വഴിതെളിക്കുന്ന ഗുരുക്കന്മാരുടെ പ്രവർത്തനങ്ങളുടെ ഒരു വശം അവരുടെ സാന്നിധ്യം കൊണ്ട് മറ്റുള്ളവർക്ക് ഉണ്ടാകുന്ന രോഗശമനമാണ്. പണ്ടുകേട്ട ഒരു ഖവാലിയുടെ വരി ഓർമ്മ വരുന്നു. 'ഹർ ദർദ്ദ് കി ദവാ ഹൈ മുഹമ്മദ് കി ശഹർ മെ...' എല്ലാ വേദനയ്ക്കും മുഹമ്മദിന്റെ നഗരത്തിൽ മരുന്നുണ്ട് എന്നാണാ വരിയുടെ അർത്ഥം. (പ്രവാചകനായ മുഹമ്മദ് നബി അങ്ങനെ നേരിട്ട് വല്ലതും ചെയ്തിട്ടുണ്ടോ എന്നതിൽ അഭിപ്രായസമന്വയമില്ല.) ഖവാലിക്കാർ സൂഫി ചിന്തകൾ അതായത് നബിയിൽ സ്നേഹകാരുണ്യങ്ങളുടെ ദിവ്യശക്തി കാണുന്നവരാണ്.

സ്നേഹകാരുണ്യങ്ങൾ നിറഞ്ഞവരാകയാൽ ഗുരുപ്രവാചകന്മാരും മറ്റ് ഉയർന്ന ജീവന്മാരും തങ്ങളുടെ അടുത്തെത്തുന്നവരുടെ ദുഃഖവും ദുരിതവും കണ്ട് വേദനിക്കുന്നു. ആ വേദന മനസ്സിലാക്കി ദൈവം ഇടപെടുന്നു, ഭക്തരുടെ രോഗഹേതുക്കളായ ആത്മമാലിന്യങ്ങൾ നീക്കുന്നു. തങ്ങളുടെ മനസ്സും വാക്കും കർമ്മവും പൂർണ്ണമായി ദൈവസങ്കൽപത്തിൽ സമർപ്പിച്ചിട്ടുള്ളവർ തങ്ങളുടെതായി ഒന്നും ചെയ്യുന്നില്ല എന്നാണ് പറയുന്നത്. ദൈവം കൊടുക്കുന്ന അറിവനുസരിച്ചാണ് ആ ജീവിതങ്ങൾ പോകുന്നത്. സ്വയമറിയാതെ അവരിൽ നിന്ന് വരുന്ന വാക്കുകൾ ഫലിക്കുന്നതായും കാണാം. എന്റെ ഗുരുവിന്റെ ജീവിതത്തിൽ നിന്ന് ഒന്നു രണ്ട് സംഭവങ്ങൾ പറയട്ടെ. വാക്കില്ലാതെ ഒന്നും വാക്കുവഴി ഒന്നും. രണ്ടും ഭക്തർക്കിടയിൽ ഘോഷിക്കപ്പെട്ട അനുഭവങ്ങളല്ല.

ഒന്നും പറയാതെ ഒരാൾക്ക് കിട്ടിയ സഹായമാണ് ആദ്യത്തെ സംഭവം. ഗിരിജ ഭർത്താവിന്റെയും ബന്ധുക്കളുടെയും കൂടെ കോഴിക്കോട്ടു നിന്ന് തിരുവനന്തപുരത്തേക്ക് ഒരു വിവാഹം പ്രമാണിച്ച് വന്നതായിരുന്നു. രണ്ടുമൂന്നു ദിവസം നിന്ന് സ്ഥലങ്ങൾ കണ്ട കൂട്ടത്തിൽ ആശ്രമത്തെക്കുറിച്ചറിഞ്ഞ് വെറുതെ ഒന്നു കണ്ടുപോകാൻ എത്തി. ആശ്രമത്തിൽ ഉച്ചയൂണു കഴിച്ച ശേഷമാണ് ഗുരുവിനെ കാണാൻ ചെല്ലുന്നത്. കുറെപ്പേരുണ്ട്. എല്ലാവരും വരിയായി നിന്ന് കാണുകയാണ്. ആളുകൾ ഗുരുവിനോട് തങ്ങളുടെ പ്രശ്നങ്ങൾ പറയുന്നത് ഗിരിജ ശ്രദ്ധിച്ചു.

ഗിരിജയെ അലട്ടുന്ന ഒരു പ്രശ്നമുണ്ടായിരുന്നു. യാത്രചെയ്താൽ അലർജിയുണ്ടാവും. തിരുവനന്തപുരത്തേക്ക് വന്നതിൽ കിട്ടിയ അലർജി ഒരുവിധം ശമിച്ചതേയുള്ളൂ. അന്നുരാത്രി കോഴിക്കോട്ടേക്ക് തിരിച്ചുപോകുമ്പോൾ സ്ഥിതി മോശമാവും. ഗുരുവിനോട് പറയണോ വേണ്ടയോ എന്ന് ചിന്തിച്ച് ഗുരുവിന്റെ അടുത്തെത്തിയപ്പോൾ പറയാനാവാതെ പ്രസാദവും വാങ്ങിപ്പോന്നു. എന്നാൽ പിന്നെ യാത്ര കൊണ്ട് അലർജി ഉണ്ടായിട്ടില്ല.

രണ്ടാമത്തെ സംഭവം കടയ്ക്കൽ സ്വദേശിനിയായ ലീല പറഞ്ഞതാണ്. ഗുരു ശരീരം വിട്ട് (1999) നാലഞ്ച് കൊല്ലം കഴിഞ്ഞിരിക്കും. ഗുരുഭക്തരുടെ ഒരു സംഘം ശാന്തിഗിരിയുടെ കന്യാകുമാരി ശാഖയിലേക്ക്

യാത്ര പോകും വഴി പലവീടുകളിലും കയറിയിരുന്നു. അതിൽ ഒരു വീട്ടിൽ ആളൊഴിഞ്ഞ മൂലയിൽ വെച്ച് ഞാനും ലീലയും പരിചയപ്പെട്ടു. വർത്തമാനം പറഞ്ഞ കൂട്ടത്തിൽ ഭർത്താവിന്റെ മരണത്തെപറ്റി പറഞ്ഞു.

വർഷങ്ങളായി ഗുരുവിന്റെ അടുത്ത് വന്നുപോകുന്ന ഭാര്യയും ഭർത്താവും മകനുമടങ്ങുന്ന കുടുംബമായിരുന്നു അവരുടേത്. ഭർത്താവ് വീടിനോട് ചേർന്ന് കട നടത്തിയിരുന്നു. അയാൾക്കുണ്ടായ ശാരീരികാസ്വാസ്ഥ്യം അയാളെ എത്തിച്ചത് ആർ.സി.സിയിലാണ്. പരിശോധനകളിൽ രോഗം സ്ഥിരീകരിക്കപ്പെട്ടു. ചികിത്സാതീയതിയും നിശ്ചയിച്ചു. ചികിത്സ തുടങ്ങുന്നതിന് ഏതാനും ദിവസം മുൻപ് ലീല തിരുവനന്തപുരത്തെത്തി ഗുരുവിനെ വിവരം ധരിപ്പിച്ചു.

ഗുരു എല്ലാം കേട്ടിരുന്നിട്ട് പറഞ്ഞു: "അവനങ്ങനെയൊന്നും ഇല്ലെടീ." അൽപം നിർത്തി ഗുരു തുടർന്നു: "പക്ഷേ അവനു പോകാൻ സമയമായി. അറ്റാക്കായിരിക്കും. നീ തടുക്കരുത്." ഗുരു അങ്ങനെ പറഞ്ഞെങ്കിലും നിശ്ചയിച്ചതനുസരിച്ച് വീട്ടുകാർ രോഗിയെ ആർ.സി.സിയിൽ ചികിത്സയ്ക്ക് കൊണ്ടുപോയി. അവിടെ വീണ്ടും നടന്ന പരിശോധനകളിൽ രോഗമില്ലെന്ന് കണ്ടെത്തുകയായിരുന്നു.

നാലഞ്ചുമാസം കഴിഞ്ഞ് ഒരു പുലർച്ചെ ആ മനുഷ്യനു നെഞ്ചുവേദന വന്നു. ആശുപത്രിയിൽ പോയില്ല. അടുത്തദിവസവും അതേസമയം വീണ്ടും നെഞ്ചുവേദന വന്നപ്പോൾ കൊണ്ടുപോയി. മൂന്നാംദിവസം പുലർച്ചെ മരിച്ചു. ഈ രണ്ടു പകലുകളിൽ പലപ്പോഴായി ഏതൊക്കെ കടലാസുകൾ എവിടെയൊക്കെ ഇരിക്കുന്നു, എന്തെല്ലാം കാര്യങ്ങളാണ് താൻ പോയാൽ ചെയ്യേണ്ടത് എന്നൊക്കെ വിശദമായി ഭാര്യയെ പറഞ്ഞു മനസ്സിലാക്കി, വിശദമായി യാത്ര പറഞ്ഞ്, സമാധാനമായി മരിച്ചു എന്നാണ് ലീല എന്നോട് പറഞ്ഞത്. ഗുരുവിന്റെ വാക്കുകൾ ഓർത്ത ലീല 'എന്റെ ഭർത്താവിനെ തിരിച്ചുതരണേ' എന്നു പ്രാർത്ഥിച്ചില്ല. തടുത്തില്ല. ഗുരുകാരുണ്യത്തിന്റെ ശക്തിയും ഗതിയും നിഗൂഢമാണ്. നമ്മുടെ ചിന്തയ്ക്കും ബുദ്ധിക്കും അതീതം. ആ പ്രതിഭാസത്തെ അദ്ഭുതപ്രവർത്തനമായി കാണാനാവില്ല.

നാല്പത്തിയൊന്ന്

ജന്മപാശം പാമ്പുപോലെ

ഓരോ വ്യക്തിക്കും ഓരോ കർമ്മഗതിയാണ്. ഓരോ വ്യക്തിയുടെയും വിരലടയാളം പോലെ. ഒരമ്മപെറ്റ മക്കൾക്കും ഒരേപോലെയുള്ള ജീവിതമല്ല കിട്ടുന്നത്. ഇരട്ടക്കുട്ടികൾക്കു പോലും സമാനതകളും സമാനാനുഭവങ്ങളും ഏറെയുണ്ടാവുമെങ്കിലും ജീവിതം വ്യത്യസ്തമാണ്. ഉള്ളിന്റെയുള്ളിൽ ഇരിക്കുന്ന ആത്മശക്തി പരമാത്മാവിൽനിന്നു കിട്ടിയ സ്ഫുരണമാണെന്ന് മഹാത്മാക്കൾ പറയുന്നു. എങ്കിലും ലൗകികമായി കർമ്മധർമ്മങ്ങളിൽ നമ്മുടെ ഓരോരുത്തരുടെയും ജീവാത്മാക്കളുടെ നിലയും സ്വഭാവവും വേറിട്ടതുതന്നെയാണ്.

ഇതെല്ലാം കണ്ടപാടെ അറിയാൻ ഒരു യഥാർത്ഥ ഗുരുവിനു കഴിയും. കരുണാകരഗുരുവിന്റെ ഒപ്പം ആശ്രമത്തിൽ കഴിഞ്ഞ വർഷങ്ങളിൽ എനിക്ക് ഈ നിഗൂഢതത്ത്വം മനസ്സിലായിരുന്നില്ല. ഗുരുവിന്റെ അത്യസാധാരണമെന്ന് ഇന്നെനിക്ക് അറിയാൻ കഴിയുന്ന അതീന്ദ്രിയമായ കഴിവുകൾ എന്നെപ്പോലെ ഒരു സാധാരണ വ്യക്തിയിൽനിന്ന് മറഞ്ഞാണിരുന്നത്.

എനിക്കുണ്ടായ അനുഭവങ്ങൾ ഓർത്തെടുക്കുമ്പോഴും മറ്റുള്ളവരുടെ അനുഭവങ്ങൾ കേട്ടും വായിച്ചും ഒക്കെയാണ് ഓരോന്നു മനസ്സിലാക്കി വരുന്നത്. ഇന്നോർക്കുമ്പോൾ അദ്ഭുതം തോന്നും. എന്തൊരു കൈയടക്കത്തോടെയാണ് ഗുരു സാധാരണക്കാരിൽ സാധാരണക്കാരനായ ഒരാളെപ്പോലെ, ഓരോരുത്തരുടെയും സ്വന്തമെന്ന് തോന്നിക്കും വിധം പെരുമാറിയിരുന്നത്. ഗുരു എന്താണെന്ന യാഥാർത്ഥ്യത്തെക്കുറിച്ച് വലിയ വിവരമില്ലാതിരുന്നതുകൊണ്ട് ഗുരുവിനോട് മനസ്സിലിരിക്കുന്നത് എന്തും തുറന്നു പറയാൻ എന്നെപ്പൊലുള്ളവർക്ക് കഴിഞ്ഞു.

എന്റെ അനുഭവം പറയട്ടെ. ഞാൻ എന്റെ ഏട്ടൻ (ഒ.വി. വിജയൻ), ഭാര്യ ഡോ: തെരേസാ, മകൻ മധു എന്നിവരോടൊപ്പമാണ് ആദ്യമായി ഗുരുവിനെ കാണാൻ തിരുവനന്തപുരത്ത് വരുന്നത്. ഏട്ടനും ഏടത്തിയും

ഇന്ന് എന്നോടൊപ്പമില്ല. ഞങ്ങൾ അന്ന് ഒരു രാത്രി ആശ്രമത്തിൽ തങ്ങിയിരുന്നു. വളരെ ചുരുങ്ങിയ സൗകര്യങ്ങൾ മാത്രമുള്ള സ്ഥലം. പിറ്റേന്ന് തിരിച്ചുപോരാൻ തയ്യാറായി യാത്ര പറയാൻ ഗുരുസന്നിധിയിൽ എത്തി. ഗുരുവിന്റെ ഭൗതികശരീരം ശയിക്കുന്ന ഇന്നത്തെ വലിയ വെണ്ണക്കൽ ത്താമരയുടെ സ്ഥാനത്ത് അതീവലളിതമായ ഒറ്റമുറിപ്പുരയുണ്ടായിരുന്നു. ഒരു വരാന്തയോടുകൂടിയത്. ആ വരാന്തയുടെ നടുക്കാണ് ഗുരു അന്ന് കസേരയിൽ ഇരുന്നത്. കിഴക്കോട്ട്, വാതിലിന്റെ ദിശയിലേക്ക് തിരിഞ്ഞ്. ഗുരുവിന്റെ ഇടതുവശത്തായി ഞങ്ങൾ താഴെ പനയോലത്തടുക്കുകളിൽ ഇരിക്കുകയാണ്. മുന്നിലും മറുവശത്തുമായി ഞങ്ങളെ സഹായിക്കാൻ കുറെ അന്തേവാസികളുണ്ട്. ഗുരുവിനോട് നമ്മുടെ കാര്യങ്ങൾ പറയാൻ പഴയ വിശ്വാസികൾ പ്രോത്സാഹിപ്പിക്കുന്നു. നമ്മളോട് ഗുരു പ്രതികരിക്കുന്നുമുണ്ട്. അതിനിടയിൽ പെട്ടെന്ന് ഗുരു എന്നെ കണ്ണു തിരിച്ചൊന്നു നോക്കി, ഒരു നിമിഷത്തിന്റെ ചെറിയൊരു ഭാഗം. കടാക്ഷം എന്നു പറയാമെന്നു തോന്നുന്നു. കടൽ അലയടിക്കുന്നതു നിർത്തിയാൽ എങ്ങനെയായിരിക്കാം അങ്ങനെയാണെന്റെ ഉള്ളു നിലച്ചത്. വർണ്ണിക്കാൻ വാക്കുകളില്ലാത്ത ആ ശാന്തതയിൽ ഞാൻ ഓർത്തു: മനസ്സിനെ നിശ്ചലമാക്കുന്നതിനെ പറ്റി ജെ. കൃഷ്ണമൂർത്തി സംസാരിച്ചിട്ടുണ്ട്. നാം മനസ്സിനെ നിരീക്ഷിക്കുക. ഒടുവിൽ നമ്മുടെ ഉള്ളിലെ നിരീക്ഷകനും നിരീക്ഷിക്കപ്പെടുന്നതും നിരീക്ഷിക്കുക എന്ന കർമ്മവും ഒന്നായിത്തീരുകയും മനസ്സ് നിശ്ചലമാവുകയും ചെയ്യും. ഈ ആശയം ഞാൻ പരീക്ഷിക്കാറുണ്ടായിരുന്നു. ഈ വിഷയം എന്റെ മനസ്സിന്റെ പശ്ചാത്തലത്തിൽ എപ്പോഴും അക്കാലത്ത് ഉണ്ടായിരുന്നു താനും. ഞാൻ പൊടുന്നനെ തിരിച്ചറിഞ്ഞു: ജെ.കെ പറഞ്ഞത് ഗുരു നിമിഷാർദ്ധം കൊണ്ട് അനുഭവപ്പെടുത്തിത്തന്നുവെന്ന്. അപ്പോഴും ജെ.കെ.യുടെ ചിന്താധാര ഗുരുവിനറിയാൻ കഴിയുമെന്ന് ചിന്തിച്ചില്ല. ഗുരുവിന് ഔപചാരിക വിദ്യാഭ്യാസം ഉണ്ടായിരുന്നില്ലല്ലോ (ഔപചാരിക സന്ന്യാസവുമില്ല).

ജെ.കെയുടെ ഈ ആശയം ശ്രീശങ്കരനും മറ്റൊരു രീതിയിൽ പ്രകാശിപ്പിച്ചിട്ടുണ്ട്. 'നിശ്ചലത്വം' എന്ന ഒരു സുഖനില. അതിനു നിസ്സംഗത്വവും നിർമ്മോഹത്വവും ഒക്കെ പരിശീലിക്കണം. ശങ്കരാചാര്യർ പറഞ്ഞ നിശ്ചലത്വമാണ് ഗുരു എന്നെ അനുഭവിപ്പിച്ചതെന്ന് കാൽനൂറ്റാണ്ട് കഴിഞ്ഞിട്ടാണ് ഞാൻ ചിന്തിക്കുന്നത്. എന്റെ ജീവിതത്തിൽ നാഴികക്കല്ലായി ആ അനുഭവം. ഏതാണ്ട് ഒരു മാസത്തിലേറെ ആ അനുഭൂതിയുടെ അംശം എന്നിൽ നിലനിന്നു.

ഈ ഗ്രഹണശക്തി നമ്മളോടു ബന്ധങ്ങളുള്ള ('ദൈവചിന്തന'ത്തിൽ ശ്രീനാരായണഗുരു പറയുന്ന) വായുലോകവാസികളുടെ കാര്യത്തിലും ഗുരുവിനുണ്ടായിരുന്നു. നമ്മോടൊപ്പം അവരുണ്ട്, പിതൃസ്വാധീനങ്ങൾ, പിതൃക്കൾ ആരാധിച്ചുപോയ, നമ്മൾ അറിയാത്ത, പല തലങ്ങളിലുള്ള

ആരാധനാമൂർത്തികൾ, പെട്ടെന്ന് കൂടുന്ന ബാധകൾ, ജന്മനാ നമ്മുടെ ജീവനിൽ കലർന്നു നിൽക്കുന്നവർ എന്നിങ്ങനെ നല്ലതായും ചീത്തയായും നമുക്ക് ബാധ്യതയായും ഒക്കെ നിൽക്കുന്ന അദൃശ്യങ്ങളായ ഊർജ്ജരൂപങ്ങളാണവർ. അത്തരം വിഷമങ്ങളുമായി ഗുരുവിനെ സമീപിച്ച കുറെ പേരെ പരിചയിക്കാനിടയായിട്ടുണ്ട്.

വാസുദേവൻ മാമൻ എന്ന് ഞാൻ വിളിക്കുന്ന കൊല്ലം സ്വദേശിയായ ഒരാളുടെ അനുഭവമാണ്. ചെറുപ്പത്തിൽ ഓട്ടുകമ്പനിയിൽ വാച്ചറായി ജോലി കിട്ടി. ഏതാണ്ട് ആ കാലഘട്ടം മുതൽ രാത്രി ആരോ കഴുത്തിൽ കയറിട്ട് മുറുക്കുന്നതായി തോന്നും. കൂടെ ഒഴിയാത്ത ദുരിതങ്ങളും. ഗുരുവിനെ പരിചയപ്പെടാനിടയായി. പൂർവജന്മത്തിൽ പാമ്പുകളെ വളരെ വിദഗ്ധമായി കഴുത്തിൽ കുരുക്കിട്ടു കൊല്ലുമായിരുന്നു എന്നും അതിന്റെ ഫലമാണിപ്പോൾ അനുഭവിക്കുന്നത് എന്നും ഗുരുവിൽ നിന്ന് ഗ്രഹിച്ചു. ഇടയ്ക്ക് ആശ്രമത്തിൽ ചെന്ന് ഗുരുവിനെ കണ്ടിട്ടുപോകാൻ ഗുരു ഉപദേശിച്ചു. അങ്ങനെ വന്നുപോയിക്കൊണ്ടിരുന്നപ്പോൾ പതുക്കെ മാറ്റങ്ങൾ വന്നു തുടങ്ങി. ഒടുവിൽ കഴുത്തിൽ കുരുക്ക് വരാതെയായി. ദുരിതങ്ങൾ മാറി. ഒരുദിവസം ചെന്നപ്പോൾ ഗുരു അരികെ വിളിച്ചു: 'വാ, നിന്നിൽ നിന്ന് അതിനെ മാറ്റിനോക്കട്ടെ' എന്നുപറഞ്ഞു. ഗുരു വാസുദേവന്റെ ഒരു കൈയിൽ സ്വന്തം കൈ കോർത്തുപിടിച്ചു. വാസുദേവൻ മരണവെപ്രാളം കാണിച്ചു തുടങ്ങി. ഗുരു പെട്ടെന്ന് സ്വന്തം കൈ മാറ്റിയിട്ടുപറഞ്ഞു: "അത് നിന്റെ ജീവനിൽ കലർന്നു നിൽക്കുകയാണ്, പിടിച്ചുമാറ്റിയാൽ നിന്റെ ജീവൻ പോകും."

ഒരിക്കൽ വാസുദേവൻ മാമന് അതിനെ കാണാൻ കഴിഞ്ഞു. വളരെ വലിയ ഒരു സർപ്പം. താൻ കൊന്ന പാമ്പുകളിൽ നല്ല ഒരെണ്ണമുണ്ട് എന്നും അതിന്റെ ജന്മം പാതിക്കുവെച്ചു നഷ്ടപ്പെട്ടതിന്റെ അരിശത്തോടെ കൊന്നവനെ ആവേശിച്ചതാണെന്നും പകയോടെ ജീവനിൽ കലർന്നതാണെന്നും പ്രാർത്ഥനയുടെ നല്ല ഊർജ്ജം ഉൾക്കൊണ്ട് ശാന്തനായതാണെന്നും മരണത്തിലേ ഇരുവരും പിരിയൂ എന്നും ഗുരുവിൽ നിന്ന് അറിഞ്ഞതായി മാമൻ എന്നോട് പറഞ്ഞിട്ടുണ്ട്.

നാല്പത്തിരണ്ട്

അഹങ്കാരം എന്ന സാത്താൻ

നമ്മുടെ പുരാണങ്ങളും ഇതിഹാസങ്ങളും നിറയെ യുദ്ധങ്ങളാണ്. മറ്റു സംസ്കാരങ്ങളിലും അത്തരം പൗരാണിക യുദ്ധകഥകളുണ്ട്. നന്മയും തിന്മയും തമ്മിൽ ഏറ്റുമുട്ടുന്നു എന്ന് കാണിക്കുന്ന കഥകളാണവ. ഇന്നും യുദ്ധോത്സുകനായ മനുഷ്യനാണ് ഭൂമിയിൽ കാര്യങ്ങൾ നിയന്ത്രിക്കുന്നത്. നാം അത് കണ്ടുവരികയാണ്. മിക്ക രാജ്യങ്ങളും തങ്ങളുടെ ബജറ്റിന്റെ അറുപതുശതമാനത്തോളം പ്രതിരോധത്തിനായി നീക്കിവെക്കുന്നു എന്നാണു കേൾവി. പണ്ടത്തെ പോലെ നന്മയും തിന്മയും തമ്മിലുള്ള ഏറ്റുമുട്ടലുകളാണോ ആധുനികമനുഷ്യന്റെ സമീപചരിത്രത്തിലുള്ളത്? അല്ലെന്നുതന്നെ തോന്നുന്നു. യുദ്ധവും മറ്റ് എല്ലാ സംഗതികളെയും പോലെ ഒരു വ്യാപാരമായിത്തീർന്നിരിക്കുകയല്ലേ? എന്റെ ഗുരു ലോക ജീവിതത്തെപ്പറ്റി നടത്തിയ ഒരു നിരീക്ഷണം ഓർമ്മ വരുന്നു: ലോകം ഇന്ന് വൈശ്യധർമ്മമാണ് സ്വീകരിച്ചിരിക്കുന്നത്.

സൂക്ഷ്മമണ്ഡലങ്ങളിൽ നിലകൊള്ളുന്ന ഉപദ്രവകാരികളുടെ സ്വാധീനം നമ്മെ ദുഷിപ്പിക്കുന്നുണ്ട്. സമാധാനം കെടുത്തുന്ന സംഭവങ്ങളിൽ അവരുടെ അദൃശ്യമായ ഇടപെടൽ കാണും. അവരുടെ പ്രലോഭനങ്ങൾ തിരിച്ചറിയാൻ നമുക്ക് ബുദ്ധിമുട്ടാണ്. തിരിച്ചറിവിനെ മറയ്ക്കാൻ അവർക്കു കഴിയുന്നു. ഞാൻ പണ്ട് വായിച്ച ഒരു നാടകത്തിന്റെ കഥ ഇവിടെ പരാമർശിക്കട്ടെ. ക്രിസ്റ്റഫർ മാർലൊ എന്ന നാടകകൃത്ത് ഒരു പഴയ കഥയെ ആസ്പദമാക്കി രചിച്ചതാണ് പതിനാറാം നൂറ്റാണ്ടിലെ ഈ നാടകം, ഫോസ്റ്റസ്.

ഉന്നതകുലജാതനല്ലാഞ്ഞിട്ടും കഴിവുകൊണ്ട് സർവകലാശാലയിൽ നിന്ന് ഡോക്ടർ ബിരുദം നേടിയ ഫോസ്റ്റസ് എന്ന യുവാവ് തന്റെ അന്വേഷണബുദ്ധി കാരണം മാന്ത്രികകർമ്മങ്ങളുടെ വഴിയേ പോകുന്നു. സ്വന്തം കഴിവിലുള്ള അഹങ്കാരമുണ്ടായിരുന്നു അയാൾക്ക്. സാത്താന്റെ കിങ്കരൻ മെഫിസ്റ്റോഫിലിസ് പ്രത്യക്ഷപ്പെട്ട് ഈ ദൗർബല്യം മുതലാക്കി പ്രലോഭിപ്പിക്കുകയാണ്. പേരും പ്രശസ്തിയും സകല ഭൗതികസുഖങ്ങളും

സ്ഥാനമാനങ്ങളും നിറഞ്ഞ ഇരുപത്തിനാലു വർഷം തരാം, അതിനു ശേഷം ഞങ്ങളുടെ കൂടെ കൂടിയാൽ മതി എന്ന കരാറിലേക്ക് മെഫിസ്റ്റോഫിലിസ് ഫോസ്റ്റസിനെ എത്തിച്ചു. കൈത്തണ്ട മുറിച്ച് രക്തം കൊണ്ടാണ് അത് എഴുതുന്നത്. തന്റെ ആത്മാവിന്റെ പതനം ഉറപ്പിക്കുന്ന കരാറാണ് താൻ എഴുതുന്നതെന്ന തിരിച്ചറിവ് ഫോസ്റ്റസിനു ഇല്ലാതെ പോയി.

പ്രലോഭനമാണ്, ആസുരമോ സാത്വികമോ ആയ അഹങ്കാരമാണ് കഴിവുള്ളവരെ കുടുക്കാൻ പിശാച് പ്രയാഗിക്കുന്ന ഒരായുധം. അഹങ്കാരം തങ്ങളിൽ കുടിപാർക്കുന്നുണ്ടെന്ന് ഒരുപക്ഷേ ഇരകൾ അറിയുന്നുമുണ്ടാവില്ല. പ്രത്യക്ഷദർശനത്തിൽ, കൂടിയാവണമെന്നുമില്ല ഈ വഞ്ചന. മനസ്സിനെ സ്വാധീനിക്കാൻ ഈ വായുരൂപികൾക്ക് കഴിയും.

"അഥ കേന പ്രയുക്തേന
പാപം ചരതി പൂരുഷഃ
അനിച്ഛന്നപി വാർഷ്നേയ
ബലാദിവ നിയോജിതഃ"

എന്ന അർജ്ജുനന്റെ ചോദ്യം ഇവിടെ പ്രസക്തമാണ്. ആരുടെ സമ്മർദ്ദമാണ് കൃഷ്ണാ ജീവാത്മാവിനെ പാപത്തിലേക്ക് പോകാൻ പ്രേരിപ്പിക്കുന്നത്? പൂർവജന്മകർമ്മഫലത്തോടൊപ്പം തെറ്റിപ്പോയ ജീവാത്മാക്കൾ അദൃശ്യമേഖലകളിൽ നിന്നു പ്രവർത്തിക്കുന്നതും നമ്മെ പാപത്തിലേക്ക് തള്ളിയിടുന്നു.

ദൈവഹിതമനുസരിച്ച് പ്രവർത്തിക്കുന്നവരെയും ദൈവത്തിലേക്ക് വഴി തേടുന്നവരെയും തെറ്റിക്കാൻ ശക്തിയുള്ള വായുരൂപികൾ ശ്രമിക്കും. എന്റെ ഗുരു ഈ ശക്തികളെ യോഗഭ്രഷ്ടന്മാർ എന്നാണ് വിളിച്ചിരുന്നത്. ബ്രഹ്മത്തോളം ഉയർന്ന് പതനം സംഭവിക്കുന്നവർ ഉണ്ട് എന്നാണു പറയുന്നത്. ഇവർ ബ്രഹ്മമാർഗ്ഗത്തിൽ സഞ്ചരിക്കുന്നവരെ വഴിതിരിച്ചു വിടുന്നു. ഇതൊരു ബലാബലപരീക്ഷണമോ യുദ്ധമോ ആയി കണക്കാക്കാം. ഒരു കഥ കേട്ടിട്ടുണ്ട്. പാശ്ചാത്യ ഐതിഹ്യം എന്നും പറയാം. ദൈവത്തിനു കിട്ടുന്ന സ്തുതിയത്രയും തനിക്കവകാശപ്പെട്ടതാണെന്ന് സാത്താൻ ദൈവത്തോട് വാദിച്ചു എന്നാണത്. അതുകൊണ്ടുതന്നെ ബ്രഹ്മപ്രാപ്തി ലക്ഷ്യമാക്കി പ്രവർത്തിക്കുന്ന ഗുരുമാർഗ്ഗങ്ങളിൽ ഗുരുക്കന്മാരുടെ ഏറ്റവും അടുത്ത ശിഷ്യഗണങ്ങളെയും ഗുരുക്കന്മാരെത്തന്നെയും തെറ്റിക്കാൻ യോഗഭ്രഷ്ടർക്ക് വലിയ താത്പര്യമുണ്ടാവും. സ്ഥാനമാനങ്ങളിലേക്കും ഭൗതികസുഖങ്ങളിലേക്കും വഞ്ചനകളിലൂടെ ആകർഷിച്ച് പുണ്യം ചോർത്തിക്കളയാൻ അവർ ശ്രമിക്കും. അതായത് മനുഷ്യന്റെ മുക്തിപഥങ്ങളെ തടയുക.

യേശുവിനെ പ്രലോഭിപ്പിച്ച കഥ ബൈബിളിലുണ്ട്. യേശു വഴങ്ങിയില്ല. പക്ഷേ ശിഷ്യനായിരുന്ന യൂദാസ് ഗുരുവിനെ ഒറ്റിക്കൊടുത്തതിനു പിന്നിൽ പൈശാചികസ്വാധീനം ഉണ്ടായിരുന്നിരിക്കണം. തടയാമായിരുന്നിട്ടും യേശു തടഞ്ഞില്ല. അമരത്വമാണ് അന്ത്യപ്രലോഭനം.

ദൈവരാജ്യം വരുമെന്ന പ്രവചനം ബൈബിളിലുണ്ട്. സമാധാനവും ആനന്ദവുമാണ് അതിന്റെ സ്വഭാവം. നമ്മുടെ ആശയമായ യുഗചക്രത്തിലുള്ള സത്യയുഗത്തിലെ ജീവിതത്തെ ഓർമ്മിപ്പിക്കുന്നതാണ് ബൈബിളിലെ വെളിപാടുകളിൽ കാണുന്ന ദൈവരാജ്യത്തിന്റെ സ്വഭാവം. യോഗഭ്രഷ്ടന്മാരുടെയും അനുയായികളുടെയും അധാർമ്മികപ്രവർത്തനം ക്രമേണ ഇല്ലാതാവുക എന്നാണ് ദൈവരാജ്യം വരിക എന്നതിനർത്ഥം. ആ നവയുഗ സങ്കൽപത്തിനുവേണ്ടി തപസ്സു ചെയ്യുന്ന ഗുരുക്കന്മാരെയും അവരുടെ മാർഗ്ഗങ്ങളെയും തകർത്തുകളയാൻ സ്വാഭാവികമായും ദുഷ്ട ശക്തികൾക്ക് വ്യഗ്രത കാണും.

നാല്പത്തിമൂന്ന്

പുനരപി, പുനരപി

ഈ കുറിപ്പ് വായിച്ച് മൂന്നുപേർ എന്നെ ഫോണിൽ ബന്ധപ്പെട്ടു. മൂന്നു പേർക്കും മൂന്നു വീക്ഷണമായിരുന്നു. ഒന്ന് ജോലിയിൽ നിന്ന് വിരമിച്ച സ്ത്രീ. എന്റെ കുറിപ്പിൽ പറഞ്ഞത് കുടുംബത്തിലെ ഒരനുഭവത്തിന്റെ വെളിച്ചത്തിൽ നേരാണെന്ന് തോന്നി എന്നോട് സംസാരിക്കാൻ താത്പര്യ പ്പെട്ടതായിരുന്നു അവർ. രണ്ടാമത് വന്നത് പേരു വെളിപ്പെടുത്താതെ ഒരു ഫോൺ സന്ദേശമായിരുന്നു. കുഴഞ്ഞുമറിഞ്ഞ ഇംഗ്ലീഷിലായിരുന്നു അത്.

എനിക്കു മനസ്സിലായത് രണ്ടു കാര്യങ്ങളാണ്. ഞാൻ എഴുതുന്നത് മുഴുവൻ അബദ്ധമാണെന്ന് അയാൾ ദൃഢമായി വിശ്വസിക്കുന്നു. ചുരുങ്ങി യത് രണ്ടുവർഷത്തേക്ക് ഞാൻ എഴുതാതിരിക്കണം എന്ന് നിർദ്ദേശിച്ചു. തിരിച്ച് ഞാൻ സന്ദേശം അയച്ചു, എങ്കിൽ ശരിയായ വഴി പറഞ്ഞുതരൂ എന്ന്. മറുപടി വന്നു. മദർ തെരേസയുടെയും ഗാന്ധിയുടെയും പോലെ യുള്ള കർമ്മമാർഗ്ഗങ്ങൾ കണ്ടെത്തുന്നതിനു പകരം ഉണ്ണാനും ഉറങ്ങാനു മൊക്കെ സൗകര്യം കിട്ടുന്നതുകൊണ്ട് ചുമ്മാ എന്തെങ്കിലും എഴുതിപ്പിടി പ്പിക്കുകയാണ് ഞാനെന്ന്. സമൂഹത്തിനുവേണ്ടി പ്രായോഗികമായ സഹായങ്ങൾ ചെയ്യുന്നതു മാത്രമാണ് ശരി എന്നു വിചാരിക്കുന്ന യുക്തി യാണത്. മദർതെരേസയും ഗാന്ധിയും അവരവരുടെ രീതിയിൽ സമൂഹ ത്തിനു വേണ്ടി പ്രവർത്തിച്ചവർ തന്നെ. പക്ഷേ അവർ വന്ന വഴികളും സാഹചര്യങ്ങളും അല്ലല്ലോ എല്ലാവരുടേതും. അവരുടെ കഴിവുകളും എല്ലാവർക്കുമില്ല.

പലരും സമൂഹനന്മയ്ക്കായി ത്യാഗങ്ങൾ സഹിക്കുന്നതു കാണു മ്പോൾ എനിക്കൊന്നും കഴിയുന്നില്ലല്ലോ എന്ന് തോന്നാറില്ലെന്നില്ല. ഇപ്പോൾ തന്നെ മേധാ പട്കർ നദിക്കുവേണ്ടി, നദിയുടെ സമീപത്തെ കുടിയൊഴിപ്പിക്കപ്പെടാൻ പോകുന്ന ആദിവാസികൾക്ക് വേണ്ടി ത്യാഗ പ്പെട്ട് നിരാഹാരം കിടക്കുന്ന പോലെ എനിക്കു കഴിയുന്നില്ലല്ലോ എന്ന് ഞാൻ ചിന്തിക്കുന്നുണ്ട്. സുനിതാ കൃഷ്ണൻ സ്ത്രീകൾക്കായി നടത്തുന്ന

പ്രവർത്തനങ്ങൾ എന്നെ അവരുടെ ആരാധികയാക്കിയിട്ടുണ്ട്. ഇങ്ങനെ അസാമാന്യമായ കരുത്തോടെ പ്രവർത്തിക്കുന്ന സ്ത്രീപുരുഷന്മാരെയും ചില കുട്ടികളെയും ഉള്ളാലെ നമിച്ചിട്ടുമുണ്ട്. വലിയ ആത്മബലം ഉണ്ടെങ്കിലേ ഇതൊക്കെ ചെയ്യാൻ പറ്റൂ.

മൂന്നാമത് കിട്ടിയ അഭിപ്രായം എന്നെ മുൻപ് വിളിച്ചിട്ടുള്ള ഒരു മുതിർന്ന വ്യക്തിയിൽനിന്നാണ്. ഭാരതീയസംസ്കാരത്തെപ്പറ്റി നല്ല ജ്ഞാനി. തികഞ്ഞ സൗഹൃദത്തോടെ ഒരു വിയോജിപ്പ് പ്രകടിപ്പിച്ചു. ഞാൻ ബൈബിളിനെയും ക്രിസ്തുവിനെയും അനർഹമായി ആശ്രയിക്കുന്നു എന്ന വിഷമമാണ് പ്രകടിപ്പിച്ചത്. നമ്മുടെ ആധ്യാത്മികതയേക്കാൾ മികച്ചതായി കരുതുന്നതു കൊണ്ടാണോ ഇങ്ങനെ എഴുതിയിരിക്കുന്നത് എന്നായിരുന്നു സംശയം.

അദ്ദേഹത്തിനു തോന്നിയതുപോലെ വായനക്കാരിൽ ഒരുപാടുപേർക്ക് തോന്നിക്കാണണം. അതുകൊണ്ട് ഒരു വിശദീകരണം വേണമെന്ന് തോന്നി. ശരിയാണ്. എന്റെ ചിന്തകളിലേക്ക് ആ അനുഭവധാരയിൽ നിന്ന് ചില ആശയങ്ങൾ കടന്നു വരാറുണ്ട്. അതിന്റെ കാരണങ്ങളിൽ ഒന്ന് എന്റെ അഞ്ചുകൊല്ലത്തെ ആംഗലേയസാഹിത്യ പഠനമാണ്. ഇംഗ്ലീഷിലും ഇതരയൂറോപ്യൻ ഭാഷകളിലും വലിയ സ്വാധീനമാണ് ക്രിസ്തീയമൂല്യങ്ങളും ബൈബിളും ചെലുത്തിയിരിക്കുന്നത്.

എന്നുവെച്ച് ഭാരതത്തിന്റെ ആത്മീയതയെ കുറച്ചുകാണുന്നു എന്ന് ധരിക്കരുത്. ഒരിക്കലും അങ്ങനെയല്ല. മാത്രമല്ല, തനി ഭാരതീയനും അതേ സമയം തനി മലയാളിയുമായിരുന്ന (പ്ലാവിലക്കുമ്പിൾ കൊണ്ട് കോരി കഞ്ഞി കുടിച്ചിരുന്ന മലയാളിപ്പഴമയും ലാളിത്യവും പുലർത്തിയിരുന്ന) ഒരു ഗുരുവിന്റെ സമ്പർക്കം കിട്ടിയ എന്റെ മനസ്സ് നമ്മുടെ മൂല്യങ്ങളെ അങ്ങേയറ്റം വിലമതിക്കുന്നു.

ഭാരതമാണ് ലോകത്തുതന്നെ ആത്മീയതയുടെ ഈറ്റില്ലമെന്നു ഗുരു പറഞ്ഞിട്ടുണ്ട്. നമ്മുടെ ദീർഘമായ കാലഗണന മറ്റ് എങ്ങുമില്ല. ഒരു സൃഷ്ടികാലം നമ്മെ സംബന്ധിച്ചിടത്തോളം യുഗാന്തരങ്ങളുടെ അതിഗംഭീരമായ ഒരു വിസ്തൃതിയാണ്. (കഴിഞ്ഞ ദിവസം കണ്ട ഒരു വാർത്തയിൽ 1,45,000 വർഷം പഴക്കമുണ്ടെന്ന് കണക്കാക്കപ്പെട്ട ഒരു ലോഹവസ്തു കടലിനടിയിൽ കണ്ടെത്തിയതായി കാണുന്നു. അത് പ്രകൃതിദത്തമല്ല, നിർമ്മിക്കപ്പെട്ടതാണ്. അന്നത്തെ മനുഷ്യൻ നിർമ്മിച്ചതാവാം. നമുക്ക് ചെറിയ കാലത്തിന്റെ ചരിത്രമേ കയ്യിലുള്ളൂ. രാമസേതു പോലെയുള്ള കണ്ടെത്തലുകൾ നമ്മുടെ കാലഗണന ശരിയാണെന്ന തോന്നലുണ്ടാക്കുന്നുണ്ട്.) മറ്റൊന്ന്: നമ്മുടെ സനാതനധർമ്മത്തിന്റെ പ്രകൃതിസൗഹൃദരീതികളും സമ്പൂർണതയും അനന്യമാണ്.

ഗുരുഗാഥ

ആർഷപൈതൃകമായി നമുക്ക് കിട്ടിയിട്ടുള്ള ജീവപരിണാമശാസ്ത്രം.

'പുനരപി മരണം പുനരപി ജനനം
പുനരപി ജനനീ ജഠരേ ശയനം
ഇഹ സംസാരേ ബഹുദുസ്താരേ...
എന്ന് ശങ്കരാചാര്യർ.

പുഴു പൂമ്പാറ്റയാവുന്ന പോലെ ജനിമൃതിചക്രങ്ങളിലൂടെ പരിണമിച്ച് മുക്തിയുടെ നൈർമ്മല്യത്തിലേക്ക്, പൂർത്തീകരണത്തിലേക്ക് കൊണ്ടു പോകുന്ന ഒരു വ്യവസ്ഥ പ്രകൃതിയിൽ സന്നിവേശിപ്പിക്കപ്പെട്ടിട്ടുണ്ട് എന്നു തന്നെയാണ് എന്റെ ഗുരുവിന്റെ വഴിയിൽ വന്നശേഷം എനിക്കു ബോധ്യപ്പെട്ടിരിക്കുന്നത്.

ഭാരതത്തിന്റെ ആത്മീയത വരുംകാലങ്ങളിൽ ലോകത്തിനു വഴികാട്ടുമെന്നു ഗുരു പറഞ്ഞിട്ടുണ്ട്. ഗുരുവാക്ക് സത്യമാകുമെന്ന് ഞാൻ വിശ്വസിക്കുന്നു.

നാല്പത്തിനാല്
യക്ഷിയും ഗന്ധർവ്വനും

ദൈവത്തിനെതിരെ യുദ്ധത്തിലേർപ്പെടുന്നവരെക്കുറിച്ച് നേരത്തേ സൂചിപ്പിച്ചിട്ടുണ്ട്. നാം ഓരോരുത്തരിലും പലവഴിക്ക് ആ സംഘർഷം നടക്കുന്നുണ്ട്. കാമക്രോധലോഭമോഹാദി അഷ്ടരാഗങ്ങൾ ബോധത്തോടു നടത്തുന്ന മൽപിടുത്തമായും നമുക്കതിനെ കാണാം. ഈ 'രാഗങ്ങൾ' ജീവിതത്തിനു ആവശ്യമായവയാണ്. എന്തുപോലെ? ഭക്ഷണത്തിൽ ഉപ്പെന്ന പോലെ. ചെറിയ അളവിൽ. വിധ്വംസകമല്ലാത്ത രീതിയിൽ. അഷ്ടരാഗങ്ങളെ അഷ്ടൈശ്വര്യങ്ങളായി പരിണമിപ്പിക്കണമെന്ന് എന്റെ ഗുരു പലപ്പോഴും പറയുന്നതു ഞാൻ കേട്ടിട്ടുണ്ട്.

ഏറ്റവും മുന്നിൽ നിൽക്കുന്ന കാമത്തെ കുറിച്ചു ചിന്തിക്കാം. പൊതുവേ കാമം എന്ന വാക്ക് സ്ത്രീപുരുഷന്മാർക്ക് പരസ്പരം തോന്നുന്ന ആകർഷണത്തെ സൂചിപ്പിക്കുന്നതായിട്ടാണ് എടുക്കാറുള്ളത്. എന്നാൽ ഇത് നമുക്ക് ഏതിനോടും ഉള്ള താത്പര്യത്തിന്റെ അടിസ്ഥാനപരമായ ഘടകമാണ്. മുറ്റത്തുകിടക്കുന്ന കരിയില എടുത്തുമാറ്റുന്നതിനു പോലും അതുവേണം. ഒരു കാര്യത്തിൽ താത്പര്യം ജനിപ്പിക്കുന്ന ഒരു ആകർഷണശക്തിയാണത്. നല്ല ഭക്ഷണം രുചിച്ചു കഴിക്കണം. എന്നാൽ ഭക്ഷണത്തെ അമിതമായ ചിന്ത നല്ലതുമല്ല. ഭാരതീയചിന്ത നാലു പുരുഷാർത്ഥങ്ങളെക്കുറിച്ചു പറയുന്നതിൽ മൂന്നാമതു വരുന്ന കാമവുമുണ്ട്. ഭൗതികമായ ഇച്ഛകളുടെ പൂർത്തീകരണമാണ് സൂചിപ്പിക്കപ്പെടുന്നത്. പക്ഷേ ധർമ്മം മുതലായ മറ്റു മൂന്നു ഘടകങ്ങളുടെയും ഒപ്പം ചേർന്നാണ് കാമം നിൽക്കുന്നത്. സാമാന്യധർമ്മം അനുസരിച്ച് അതായത് ആരെയും പറ്റിക്കാതെ അധ്വാനിച്ചു നേടുന്ന സമ്പത്തുകൊണ്ട് ധർമ്മനിഷ്ഠമായ രീതിയിൽ ഭൗതികസുഖങ്ങൾ ആസ്വദിക്കുക എന്ന്. കാരണം അങ്ങനെയൊരു ജീവിതം മോക്ഷത്തിലേക്കുള്ള ദിശയിലേക്കാണ് യാത്ര സുഗമമാക്കുന്നത്.

കാമത്തിന്റെ ആധിക്യം അഥവാ അമിതമായ താത്പര്യം അത് ഏതിനോടായാലും എന്തിനോടായാലും നമ്മെ ദൈവത്തിന്റെ വഴിയിൽനിന്ന് അകറ്റും. നമ്മെ അങ്ങനെ അകറ്റാൻ തക്കം പാർത്തുനിൽക്കുന്ന സൂക്ഷ്മശക്തികളുമുണ്ട്. പ്രത്യേകിച്ച് സ്ത്രീക്ക് പുരുഷനോടും മറിച്ചും തോന്നുന്ന കാമം സൂക്ഷ്മശക്തികൾ ചൂഷണം ചെയ്യാൻ ഉപയോഗിക്കുന്ന മാധ്യമമാണ്. ഇതിനെപ്പറ്റി ആദ്യമായി സൂചന കിട്ടുന്നത് കോളേജിൽ പഠിക്കാനിടയായ 'ക്രിസ്റ്റബെൽ' എന്ന ഒരു കവിതയിൽ നിന്നായിരുന്നു. ഭൂതപ്രേതാദികൾ മനുഷ്യരുമായി അടുക്കുകയും അവരെ കുഴപ്പത്തിലാക്കുകയും ചെയ്യും എന്ന് ധ്വനിപ്പിക്കുന്നതാണ് കാൽപനിക കവിയായ കോളറിജിന്റെ (പത്തൊമ്പതാം നൂറ്റാണ്ട്) ഈ കവിത. ആ ക്ലാസിൽ വെച്ചാണ് 'ഇൻ ക്യുബസ്' എന്നും 'സക്യുബസ്' എന്നും രണ്ടു വാക്കുകൾ കേൾക്കുന്നത്. യഥാക്രമം നമ്മുടെ ഗന്ധർവനും യക്ഷിയും. ആദ്യത്തേത് പുരുഷനും രണ്ടാമത്തേത് സ്ത്രീയുമാണ്. കുറെക്കൂടി വ്യക്തമായ രീതിയിൽ ഈ വിഷയം മനസ്സിലാക്കുന്നത് മനശ്ശാസ്ത്രവിശകലനവിദഗ്ധനായ സുധീർ കക്കറിന്റെ ഒരു പുസ്തകത്തിലെ ഒരു 'കേസ് സ്റ്റഡി' വായിച്ചപ്പോഴാണ്. രോഗികൾ കാണാൻ വരാതെ കഷ്ടത്തിലായിരുന്ന ഒരു വൈദ്യന്റെ ചെവിയിൽ ഒരു ശബ്ദം കേൾക്കുകയാണ്; ഞാൻ ആളെ വരുത്താം പകരം എന്റെ ഇഷ്ടങ്ങൾ നീ സാധിച്ചുതരണം. നിരാശാഭരിതനായ ആ ചെറുപ്പക്കാരന് പ്രതീക്ഷ കൈവന്നതുപോലെ തോന്നി പരീക്ഷണത്തിനു തയ്യാറായി. ആളുകൾ വരാൻ തുടങ്ങി. വേണ്ട സന്ദർഭങ്ങളിൽ വൈദ്യന്റെ ചെവിയിൽ അയാൾ പഠിച്ചതിനേക്കാൾ കൃത്യമായ മരുന്നുകൾ ആ കർണ്ണയക്ഷി പറഞ്ഞുകൊടുക്കും. അയാൾ പ്രസിദ്ധനായി. സമ്പന്നനുമായി. യക്ഷിക്ക് തോന്നുന്ന രാത്രികളിൽ വൈകൃതങ്ങളുമായി യക്ഷി അയാളെ സമീപിക്കും എന്നുമാത്രം. വെറുപ്പാണെങ്കിലും അയാൾക്ക് അതിൽ നിന്ന് രക്ഷയില്ല. കക്കർ അയാളെ കാണുന്ന കാലത്ത് അയാൾ ഏറെ ക്ഷീണിതനും അസന്തുഷ്ടനും ആയിരുന്നു. വടക്കേ ഇന്ത്യയിലെ ഒരനുഭവമാണിത് എന്നാണോർമ്മ.

ആശ്രമത്തിൽ ഇത്തരത്തിലുള്ള വിഷമങ്ങളുമായി രക്ഷ തേടി ഗുരുവിനെ സമീപിച്ചവരുണ്ട് എന്നാണറിവ്. സ്വകാര്യമായതുകൊണ്ട് വിശദാംശങ്ങൾ അറിയാറില്ലെങ്കിലും ചില അനുഭവങ്ങൾ ശ്രദ്ധയിൽപെട്ടിട്ടുണ്ട്. ഗന്ധർവൻ കൂടിയ ഒരു വ്യക്തിയോട് ഗുരു സംസാരിക്കുന്ന സമയത്ത് എങ്ങനെയോ ഗുരുവിന്റെ മുറിയിൽ നിൽക്കാൻ അവസരം കിട്ടിയത് ഓർക്കുന്നു. (അതായത് ഇംഗ്ലീഷിലെ 'ഇങ്ക്യുബസ്'.) സുന്ദരിയായ ഒരു ചെറുപ്പക്കാരി. വിവാഹം കഴിഞ്ഞിട്ടുണ്ട്. ഭർത്താവ് കൂടെയുണ്ടായിരുന്നു. ദാമ്പത്യം ശരിയാവുന്നില്ല. ഗുരു പറയുന്നതു കേട്ടു: അത് ഏറെക്കാലമായി നിന്ന് രോഗമായിരിക്കുകയാണ്. ഗുരു മരുന്നും പ്രാർത്ഥനയും ഒക്കെ

പറഞ്ഞുകൊടുത്തു. ഞാനും ആ ചെറുപ്പക്കാരിയും പരസ്പരം സംസാരിച്ചിട്ടുണ്ട്. ഒരാൾ അവരെ എങ്ങോട്ടോ കൂട്ടിക്കൊണ്ടു പോവുന്ന അനുഭവമായിരുന്നു അവർക്ക്. ഭർത്താവിനോട് കൂടിയിരിക്കാൻ സമ്മതിക്കുകയില്ല. ഗുരു അവരെ ആ അനുഭവത്തിൽ നിന്ന് രക്ഷിച്ചു, ദാമ്പത്യത്തെ തകർച്ചയിൽ നിന്നും. ഇത്തരം ദുരാത്മാക്കൾ വ്യക്തികളുടെ ഊർജ്ജം മോഷ്ടിക്കുന്നവരാണ്. അവരെ ശ്രദ്ധ തെറ്റിച്ച് ദൈവത്തിന്റെ വഴിയിൽ നിന്ന് അകറ്റുന്ന പ്രബലശക്തികളാണ്.

സ്ഥൂലത്തിലുള്ള കഷ്ടപ്പാടുകളുടെ അത്രയോ അതിലേറെയോ സൂക്ഷ്മവിഷയങ്ങളുമായി ആളുകൾ ഗുരുവിനെ സമീപിച്ചിരുന്നു. സ്ഥൂലവും സൂക്ഷ്മവും കാരണവും കാര്യവും അറിഞ്ഞ് പ്രശ്നങ്ങളെ പ്രായോഗികമായി ഗുരു പരിഹരിച്ചിരുന്നു.

നാല്പത്തിയഞ്ച്

ഏഴാമത്തെ പൗർണ്ണമി

നാം ഒരു ജന്മത്തിൽ ചെയ്യുന്ന കർമ്മങ്ങളുടെ ഫലമാണ് അടുത്ത ജന്മത്തിൽ വിധിയായി അനുഭവത്തിൽ വരുന്നത്. പഞ്ചേന്ദ്രിയങ്ങൾകൊണ്ട് നാം അനുഭവിച്ചറിയുന്നതിനൊക്കെ അപ്പുറത്താണ് പ്രകൃതിയിൽ ഒളിഞ്ഞുകിടക്കുന്ന ബൃഹത്തായ സംവിധാനം. എന്നാൽ നമ്മുടെ ഇച്ഛാശക്തികൊണ്ട് മാറ്റങ്ങൾ വരുത്താം എന്നു പറയുന്നവരുണ്ട്. 'വിധിയെ മതിയാൽ വെല്ലലാം' എന്നൊരു ചൊല്ല് ശ്രീ കരുണാകരഗുരു പലപ്പോഴും എടുത്തുപറയുന്നത് കേൾക്കാനിടയായിട്ടുണ്ട്.

ബുദ്ധികൊണ്ട്, തിരിച്ചറിവുകൊണ്ട്, പ്രയത്നം കൊണ്ട് വിധിയിൽ മാറ്റങ്ങൾ വരുത്താം എന്നതാണല്ലോ അതിനർത്ഥം. പെട്ടെന്ന് ഓർക്കുന്നത് സാവിത്രിയുടെ കഥയാണ്. മഹാഭാരതം വനപർവത്തിലെ പ്രസിദ്ധ കഥ.

രാജാവായിരുന്ന അച്ഛൻ സൂര്യനെ(സവിതൃ) തപസ്സുചെയ്ത് കിട്ടിയ മകളായിരുന്നു സാവിത്രി. പരിശുദ്ധിയും ലാളിത്യവും ഏറെയുള്ള പെൺകുട്ടി. ജന്മനാ തപസ്വിനി. ഒരു തീർത്ഥയാത്ര പോയ വഴിയിൽ കാട്ടിൽ സത്യവാനെ കണ്ടുമുട്ടി, തനിക്ക് വരനാകേണ്ടുന്ന വ്യക്തിയാണെന്ന് തീർച്ചപ്പെടുത്തി. രാജാവായ അച്ഛൻ യുദ്ധത്തിൽ പരാജയപ്പെട്ട് കാട്ടിൽ ഒളിച്ചതുകൊണ്ട് കാട്ടിൽ കഴിയുകയായിരുന്നു ആ ചെറുപ്പക്കാരൻ. ഒരുകൊല്ലം മാത്രമേ ആയുസ്സുള്ളൂ എന്ന് അറിഞ്ഞിട്ടും സാവിത്രി സത്യവാനെ വിവാഹം കഴിച്ചു.

ആ ദിവസം വന്നെത്തി. വിറകു കീറിക്കൊണ്ടിരിക്കുമ്പോൾ സത്യവാൻ കുഴഞ്ഞുവീണു. യമധർമ്മൻ മുന്നിലെത്തിയിരുന്നു. തപസ്വിനിയായ സാവിത്രിക്ക് ആ വരവ് കാണാൻ കഴിഞ്ഞു. സത്യവാന്റെ ആത്മാവിനെയും കൊണ്ടുപോയ യമധർമ്മന് പിറകേ സാവിത്രിയും പോയി. സാവിത്രിയുടെ അസാധാരണ നൈർമ്മല്യവും ദൃഢതയും കൊണ്ട് സംപ്രീതനായ മൃത്യുദേവൻ സത്യവാനെ ജീവിപ്പിക്കുക എന്നതൊഴികെ ഏതുവരവും ചോദിക്കാൻ ആവശ്യപ്പെട്ടു. തന്റെ ഭർത്താവിന്റെ അച്ഛനു

നഷ്ടപ്പെട്ട കാഴ്ചയും രാജ്യവും തിരികെ കിട്ടണമെന്ന വരമാണ് ആദ്യം ചോദിച്ചത്. പിന്നെ തനിക്കു നൂറുപുത്രന്മാർ വേണമെന്നും. പതിവ്രത യായ സാവിത്രിക്ക് കുഞ്ഞുങ്ങൾ ഉണ്ടാവണമെങ്കിൽ സത്യവാനെ ജീവി പ്പിച്ചേ പറ്റൂ. അങ്ങനെ ആ ജീവൻ തിരികെ നൽകി പോവുകയാണ് യമൻ. സാവിത്രിയുടെ ആത്മാർത്ഥതയും തപശ്ശക്തിയുമാണ് ഈ കഥയിൽ കാണുന്നത്. വിധിയെ സാവിത്രി ജയിക്കുന്നു.

ജന്മജന്മാന്തരങ്ങളിലൂടെ വരുന്ന കർമ്മഗതിയെ അതായത് വിധി വിഹിതമായി വരുന്ന സംഭവങ്ങളെ യഥാർത്ഥഗുരുവിനു തിരുത്താൻ പറ്റും. നമ്മുടെ മനസ്സിന്റെ സമർപ്പണമുണ്ടെങ്കിൽ. 'കണ്ണിൽ കൊള്ളാ നുള്ളത് പുരികത്തിൽ കൊള്ളുക' എന്നാണ് ഗുരു ഇതിനെപ്പറ്റി പറഞ്ഞി രുന്നത്. പ്രാർത്ഥന ഫലിപ്പിച്ചെടുക്കാനുള്ള സൂചനകളാണ് നമുക്ക് കിട്ടുക. അല്ലെങ്കിൽ ചില 'സൂക്ഷിപ്പുകൾ' പാലിക്കാൻ. പ്രകൃതിയിലെ സംവിധാനത്തെ അവഗണിക്കാതെയുള്ള വഴികൾ. വരാനുള്ളത് വരികയും ഗുരുവാക്കനുസരിച്ചുപോയാൽ രക്ഷ കിട്ടുകയും ചെയ്യും എന്ന സ്ഥിതിയാണ് സംജാതമായിരുന്നത്.

ജന്മാന്തരങ്ങളുടെ കെട്ട് എത്ര ശക്തമാണെന്നും ഗുരുകാരുണ്യത്തിന്റെ നിർമ്മലശക്തി അതിനേക്കാൾ എത്ര ബലവത്താണെന്നും സൂചിപ്പിക്കുന്ന ഒരനുഭവം ഇവിടെ പറയട്ടെ. കഠിനമായ ശ്വാസംമുട്ട് വന്ന തിരുവനന്ത പുരം ജില്ലയിലെ രവീന്ദ്രൻ നായരെ അയാളുടെ സുഹൃത്ത് ബോസ് ഗുരുസന്നിധിയിൽ എത്തിച്ചു. അവർ സഹപ്രവർത്തകരായിരുന്നു. ശ്വാസം മുട്ടുകാരന് ഇരുപത്തിയൊന്നു വയസ്സ്. കഴിച്ചുകൊണ്ടിരുന്ന മരുന്ന് തുടരാനും മറ്റുമല്ലാതെ ഗുരുവിൽ നിന്ന് സഹായം ഉണ്ടായില്ല. എങ്കിലും ഗുരുവിനെ സ്നേഹിച്ചുപോയ രവീന്ദ്രൻ നായർ ഇടയ്ക്കിടെ വന്നു കണ്ടു കൊണ്ടിരുന്നു.

രോഗത്തിന്റെ ദുസ്സഹമായ വരവുകൾ ഉണ്ടായി. ഇതിനിടയിൽ വിവാഹം, വീടുവെയ്പ് തുടങ്ങിയ വിഷയങ്ങൾ നടക്കുന്നുണ്ട്. ഗുരുവിന്റെ ഉപദേശം തേടുന്നുണ്ട്. കുറച്ച് അനുസരിക്കയും കുറച്ച് അനുസരിക്കാ തിരിക്കയും ഒക്കെ ഉണ്ട്. ഒടുവിൽ പത്തു കൊല്ലം ഗുരുവിനെ കാണാൻ വന്നും പോയുമിരുന്നിട്ടും രോഗത്തിൽ നിന്ന് മോചനം കിട്ടാതായപ്പോൾ രവീന്ദ്രൻ നായർ ഗുരുവുമായുള്ള ബന്ധം ഉപേക്ഷിക്കാൻ തീരുമാനിച്ചു. കൃത്യം ആ ദിവസം ഗുരു വിളിപ്പിച്ചിട്ട് പറഞ്ഞു, നിനക്ക് മരുന്ന് തരാൻ അനുവാദം കിട്ടി. (ബ്രഹ്മശക്തിയുടെ അനുവാദമാണ് സൂചിപ്പിക്കപ്പെട്ടത്.) ഗുരു ദർശനമുള്ള ശിഷ്യരെയും രവീന്ദ്രൻ നായരെയും കൂട്ടി മരുത്വാമല യിൽ ചെന്ന് ശിഷ്യർ ദർശനത്തിൽ കണ്ട മരുന്ന് കണ്ടെത്തി കൊണ്ടു വരികയാണ് ചെയ്തത്. ഏഴുതവണ തുടർച്ചയായി ഏഴു പൗർണ്ണമിക്ക് കഴിക്കാനായിരുന്നു അത്.

ഒരു നിബന്ധന മാത്രം. മരിക്കാൻ പോകുന്നു എന്നു തോന്നിയാലും മറ്റു ചികിത്സകൾ പാടില്ല. മറ്റൊരു മരുന്നും ശരീരത്തിൽ ചെല്ലരുത്. ആറു പൗർണ്ണമികൾ കുഴപ്പമില്ലാതെ പോയി. ഏഴാമത്തെ പൗർണ്ണമിക്ക് മുൻപ് ഓഫീസിൽ വെച്ച് കടുത്ത ഒരവസ്ഥ വന്ന് ബോധം കെട്ടപ്പോൾ സഹ പ്രവർത്തകർ ആസ്പത്രിയിൽ അത്യാഹിതവിഭാഗത്തിൽ കൊണ്ടുപോയി. സ്വാഭാവികമായും അവർ എന്തെല്ലാമോ മരുന്നുകൾ കൊടുത്തു. അതോടെ സ്ഥിതി വളരെ കൂടുതൽ വഷളായി. വീട്ടുകാർ ഗുരുവിന്റെ അടുത്തെത്തിച്ചു. ഗുരു വേണ്ടുവോളം ശകാരിച്ചുവെങ്കിലും ആശ്രമത്തിൽ താമസിപ്പിച്ച് ശുശ്രൂഷിച്ചു.

ഈ കാലയളവിൽ അദ്ദേഹത്തിന് പൂർവജന്മാനുഭവം കാഴ്ചയിൽ വന്നു. ഏതോ പഴയകാലത്ത് നവയുവാവായ താൻ ഒരു വനപ്രദേശത്തെ ആശ്രമമുറ്റത്ത് നിൽക്കുന്നു. രണ്ടു മാൻകുട്ടികൾ തുള്ളിച്ചാടി വരുന്നു. ഒരു രസത്തിനു ആ പാവങ്ങളെ കല്ലെറിഞ്ഞോടിക്കുകയും മാൻകുട്ടി കൾ ചാട്ടത്തിൽ ഒരു പാറയിടുക്കിൽ കുടുങ്ങുകയും ചെയ്യുന്നു. അപ്പോഴും കല്ലെറിയൽ തുടരുന്നുണ്ട്. മാൻകിടാങ്ങളുടെ നിലവിളികേട്ട് പർണ്ണശാല യിൽ നിന്ന് പുറത്തുവരുന്ന സന്ന്യാസിക്ക് അവരെ രക്ഷിക്കാൻ കഴിയു ന്നില്ല. മുനിയുടെ തീവ്രദുഃഖവും ആ ജീവികളുടെ ദാരുണമരണവും ഒരു ശാപമായി രവീന്ദ്രൻനായരെ പിന്തുടരുകയാണുണ്ടായത്.

മാൻകുട്ടികളുടെ മരണപ്പിടച്ചിലാണ് അദ്ദേഹം ഈ ജന്മത്തിൽ അനു ഭവിച്ചത് (ഒരുപക്ഷേ ജന്മാന്തരങ്ങളിൽ). ചെറുതായും വലുതായും ആവർ ത്തിച്ച്. എത്ര വയസ്സിലാണോ ആ പാപകർമ്മം തന്നിൽ നിന്നും സംഭവി ച്ചത് ആ പ്രായം മുതൽ. ഗുരുമാർഗ്ഗത്തിൽ വന്നതുകൊണ്ട് രക്ഷകിട്ടും എന്നും അദ്ദേഹത്തിനു അറിവ് കിട്ടി. 'പൂർവജന്മകൃതം പാപം വ്യാധി രൂപേണ ജായതേ' എന്ന് ആയുർവേദം പറയുന്നതായി കേട്ടിട്ടുണ്ട്. പാപ കർമ്മങ്ങളുടെ ഫലം കഠിനവും വിട്ടുമാറാത്തതുമായ എന്തെങ്കിലും രോഗ ങ്ങൾ കൊണ്ട് അനുഭവിച്ച് തീരണം എന്ന്. അഹിതമായി സംഭവിച്ചാൽ വിധിയെ പഴിക്കുന്നവരാണ് നമ്മൾ മിക്കപേരും. മറ്റൊരു യുക്തിയുണ്ടെ ന്നുള്ള കാര്യം നമ്മൾ അറിയുന്നില്ല.

രവീന്ദ്രൻ നായരുടെ ശ്വാസംമുട്ട് മാറിയെങ്കിലും അതിനുവേണ്ടി ദീർഘകാലം കഴിച്ച ശക്തമായ മരുന്നുകൾ പിൽക്കാലത്ത് ശരീരത്തിനു വിഷമങ്ങളുണ്ടാക്കുമായിരുന്നു. ശങ്കരാചാര്യരുടെ 'ആയുർ നശ്യതി' എന്നു തുടങ്ങുന്ന ശ്ലോകത്തിന്റെ അവസാനമാണ് ഓർമ്മ വരുന്നത്: മാം രക്ഷ, രക്ഷാധുനാ. ദൈവമേ ഇപ്പോൾ തന്നെ രക്ഷിക്കുക. പ്രാർത്ഥന യല്ലാതെ അതും പ്രകാശഘനമായ ഒരു നിർമ്മലശക്തിയോടുള്ള പ്രാർ ത്ഥനയല്ലാതെ മറ്റ് എന്തു വഴി?

നാല്പത്തിയാറ്
അറിയാത്തവൻ അനുയായി

നന്മയുടെയും കാരുണ്യത്തിന്റെയും ധർമ്മത്തിന്റെയും വിഷയങ്ങളാണ് ഏറെക്കുറെ പ്രതിപാദിച്ചത്. അതിന്റെയൊക്കെ വിപരീതത്തെക്കുറിച്ച് അല്പം പറയേണ്ടതുണ്ട് എന്നു തോന്നുന്നു. കാരണം ഉത്തരേന്ത്യയിൽ നടന്ന ഒരു അറസ്റ്റും കലാപവും കോടതിവിധിയും തന്നെ. എത്രയെത്രയോ പേർ ഗുരുവായി കണക്കാക്കുന്ന ഹരിയാനക്കാരൻ റാം റഹീം ബലാൽസംഗക്കുറ്റത്തിനാണ് ജയിലിലായത്.

ഉടനെ അനുയായികൾ കലാപമുണ്ടാക്കി. അവർ വാഹനങ്ങൾ കത്തിച്ചു. കണ്ണിൽക്കണ്ടതെല്ലാം തച്ചുതകർത്തു. പോലീസും പട്ടാളവും ഇറങ്ങി. ഔദ്യോഗികമായി പറയുന്നത് 38 പേർ മരിച്ചു എന്നും 250 പേർക്ക് പരിക്കേറ്റു എന്നുമാണ്. അടുത്തദിവസം ഇദ്ദേഹത്തെ 20 വർഷത്തേക്ക് തടവിലിടണം എന്ന വിധി വന്നു. രണ്ടു സ്ത്രീകളാണ് ഈ വ്യക്തിക്കെതിരെ നിൽക്കാൻ ധൈര്യപ്പെട്ടത്. ഇരുനൂറിലേറെ യുവതികൾ ഈ ഉപദ്രവത്തിൽ നിന്ന് രക്ഷപ്പെട്ട് പോയിട്ടുണ്ട് എന്നാണ് കേസന്വേഷണത്തിന് നേതൃത്വം നൽകിയ മലയാളിയായ ഉദ്യോഗസ്ഥൻ പറയുന്നത്.

ഇന്ത്യൻ ഭരണഘടനയിലും നിയമവ്യവസ്ഥയിലും വിശ്വാസം ഉണ്ടാക്കുന്ന വിധിയാണിത്. വിധി വരും മുൻപ് കലാപത്തിനിറങ്ങിയ ആളുകളെ പറ്റി പറയേണ്ടതെന്താണ്? അനുയായികൾ ഒന്നും രണ്ടുമല്ല ഇദ്ദേഹത്തിനുള്ളത്. കേരളത്തിലെ ജനത്തേക്കാൾ കൂടുതൽ അംഗസംഖ്യ വരുന്ന അനുയായിവൃന്ദമാണ് - അഞ്ചു കോടി. ഇതിൽ നിന്ന് ആയിരങ്ങളാണ് ഇദ്ദേഹത്തിനു വേണ്ടി അക്രമാസക്തരായി തെരുവിലിറങ്ങിയത്. ഇക്കൂട്ടരിൽ നല്ല ശതമാനം പാവപ്പെട്ടവരുമാണത്രെ. എന്തൊരു ചതിയിലാണ് അവർ അകപ്പെട്ടിരിക്കുന്നത് എന്ന് അവർ അറിയുന്നില്ല. തങ്ങളുടെ 'പിതാജി' ഒരിക്കലും തെറ്റുകാരനാവില്ല എന്നവർ ശാഠ്യം പിടിക്കുന്നു. 'സാമാന്യബുദ്ധി' പ്രയോഗിക്കാൻ വിശ്വാസികൾക്ക് അറിയാതെ പോകുന്നു.

139

വിശ്വാസം അന്ധമാണ്, സമ്മതിച്ചു. എങ്കിലും വിശ്വാസം ഉറപ്പിക്കുന്നതിനു മുന്നോടിയായി ഗുരുവിനെ പരീക്ഷിക്കേണ്ടതില്ലേ? ആചരിച്ച് കാണിച്ചു തരേണ്ടവനാണ് ആചാര്യൻ. വെറുതെ പറഞ്ഞു തരുന്നവനല്ല. ആചാര്യൻ മാതൃകയാവേണ്ടവനാണ്. ജീവിതത്തിന്റെ ക്ഷണികത അനുയായികളെ ഓർമ്മിപ്പിച്ച് അവരെ സന്മാർഗ്ഗത്തിലേക്ക് വഴികാട്ടി, ശാന്തിയും സമാധാനവും പുലരാനുള്ള പശ്ചാത്തലം ഒരുക്കുകയാണ് സദ്ഗുരുക്കന്മാർ. അവരുടെ വഴികൾ അനുയായികളുടെ ജീവന്റെ ഉയർച്ചക്ക് സഹായകമാവുകയും ചെയ്യുന്നു. മരണത്തോടുകൂടി ജീവൻ നശിക്കുന്നില്ല എന്നു കരുതുന്നവരാണല്ലോ നമ്മൾ. അറസ്റ്റിലായ 'സദ്ഗുരു', ധൻധൻ സദ്ഗുരു തേരാ ഹി ആസ് റാ ('നീയേ ഞങ്ങളുടെ സമ്പത്ത് നീയേ ആശ്രയം') എന്ന് ഉരുവിടുന്ന ഒരുപാടു മനുഷ്യരെ വഞ്ചിച്ചിരിക്കയാണ്. എന്തു മാതൃകയാണ് ഈ വ്യക്തി അനുയായികൾക്ക് കാണിച്ചു കൊടുത്തത് എന്നത് ചിന്തിക്കേണ്ട വിഷയമാണ്.

ബലാത്സംഗത്തിനു ശിക്ഷിക്കപ്പെട്ട് മറ്റൊരു ഉത്തരേന്ത്യൻ സദ്ഗുരു ആസാറാം ജയിൽ വാസം അനുഭവിച്ചു കൊണ്ടിരിക്കുന്നു. എഴുപതു കടന്ന മനുഷ്യൻ. ഇദ്ദേഹത്തിനെ കോടതി കയറ്റിയത് ഒരു പതിനാറുകാരിയും. വലിയ സാമ്രാജ്യമാണ് ഇദ്ദേഹത്തിന്റേതും. ഇനിയുമൊരു ഹിസാർകാരൻ കൊലപാതകക്കുറ്റത്തിനു പിടിയിലായിട്ടുണ്ട്. (ഇതുപോലെ ആരെയൊക്കെ പിടികൂടാനുണ്ടായിരിക്കും എന്നു നമുക്കറിഞ്ഞുകൂടാ.) അധോലോകനായകന്മാരുടെ ചെയ്തികളെ വെല്ലുന്നു ഈ ഗുരുക്കന്മാരുടെ ചെയ്തികൾ. അനുയായികൾ ഇവരുടെ വാക്കുകളിൽ മയങ്ങി പിന്നാലെ കൂടുന്നു എന്നതാണു വാസ്തവം. ചില സിദ്ധികളും ഇവർക്ക് ഉണ്ടായിരിക്കാം. ഇത്രയേറെ ജനങ്ങളെ പിടിച്ചു നിർത്തുന്നത് ഒരുപക്ഷേ അതുകൊണ്ടുമായിരിക്കാം. ഒരു ആത്മീയനേതാവിന്റെ ജീവിതരീതികൾ എങ്ങനെയായിരിക്കണമെന്ന് നാം മറക്കുന്നു.

ഗുരുഗീത ഏഴുവിധം ഗുരുക്കന്മാരുടെ ലക്ഷണങ്ങൾ പറഞ്ഞുതരുന്നു. ലോകം മുഴുവൻ കാൽക്കീഴിൽ കൊണ്ടുവരാൻ തക്ക ആത്മശക്തിയുള്ള യഥാർത്ഥഗുരു ലളിതജീവിതം നയിക്കുന്നവനാണ്. (സ: ഏവ സർവ സമ്പത്തി എന്ന് ഗുരുഗീത.) ഏതു പാവത്തിന്റെ ബുദ്ധിമുട്ടും തിരിച്ചറിഞ്ഞ് സാന്ത്വനം കൊടുക്കുന്നവനാണ്. ഒരിക്കലും ചൂഷണം അവന്റെ ലക്ഷ്യമല്ല. ദുരിതമനുഭവിക്കുന്നവൻ എന്ത് പാപശക്തി കൊണ്ട് കഷ്ടപ്പെടുന്നു എന്നറിയുമെങ്കിലും അവന്റെ ആ വിഷമത്തെ അനുഭാവപൂർവം വീക്ഷിച്ച് അതിനു പരിഹാരം നിർദ്ദേശിക്കുകയും ചെയ്യുന്നവനാണ്. ശാന്തപ്രകൃതിയാണ്. കുട്ടികളെപ്പോലെ നിഷ്കളങ്കനാണ്. (ബാലഭാവേന യോ ഭാതി എന്ന് ഗുരുഗീത.) ഏതോ ശാപംകൊണ്ട് ഗുരുഗീതയുടെ ഈ തത്വങ്ങൾ ജനസാമാന്യത്തിനിടക്ക് പ്രചരിക്കാതെയായി. തപസ്സിന്റേയും വിനയത്തിന്റേയും പാഠങ്ങൾ നമുക്ക് മനസ്സിലാവാതെ ആയി. എന്തെങ്കിലും

കൺകെട്ടോ അദ്ഭുതപ്രവൃത്തിയോ കാണിച്ചുതന്നാൽ ആത്മീയതയാണെന്ന് ഉറപ്പിക്കുന്നവരായി. വിശ്വാസവഞ്ചകരായ, മനുഷ്യത്വം പോലും മറന്ന മനുഷ്യരെ അന്ധരായി അനുസരിക്കുന്ന വിഡ്ഢികളായി. യഥാർത്ഥ ഗുരുക്കന്മാരുടെ സന്ദേശങ്ങൾ തിരിച്ചറിയാൻ കഴിയാത്തവരുമായി.

മനുഷ്യനാണ്, കാലിടറാം. പക്ഷേ അതിനെ അതിജീവിക്കുന്നവനാണ് ശക്തനാവുന്നത്. സഹജീവികളെ സഹായിക്കുന്നത്. ദൈവത്തിന്റെ പേരിൽ ദൈവവിരുദ്ധമായി പ്രവർത്തിക്കുന്നതിലെ അബദ്ധം അനുയായികൾക്ക് നാശം വരുത്തുന്നതാണ് അറസ്റ്റിലായ 'ഗുരു' തന്റെ പാരമ്പര്യത്തിൽ മൂന്നാമനാണ്. മുൻപുണ്ടായിരുന്ന രണ്ടുപേരും ലളിതമായി ജീവിച്ചുകാണിച്ചുകൊടുത്തവരായിരുന്നു എന്നാണ് ചരിത്രം.

ലാളിത്യവും കാരുണ്യവുമുള്ള പല ഗുരുക്കന്മാരെയും പിന്മുറക്കാർ മനസ്സിലാക്കാതെ പോകുന്നുണ്ട്. ആത്മീയതയിലെ ഒരു വിപത്താണിത്. റാം റഹീം സംഭവം ഈ അവസ്ഥയെ സൂചിപ്പിക്കുന്നു. നമുക്ക് ദാഹമകറ്റുവാൻ നേരെയുള്ള ആശയങ്ങളും വഴികളും ഭാരതത്തിൽ ഉണ്ട്. വിവേകാനന്ദൻ, രമണമഹർഷി, ശങ്കരാചാര്യർ, ചട്ടമ്പി സ്വാമി, ശ്രീനാരായണഗുരു തുടങ്ങി ഒരുപാടു നല്ല വഴികാട്ടികളുണ്ട്. ഇവരുടെയെല്ലാം നന്മകൾ നമുക്ക് കിട്ടാതെ പോകുന്നു, വഴി തെറ്റിക്കുന്നവരുടെ കൂടെ നാം അറിയാതെ ചെന്നു ചേരുമ്പോൾ.

നാല്പത്തിയേഴ്
അക്ഷയപാത്രം

കപടഗുരുക്കന്മാരും കപടശിഷ്യന്മാരും അരങ്ങു വാഴുന്നു എന്ന തോന്നലിൽ നിന്നാവാം പ്രസക്തമായ ഒരു വീഡിയോ പുറത്തുവന്നിട്ടുണ്ട്. നമുക്ക് അദ്ഭുതമെന്ന് തോന്നത്തക്ക വണ്ണം കൺകെട്ടുന്ന മജീഷ്യൻ ഗോപിനാഥ് മുതുകാടിന്റേതാണത്. മേൽപറഞ്ഞ 'ഗുരുക്കന്മാ'രിൽ പലരും അദ്ഭുതങ്ങൾ കാണിച്ചിട്ടാണല്ലോ ആളുകളെ മയക്കുന്നത്. അതുകൊണ്ട് കുറെ അദ്ഭുതങ്ങൾക്ക് ശാസ്ത്രീയ അടിത്തറ ഉണ്ടെന്നും മറ്റു ചിലത് കൈയടക്കുവേലകളാണെന്നും അദ്ദേഹം വീഡിയോയിൽ ഭംഗിയായി നമുക്കു പറഞ്ഞുതരുന്നു. അന്തരീക്ഷത്തിൽ നിന്ന് ഭസ്മം എടുക്കുന്ന ഒട്ടേറെപ്പേർ ഉണ്ട്. അവർ ചെയ്യുന്നത് മാജിക്കുകാർക്ക് ചെയ്യാൻ കഴിയും എന്ന് മുതുകാട് പറഞ്ഞുതരുന്നു. ഭസ്മം കഞ്ഞിപ്പശയിലാണെന്നു തോന്നുന്നു കുഴച്ച് തീരെച്ചെറിയ ഉരുളകളാക്കി ഉണക്കി അത് കൈവിരലു കൾക്കിടയിൽ ഒളിപ്പിച്ച് പൊടിയാക്കുകയാണ് ചെയ്യുന്നതത്രെ. ഇതു പോലെയുള്ള മാജിക്ക് പഠിച്ച് നമ്മെ കളിപ്പിക്കുന്ന 'ഗുരുക്കന്മാർ' ഉണ്ട്.

പരേതാത്മാക്കളെക്കൊണ്ടു ജോലികൾ ചെയ്യിക്കുന്ന മന്ത്രവാദികളെ ക്കുറിച്ച് ഞാൻ എഴുതിയിരുന്നു. വായുലോകവാസികളായ ജിന്നുക്ക ളെയും മറ്റും ഈ ലോകവാസികളിൽ ചിലർ മനുഷ്യരെ പറ്റിക്കാൻ ഉപ യോഗിക്കുന്നുണ്ട്. ഇവരുടെ പുറകെയും നാം പോകും. അല്ലാതെ സ്വയം അദ്ഭുതപ്രവൃത്തികൾ ചെയ്യാൻ കഴിവുണ്ടാക്കിയെടുക്കുന്നവരും ഉണ്ട്. അത് പ്രദർശിപ്പിച്ച് മറ്റുള്ളവരെ മോഹിപ്പിക്കുന്നതിനനുസരിച്ച് അവരുടെ ശക്തി ചോർന്നുപോകുന്നു. ഉയർന്ന അവസ്ഥകൾ എത്തുന്നവരിൽ നിന്നു പോലും അമാനുഷികമെന്നു നമ്മൾ കരുതുന്ന പ്രവൃത്തികൾ കൊണ്ട് ശക്തി നഷ്ടപ്പെടുന്നു.

ലാളിത്യത്തിന്റെ ആൾരൂപവും എന്നാൽ ആന്തരികമായി അതി മാനുഷനുമായിരുന്ന, എന്റെ ഗുരുവായ ശ്രീ കരുണാകര ഗുരു അതു കൊണ്ടായിരിക്കണം പറഞ്ഞത്, ഒരു മന്ത്രവാദിയോ സിദ്ധനോ ആയി

തന്നെ ആരും കരുതാനിടയാകരുതെന്ന്. ആത്മീയാവസ്ഥകൾ കടന്നു കഴിയുമ്പോൾ ഉണ്ടാകുന്ന സിദ്ധികൾ സഹജീവികൾക്ക് അത്യന്താപേക്ഷിതമായ സന്ദർഭങ്ങളിൽ ദൈവപ്രീതിക്ക് ഭംഗം തട്ടാത്ത വിധത്തിൽ പ്രകൃതിയുടെ ആനുകൂല്യമനുസരിച്ച് മഹാത്മാക്കൾ ഉപയോഗിക്കാറുണ്ട്. ഓർക്കുന്നില്ലേ കൗരവസഭയിൽ പൊതുവേദിയിൽ ദുശ്ശാസനൻ തുണിയഴിക്കാൻ തുടങ്ങിയപ്പോൾ അഞ്ചു ഭർത്താക്കന്മാരുണ്ടായിട്ടും ദ്രൗപദി കൃഷ്ണനെ വിളിച്ചതും ഭഗവാൻ സഹായിച്ചതും? കഴുകി വെച്ച അക്ഷയപാത്രത്തിൽ പറ്റിപ്പിടിച്ച ചെറിയ ഭക്ഷണാംശം കണ്ടുപിടിച്ചു കഴിച്ച് ദുർവാസാവിനെയും അനുചരരെയും തൃപ്തരാക്കിയതും സമാനമായ കഥ തന്നെ. തലമുറകൾ കൈമാറി വരുമ്പോൾ ഒരുപക്ഷേ ചില അതിശയോക്തികളോ വ്യതിയാനങ്ങളോ ഒക്കെ അനുഭവകഥാകഥനങ്ങളിൽ വന്നുപോയേക്കാമെങ്കിലും അന്തസ്സത്ത സത്യം തന്നെയായിരിക്കും.

എന്റെ ഗുരുവുമായുള്ള സമ്പർക്കത്തിൽ ഉണ്ടായ അനുഭവങ്ങളിൽ (സ്വന്തവും മറ്റുള്ളവരുടെയും) നിന്ന് ഞാൻ മഹാത്മാക്കളുടെ ഈ തത്ത്വം സംശയത്തിനിടയില്ലാത്ത വിധത്തിൽ മനസ്സിലാക്കിയിട്ടുണ്ട്. ഗുരുവിനോട് ഉണർത്തിക്കാത്ത വിഷമങ്ങൾ പോലും ചിലപ്പോൾ ഗുരു പരിഹരിച്ചിട്ടുണ്ട്. ചെറുതും വലുതുമായവ. മുന്നിലെത്തുന്നവരെ ജീവൻ കൊണ്ട് ഒപ്പിയെടുക്കുന്ന പോലെ മനസ്സിലാക്കിയിരുന്നു ഗുരു. പക്ഷേ അറിഞ്ഞുവെന്ന് മുന്നിൽ നിൽക്കുന്നവന് മിക്കവാറും മനസ്സിലാകയുമില്ല. നമ്മൾ ഒളിപ്പിക്കുന്നതും മനസ്സിലാകുമല്ലോ. എന്നോട് രണ്ടു സന്ദർഭങ്ങളിൽ ഗുരു പറഞ്ഞത് ഞാനോർക്കുകയാണ്: "സന്ന്യാസിക്കറിയാത്ത കള്ളമില്ല." ഗുരുവിന്റെ ദേഹവിയോഗത്തിനുശേഷമാണ് ഞാൻ ആ വാക്യത്തിന്റെ ആന്തരാർത്ഥം അറിയുന്നത്. എന്റെ കുമ്പസാരം പൂർണ്ണമായിരുന്നില്ല. ഗുരുവിനോട് ഞാൻ കുറെ കാര്യങ്ങൾ ഒളിച്ചുവെച്ചിരുന്നു. അതൊക്കെ ഗുരു അറിഞ്ഞിരുന്നു തീർച്ച. എന്നെ സഹായിക്കാനാണ് പറഞ്ഞതെന്നും ഇപ്പോൾ അറിയാം. പറയാൻ ബാക്കി വെച്ചിരുന്നതുകൂടി പറഞ്ഞിരുന്നെങ്കിൽ അത് വലിയ ആത്മലാഭത്തിനു വഴിവെച്ചേനേ. എന്റെ ഗുരു മനുഷ്യവേഷത്തിൽ ഗംഭീരനായ അമാനുഷികൻ തന്നെയായിരുന്നു.

നാല്പത്തിയെട്ട്

ചിത്രശലഭത്തിന്റെ ചുഴലിക്കാറ്റ്

ലേഖനത്തോടൊപ്പം ഫോൺ നമ്പർ ചേർക്കാൻ തുടങ്ങിയ ശേഷം ഇതിനോടകം കുറേപ്പേർ വിളിച്ചു സംസാരിക്കുകയുണ്ടായിട്ടുണ്ട്. കൂടുതലും അതീന്ദ്രിയമായി എന്തെങ്കിലും അനുഭവമുണ്ടായിട്ടുള്ളവരാണ്. ഈ എഴുത്തിലും അതീന്ദ്രിയതയ്ക്ക് അല്പം മുൻതൂക്കം ഉണ്ടല്ലോ. അല്ലാതെ പറ്റുകയുമില്ല എന്നതാണ് വാസ്തവം. രണ്ടുപേർ എന്നെ കണക്കിനു ശകാരിച്ചിട്ടുമുണ്ട്. സാമൂഹികപ്രസക്തി ഇല്ല എന്നതായിരുന്നു ഒരാളുടെ വാദം. ആയിരിക്കാം. പ്രകടമായ സാമൂഹ്യപ്രസക്തി ഇല്ലെങ്കിലും കുറെപ്പേർക്ക് താത്പര്യം ഉണ്ടാകുമല്ലോ.

രണ്ടാമത്തെ ആൾ എന്നെ കൂലിയെഴുത്തുകാരിയെന്നു വിളിച്ചു. 'ഞാൻ ഞാൻ' എന്ന് എപ്പോഴും പറയുന്നത് അഹങ്കാരമാണെന്നും പറഞ്ഞു. ഞാൻ ക്ഷോഭിക്കയും ചെയ്തു. അനുഭവങ്ങളെ അടിസ്ഥാനമാക്കി ആശയവിനിമയം നടത്തുമ്പോൾ 'ഞാൻ' മറഞ്ഞിരിക്കുന്നത് ശരിയല്ല. പാണ്ഡിത്യം നിറഞ്ഞ ലേഖനങ്ങളിലാണ് 'ഞാൻ' വരുന്നത് ഉചിതമല്ലാത്തത്. ബ്രാഹ്മണ്യം ഊട്ടിയുറപ്പിക്കാൻ ശ്രമിക്കുന്നു എന്നാണ് ആരോപണം.

സത്യത്തിനു വിരുദ്ധമായ വർത്തമാനമായിരുന്നു അത്. ഏതെങ്കിലും ജാതിയിലോ മതത്തിലോപെട്ട ആരും അവരുടെ താത്പര്യത്തിനനുസരിച്ച് എന്നെ എന്തെങ്കിലും പറഞ്ഞെഴുതിച്ചിട്ടില്ല, ഇതുവരെ. എന്റെ ഗുരു സ്ഥാപിച്ച ആശ്രമവുമായും എഴുത്തിനെപ്പറ്റി ചർച്ച ചെയ്തിട്ടില്ല. ഗുരുതത്ത്വത്തെ എന്റെ ധാരണകളുടെ (ഗുരുസമ്പർക്കത്തിൽ നിന്നും എന്റെ കഴിവോളം മനസ്സിലാക്കിയത്) വെളിച്ചത്തിൽ ഒന്നു നോക്കിക്കാണാൻ ശ്രമിച്ചു എന്നു മാത്രം.

'ബട്ടർ ഫ്ളൈ ഇഫക്റ്റ്' എന്ന സിദ്ധാന്തം ഉണ്ട്. ന്യൂ മെക്സിക്കോയിൽ ഒരു പൂമ്പാറ്റ ചിറകനക്കുന്നത് ചൈനയിൽ ഒരു ചുഴലിക്കാറ്റിനു കാരണമാകും എന്നാണ് ഈ സിദ്ധാന്തം പറയുന്നത്. സമയം ഏറെ

എടുത്തേക്കാം പക്ഷേ ഈ കണ്ണിചേരൽ യഥാർത്ഥമാണത്രെ. അതായത് എല്ലാം പരസ്പരം ബന്ധപ്പെട്ടിരിക്കുന്നു. ഇങ്ങനെയാണ് പ്രകൃതിയുടെ പ്രവർത്തനം എന്നിരിക്കെ നമ്മൾ ഓരോരുത്തരും ചെയ്യുന്ന ഓരോ പ്രവൃത്തിക്കും എന്തു ഫലങ്ങളാണുണ്ടാവുക എന്ന് ദൈവത്തിനുമാത്രമേ അറിയൂ.

ദൈവത്തിനെപോലെ അല്ലെങ്കിൽ സാധാരണ മനുഷ്യരുടെ കഴിവുകൾക്കുപരിയായി ഈ പരസ്പരബന്ധങ്ങളും നിരന്തര പരിണതികളും അറിയുന്നവരാണ് ഗുരുക്കന്മാർ. സന്ദർഭത്തിന്റെ ആവശ്യംപോലെ അറിഞ്ഞ് പ്രവർത്തിക്കാനും അവർക്ക് കഴിയുന്നു. പ്രകൃതി ഗുരുവിന്റെ ഇച്ഛയറിഞ്ഞ് നിൽക്കുന്നു. ഗുരുവാകട്ടെ അറിവായി നിൽക്കുകയാണ്. ദേവീദേവന്മാരുടെ അവസ്ഥ മറികടക്കുന്ന ഗുരു സത്യലോകത്തിലേക്ക് കടക്കുന്നു. ഒരു വസ്തുവിനെയോ പ്രവൃത്തിയെയോ കാലത്തെയോ അറിയാൻ ഗുരുവിന് നിമിഷാർദ്ധംപോലും വേണ്ട.

ദേവീദേവന്മാരുടെ അവസ്ഥ കടന്ന ജ്ഞാനികളുടെ ഒരുദാഹരണം ഓർമ്മ വരുന്നു. ഭൃഗുമഹർഷി. ത്രിമൂർത്തികളിലൊരാളായ (ഏറ്റവും ഉയർന്ന ദേവന്മാർ അവരാണല്ലോ) വിഷ്ണുവിനോട് ഒരിക്കൽ നീചശക്തികളിൽ നിന്ന് തന്റെ യാഗം സംരക്ഷിക്കണമെന്ന് ആവശ്യപ്പെട്ടുവത്രെ. വിഷ്ണു സഹകരിച്ചില്ല. 'പത്തുജന്മമെടുക്ക് നീ' എന്ന് മഹർഷി ശപിച്ചുപോലും. അതിന്റെ ഫലമായിട്ടാണ് വിഷ്ണുവിനു പത്തു ജന്മം (ദശാവതാരം) എടുക്കേണ്ടിവന്നത് എന്ന കഥയിൽ മഹർഷിമാരുടെ ഔന്നത്യത്തിന്റെ പൊരുൾ അടങ്ങിയിരിക്കുന്നു.

ബ്രഹ്മാവ് ഭൃഗുവിനെ ബഹുമാനിക്കാത്തതുകൊണ്ട് ബ്രഹ്മാവിനും കിട്ടി ശാപം. 'നിനക്ക് ആരാധന കിട്ടാതെയാവട്ടെ' എന്നാണ് ആ ശാപം. ശിവനും കിട്ടിയിട്ടുണ്ട് ശാപം. കൈലാസത്തിൽ ഭൃഗു ചെന്നപ്പോൾ നന്ദി ശിവനെ കാണുവാൻ സമ്മതിച്ചില്ല. അപ്പോൾ ശിവപാർവതിമാർ ഒന്നിച്ചായിരുന്നു. ഋഷിയുടെ കോപം കൊണ്ടാണത്രെ ശിവനെ ലിംഗരൂപത്തിൽ ആരാധിക്കുന്നത്. വിഷ്ണുവിനു കിട്ടിയത് ഒരു ചവിട്ടാണ്. ഭൃഗു വൈകുണ്ഠത്തിൽ ചെന്നപ്പോൾ മഹാവിഷ്ണു ഉറങ്ങുന്നു. ഇഷ്ടപ്പെടാഞ്ഞിട്ടായിരുന്നു ചവിട്ട്. അതിന്റെ അടയാളമാണ് കൊണ്ടാടപ്പെടുന്ന 'ശ്രീവത്സം'.

മറ്റൊരു വിഖ്യാതമായ കഥയും ഇവിടെ ചേർക്കാം. അത്രി മഹർഷിയുടെ പത്നി ത്രിമൂർത്തികൾക്ക് ആതിഥ്യം നൽകിയ കഥ. ത്രിമൂർത്തികളുടെ പത്നിമാരായ ലക്ഷ്മി, പാർവതി, സരസ്വതിമാർ തമ്മിൽ ആരാണ് ഏറ്റവും മികച്ച പതിവ്രത എന്നൊരു തർക്കം നടക്കുമ്പോൾ നാരദമഹർഷി അവിടെയെത്തി. ഏറ്റവും ശ്രേഷ്ഠയായ പതിവ്രത അത്രിമഹർഷിയുടെ പത്നി അനസൂയ ആണെന്ന് മഹർഷി പറഞ്ഞത് അവർക്കത്ര രുചിച്ചില്ല. അവർ ഭർത്താക്കന്മാരോട് അനസൂയയെ വഴിതെറ്റിക്കാൻ ആവശ്യപ്പെട്ടു.

മനസ്സില്ലാമനസ്സോടെയാണെങ്കിലും മൂന്നു ദേവന്മാരും യുവസന്ന്യാസി മാരുടെ വേഷത്തിൽ അത്രിയുടെ ആശ്രമത്തിൽ അദ്ദേഹമില്ലാത്ത അവ സരം നോക്കി ചെന്ന് തങ്ങൾക്ക് വിശക്കുന്നുവെന്നറിയിച്ചു. അനസൂയ ഭക്ഷണം വിളമ്പാൻ തുടങ്ങിയപ്പോൾ അവർ പറഞ്ഞു വസ്ത്രമില്ലാതെ വിളമ്പിയാലേ തങ്ങൾക്ക് കഴിക്കാൻ പാടുള്ളൂ എന്ന്. തന്റെ തപോബലം കൊണ്ട് അനസൂയ അതിഥികൾ ആരാണ് എന്നു മനസ്സിലാക്കി. സങ്കൽപം കൊണ്ട് അവരെ ശിശുക്കളാക്കി അവർ ആവശ്യപ്പെട്ടപോലെ വസ്ത്ര മില്ലാതെ അവരെ ഊട്ടി. അത്രി മഹർഷി തിരികെ വന്ന് മൂന്ന് ഓമന ക്കുഞ്ഞുങ്ങളെ കണ്ട് അദ്ഭുതപ്പെട്ടു. കാര്യം മനസ്സിലാക്കി അവരെ തിരിച്ച് മുതിർന്നവരാക്കി.

സപ്തർഷിമാരിൽ പെട്ട തേജോമയന്മാരാണു ഭൃഗുവും അത്രിയും. മേൽപറഞ്ഞ മിത്തുകളെ അക്ഷരാർത്ഥത്തിൽ സത്യമായി നമുക്ക് കാണാൻ പറ്റില്ല. എങ്കിലും അതിൽ ഉൾച്ചേർന്നു നിൽക്കുന്ന സത്യത്തെ കാണാതിരിക്കാനും പറ്റില്ല. പരിണാമചക്രത്തിൽ ആവർത്തിച്ചുനിവർ ത്തിച്ച് ഒടുവിൽ ഏറ്റവും ഉന്നതമായ അറിവിന്റെ ലോകത്തിലെത്തിയ മഹാത്മാക്കൾ ദേവീ ദേവന്മാരെക്കാളും ത്രിമൂർത്തികളെക്കാളും ഉയർന്നു നിൽക്കുന്നു എന്നതാണ് മറഞ്ഞുകിടക്കുന്ന സത്യം. ദേവീദേവന്മാരുടെ തലങ്ങൾ കടന്ന് വളരെ ഉയർന്നു നിൽക്കുന്ന ഋഷിതേജസ്സാണ് എന്റെ ഗുരുവും എന്നാണെന്റെ അറിവും വിശ്വാസവും.

നാല്പത്തിയൊൻപത്

പിതൃതർപ്പണം

ഏതു മേഖലയിലും ഉള്ള കാപട്യം ആത്മീയരംഗത്തുമുണ്ട്. സത്യവും അസത്യവും തിരിച്ചറിയാൻ വിഷമവുമാണ്. മിക്കവാറും നമ്മൾ ഏതെങ്കിലും അദ്ഭുതപ്രവൃത്തികൾ കണ്ട് മയങ്ങി വിശ്വാസം അർഹിക്കാത്ത ആരെയെങ്കിലും വിശ്വസിക്കുക പതിവാണ്. പലരും ചൂഷണം ചെയ്യപ്പെടുകയും ചതിക്കപ്പെടുകയും ചെയ്യുന്നുണ്ട്. സത്യമുള്ളവർ ത്യാഗികളായിരിക്കും. സ്നേഹവും കരുണയും അവരുടെ മുഖമുദ്ര ആയിരിക്കും. അപ്പോഴും നമ്മളാൽ ആവതും നിരീക്ഷിച്ച് ഉറപ്പിച്ച് ഗുരുവിനെ സ്വീകരിക്കയാണ് വേണ്ടത്. പക്ഷേ നമ്മുടെ സൂക്ഷിപ്പിനപ്പുറം ഈശ്വരാനുഗ്രഹം തന്നെ വേണം സത്യമുള്ള ഒരു ഗുരുവിലെത്താൻ.

സത്യമുള്ള ഓരോ ഗുരുക്കന്മാർക്കും ഓരോ നിയോഗമായിരിക്കും. കാലത്തിന്റെ ആവശ്യമനുസരിച്ചും ഓരോ ജനതകളുടെ ആവശ്യമനുസരിച്ചും ദൈവം കനിഞ്ഞ് ദൈവത്തിന്റെ കരുതലിന്റെ ഭാഗമായി മഹാത്മാക്കളെ അയയ്ക്കുന്നു. ചിലർ സമൂഹമദ്ധ്യത്തിലേക്ക് വരുന്നതേ ഇല്ല. അങ്ങനെയുള്ളവരെ ദൈവം ഏൽപിക്കുന്ന ഉത്തരവാദിത്വം ജനശ്രദ്ധയിൽ വരാതെ തപശ്ചര്യകൾ അനുഷ്ഠിക്കൽ ആയിരിക്കുമെന്നാണ് ശ്രീ കരുണാകരഗുരുവിൽ നിന്ന് അറിയാൻ കഴിഞ്ഞിട്ടുള്ളത്.

ലോകനന്മയ്ക്കായിരിക്കും അവർ ദൃഢമായി സങ്കൽപം ചെയ്യുക. അത് ലോകം അറിയില്ല. ചിലർ അങ്ങനെ തപസ്സുചെയ്ത് സിദ്ധിച്ച ആത്മബലം കൊണ്ട് സമൂഹത്തിലേക്ക് തിരികെ വരുന്നു. ശ്രീ നാരായണഗുരു ഒരുദാഹരണമാണ്. മരുത്വാമലയിലും കൊടിതൂക്കിമലയിലും കഠിന തപസ്സു ചെയ്തതായി ജീവചരിത്രങ്ങളിൽ കാണുന്നു. ഭക്ഷണം കിട്ടുകയില്ല. ഏതോ ചെടിയുടെ നീർ പിഴിഞ്ഞ് ഏതോ ചെടിയുടെ ഇലയിൽ ഒഴിച്ച് വെച്ച് കട്ടിയാവുമ്പോൾ അതുകൊണ്ട് പലപ്പോഴും വിശപ്പടക്കുമായിരുന്നത്രെ. പണം കയ്യിലെടുക്കാതെ കാൽനടയായി ചെറുപ്പത്തിൽ ഒരുപാട് തനിയെ നടക്കുകയും കാട്ടുപ്രദേശങ്ങളിൽ ഏതെങ്കിലും പാറയിലും മറ്റും ഇരുന്ന് ധ്യാനിക്കുകയും ചെയ്തിരുന്നു എന്നാണ് മനസ്സിലാവുന്നത്.

എന്റെ ഗുരുവിനും അവധൂതവൃത്തിയുടെ ഒരു കാലമുണ്ടായിരുന്നു. തന്റെ ഗുരുവായ ഖുറൈഷി ഫക്കീറിന്റെ കൂടെ 'കാട്ടിലും കരിയിലും' കൂടി ഒരുപാട് നടന്നിരുന്നു. പക്ഷേ ഗുരു കൂടുതലും ആളുകളുടെ ഇടയ്ക്ക് താഴ്മയോടെ പ്രവർത്തിച്ചതായിട്ടാണ് കാണുന്നത്. ഗുരുഗീതയിൽ ഒരിടത്ത് ആദർശഗുരുവിനെ 'ഗുരുചക്രവർത്തി' ആയി വിശേഷിപ്പിക്കുന്നുണ്ട്. എന്റെ ഗുരുവിനെ എനിക്ക് അങ്ങനെയാണ് കാണാൻ തോന്നുന്നത്, ആത്മീയത്തിലെ ഒരു ചക്രവർത്തിയായിട്ട്. കാരണം അത്രയ്ക്ക് മനുഷ്യജീവിതത്തെ ശുദ്ധീകരിക്കാനുള്ള കഴിവ് ഗുരുവിനുണ്ടായിരുന്നു. അത്രയ്ക്ക് നമ്മുടെ മനസ്സിനെ വിമലീകരിച്ച് അതിന്റെ ഭാരം ലഘൂകരിക്കാനുള്ള കഴിവും. ആ കാരുണ്യം കൊണ്ട് ഹെർമ്മൻ നെന്നിംഗ്സ് എന്നു പേരായ ഒരു ജർമ്മൻ പൗരനുണ്ടായ അനുഭവം ഉദാഹരണമായി ചേർക്കട്ടെ.

ഹെർമ്മൻ വ്യക്തിപരമായി എന്നോട് പറഞ്ഞ കാര്യങ്ങളാണ്. ഹെർമ്മൻ അന്വേഷകനായിട്ടാണ് ഇന്ത്യയിൽ എത്തുന്നത്. വരും മുൻപ് തന്നെ ക്രിസ്തുമത വിശ്വാസത്തിന് പുറത്തു കടക്കുകയും പരീക്ഷണാത്മകമായി ക്രിയായോഗം മുതലായ ചില പദ്ധതികൾ പരിശീലിക്കുകയും ചെയ്തിരുന്നു. ഇന്ത്യയിൽ പല ആത്മീയകേന്ദ്രങ്ങളിലും പോയി. കേരളത്തിൽ എത്തിയത് വള്ളിക്കാവിൽ പോകാനായിരുന്നു. അതു കൂടാതെ വല്ല അശ്രമങ്ങളുമുണ്ടോ എന്നു തങ്ങിയ ഹോട്ടലിൽ അന്വേഷിച്ചപ്പോൾ റിസപ്ഷനിലിരുന്ന ആരോ തിരുവനന്തപുരത്തുള്ള എന്റെ ഗുരുവിനെ പറ്റി പറഞ്ഞു. അങ്ങനെ വന്നുചേർന്ന ഈ യുവാവ് ഒരാഴ്ച ആശ്രമത്തിൽ തങ്ങി. ഗുരുവിനെ കണ്ടു. തിരിച്ചുപോയി. ഏതാനും മാസങ്ങൾ കഴിഞ്ഞ് വീണ്ടും എത്തി.

സ്വന്തം ആത്മീയവളർച്ചയിലായിരുന്നു ശരിക്കും താത്പര്യം എന്നിരിക്കിലും ഇക്കുറി പ്രായോഗികമായ സഹായമായിരുന്നു ഹെർമ്മനു വേണ്ടിയിരുന്നത്. പ്രായോഗികമായി ഗുരു മനുഷ്യരെ സഹായിക്കുന്നത് ആദ്യത്തെ വരവിൽ അയാൾ കണ്ടു മനസ്സിലാക്കിയിരുന്നു. ഹെർമ്മനു ഒരു അനുജനുണ്ട്. അന്ന് പത്തൊമ്പതു വയസ്സ്. ജോലിയെടുക്കും. കിട്ടുന്ന കാശിനു കുടിക്കും. കൗമാരം കഴിയും മുൻപേ അഡിക്ഷൻ. ഹെർമ്മൻ കുറെ ചോദിച്ചപ്പോൾ ഭയം ജനിപ്പിക്കുന്ന അനുഭവമാണ് അനിയനു പറയാനുണ്ടായിരുന്നത്. രാത്രി ഉറക്കം വന്നു തുടങ്ങുമ്പോൾ പേടിപ്പെടുത്തുന്ന രൂപങ്ങൾ കഴുത്തു ഞെരിക്കാൻ വരുന്ന പോലെ അടുക്കും. വല്ലാതെ ഭയപ്പെടുത്തും. മദ്യം കഴിക്കുന്നത് സ്വബോധം നഷ്ടപ്പെടുത്താനാണ്. ഡീ അഡിക്ഷൻ സെന്ററിൽ പോവാൻ അനുജൻ തയ്യാറല്ല. ആ വിധം തുടർന്നാൽ തകർച്ച മാത്രമാണ് മുന്നിൽ. ഗുരു അവനെ രക്ഷിക്കുമോ എന്നായിരുന്നു ഹെർമ്മൻ ചോദിച്ചത്.

ഗുരു ചോദിച്ചു, നിന്റെ കുടുംബത്തിൽ ആർക്കെങ്കിലും അപമൃത്യു ഉണ്ടായിട്ടുണ്ടോ എന്ന്. അമ്മയുടെ അച്ഛൻ തൂങ്ങി മരിച്ചതാണെന്നറിയാം,

ഹെർമ്മൻ പറഞ്ഞു. എന്നാൽ ആ മുത്തച്ഛന്റെ രാശിയിലാണ് അനുജ ന്റെയും ജനനം. അലഞ്ഞുനിൽക്കുന്ന ആ ആത്മാവ് (പിതൃ) കുടും ബത്തെ ബാധിച്ചു നിൽക്കുന്നു. അനുജൻ ആ പിതൃവിന്റെ രാശിയിലാ യതുകൊണ്ട് അനുജനെ കൂടുതൽ ബാധിക്കുന്നു. ഗുരു സഹായിക്കാൻ തയ്യാറായി. പക്ഷേ ഒരു നിബന്ധന വെച്ചു. വേണ്ടതു ചെയ്തു തരാൻ ഒരുക്കമാണ്, പിന്നീട് ഗുരു അറിഞ്ഞുകൊണ്ടുള്ള ഒരു ജീവിതം ജീവിക്കുക.

ഹെർമ്മനു സന്തോഷമേ ഉണ്ടായിരുന്നുള്ളൂ അങ്ങനെ ചെയ്യാൻ. ഗുരു വിന്റെ പ്രിയശിഷ്യനായിരുന്ന സ്വാമി ജ്യോതിർമ്മയ ജ്ഞാനതപസ്വിയെ ക്കൊണ്ട് ഗുരുവിനു പറയാനുള്ളതെല്ലാം പറയിപ്പിച്ചു. (ഇടയ്ക്ക് നിന്ന് ആശയവിനിമയം സുഗമമാക്കിയതും സ്വാമി.) ഗുരുവാക്ക് അനുസരിച്ച് ജീവിക്കുക എളുപ്പമല്ല. ലളിതമായേ നിർദ്ദേശിക്കുള്ളൂ, ജീവിതത്തിന്റെ താക്കോലുകളാണ് തരുന്നതെന്ന് നമ്മൾ തിരിച്ചറിയുന്നത് എപ്പോഴെങ്കിലു മായിരിക്കും എന്നാണ് പലരുടെയും (എന്റെയും) അനുഭവം.

ആശ്രമത്തിൽ ഹെർമ്മൻ കുറച്ചുനാൾ നിന്നു. തിരികെപ്പോകുന്ന തിന്റെ തലേന്ന് രാത്രി ഗുരു ഹെർമ്മനു വേണ്ടതു ചെയ്തുകൊടുത്തു. പൂജാദി കർമ്മങ്ങൾ ഒന്നുമില്ല. ഗുരുവിന്റെ സങ്കൽപം മാത്രം. ഹെർമ്മൻ പ്രാർത്ഥനാലയത്തിൽ അന്നു നടന്ന പ്രാർത്ഥനകളിൽ പങ്കെടുത്തു. രണ്ടാഴ്ച കഴിഞ്ഞ് ജർമ്മനിയിലെത്തിയ ഹെർമ്മനെ ഒരദ്ഭുതം കാത്തിരി ക്കുന്നുണ്ടായിരുന്നു. അനുജൻ പറഞ്ഞു, എങ്ങനെയാണെന്നറിയില്ല, രണ്ടാഴ്ചയായി ആ ഭീകരരൂപങ്ങളെ കാണുന്നില്ല. അതുകൊണ്ട് മദ്യം കഴിക്കണമെന്ന തോന്നൽ ശക്തമല്ല. അപ്പോഴാണ് ഹെർമ്മൻ അനുജ നോട് ഗുരുവിനെ പറ്റി പറയുന്നത്. താൻ അറിയാത്ത തന്നെ അറിയാത്ത ഒരു വ്യക്തി എത്രയോ ദൂരത്തിരുന്ന് സുഖപ്പെടുത്തി എന്നത് ആ ചെറുപ്പ ക്കാരനെ അഗാധമായി സ്പർശിച്ചു.

കുറെനാൾ കഴിഞ്ഞ് ഗുരുവിനോട് അടുത്ത ശേഷം, ഗുരു അനുജനു വേണ്ടി മാത്രമല്ല തന്റെ കുടുംബത്തിനു വേണ്ടിയാണ് സങ്കൽപം ചെയ്ത തെന്നും ചെയ്തത് പിതൃശുദ്ധിയാണെന്നും ഒക്കെ അറിഞ്ഞ ശേഷം ഹെർമ്മൻ ഒരിക്കൽ ചോദിച്ചു: അനുജനു വേണ്ടി ആ ശുദ്ധീകരണം നടത്തിയപ്പോൾ എത്ര ആത്മാക്കൾക്ക് മോചനം കിട്ടിക്കാണും? ഗുരു പറഞ്ഞു, അയ്യായിരത്തിനും പതിനായിരത്തിനും ഇടയ്ക്കുണ്ടായിരുന്നു നിന്റെ പിതൃക്കൾ. മനുഷ്യജീവിതത്തെ സ്വാധീനിച്ചുനിൽക്കുന്ന എല്ലാ മണ്ഡലങ്ങളുമായും ഗുരുവിനു പരിചയമായിരുന്നു. ആ പരിചയത്തിൽ നിന്ന് ജാതിമതവർണ്ണവർഗ്ഗലിംഗഭേദമില്ലാതെ വലിപ്പച്ചെറുപ്പങ്ങൾ പരി ഗണിക്കാതെ തന്റെ അടുത്തെത്തുന്നവർക്കു വേണ്ടി പ്രവർത്തിക്കുക എന്നതായിരുന്നു ഗുരുവിന്റെ നിയോഗം.

അൻപത്
ഒരു തിരി കത്തിക്കുക

ഈ കുറിപ്പ് വായിച്ച് നെയ്യാറ്റിൻകര നിന്ന് ഒരാൾ വിളിച്ച് 'ബ്രാഹ്മണ ന്മാരുടെ തന്ത്രവിദ്യയിലേക്കും അന്ധവിശ്വാസത്തിലേക്കും ശ്രീനാരായണ ഗുരുവിനെ കൊണ്ടുവരരുത്' എന്ന് ധാർമ്മികരോഷത്തോടെ പറഞ്ഞു. അങ്ങനെ ആ കുറിപ്പിൽ ഇല്ലല്ലോ ഒന്നുകൂടി വായിക്കൂ എന്നു പറഞ്ഞിട്ടും ചെവി കൊള്ളാതെ ആരോപണങ്ങൾ തുടർന്നപ്പോൾ മതിയാക്കൂ എന്ന് പരുഷമായി പറഞ്ഞ് ഞാൻ ഫോൺ വച്ചു. ആലോചിച്ചപ്പോൾ ആ അരിശ ത്തിന്റെ യുക്തി ഏതാണ്ട് പിടികിട്ടി. ശ്രീ കരുണാകരഗുരു പിതൃശുദ്ധി ചെയ്തു എന്ന് പറഞ്ഞത് ശ്രീ നാരായണഗുരു ചെയ്തു എന്ന് തെറ്റിദ്ധരി ച്ചിരിക്കുന്നു. രണ്ടാമത് പിതൃശുദ്ധിക്ക് വേണ്ടിയുള്ള കർമ്മങ്ങൾ ബ്രാഹ്മണ രാണ് പരമ്പരാഗതമായി ചെയ്യുന്നത് എന്നതുകൊണ്ട് ബ്രാഹ്മണരുടെ തന്ത്രവിദ്യയിലേക്ക് നാരായണഗുരുവിനെ കൂട്ടിക്കെട്ടാൻ ശ്രമിച്ചു എന്നും തെറ്റിദ്ധരിച്ചിരിക്കുന്നു.

ഭാരതത്തിൽ അങ്ങോളമിങ്ങോളം ഹിന്ദുക്കൾ പിതൃശുദ്ധി ആഗ്രഹി ക്കുന്നുണ്ട്. അതുകൊണ്ടാണ് ഭൂരിപക്ഷം ആളുകളും തങ്ങളുടെ കുടും ബാംഗങ്ങൾ മരിക്കുമ്പോൾ മരണാനന്തരകർമ്മങ്ങൾ ചെയ്യുന്നത്. വർഷം തോറും ബലിതർപ്പണങ്ങൾ നടത്തുന്നത്. ഹിന്ദുവിന്റേതിൽ മാത്രമല്ല എല്ലാ പാരമ്പര്യങ്ങളിലും മരണാനന്തരപ്രാർത്ഥനകളുണ്ട്, വാർഷികപ്രാർ ത്ഥനകളുണ്ട്.

ഹിന്ദുക്കൾ ഇതിനും പുറമേ ആണ് തിലഹവനം അഥവാ തിലഹോമം തുടങ്ങിയ കർമ്മങ്ങൾ നടത്തുന്നത്. കുടുംബത്തിലെ പഴയ തലമുറകളിൽ പെട്ട ജ്ഞാതാജ്ഞാതങ്ങളായ (അറിയുന്നതും അറിയാത്തതുമായ) ആത്മാക്കൾ മോചനത്തിനാഗ്രഹിച്ച് നിൽപുണ്ടാകും. അപകടമരണത്തിൽ പെട്ടവർ കാണാം. അകാലത്തിൽ മരിച്ചവരോ പിന്മുറക്കാരുടെ പ്രാർത്ഥന കിട്ടാത്തവരോ കാണാം. അവരെ ശാന്തരാക്കാനാണ് തിലഹോമവും മറ്റും ചെയ്യുന്നത്. (ഇവിടെ ഒരു കാര്യം കൂടി ഓർക്കേണ്ടതുണ്ട്. അറിഞ്ഞോ അറിയാതെയോ ഓരോ തലമുറയും അവരവരുടെ ജീവിതകാലങ്ങളിൽ

ചെയ്യുന്ന കർമ്മങ്ങളിലെ അപാകതകൾ കാരണം വന്നു കൂടുന്ന ദോഷങ്ങളും ബാധ്യതകളുമാണ് ഇതൊക്കെ. ജന്മാന്തരങ്ങളുടെ വിഷയങ്ങൾക്ക് ഈ കെട്ടുപാടുകളിൽ പങ്കുണ്ടാകും. ജ്ഞാനികൾക്ക് മാത്രമേ തങ്ങളുടെ അടുത്തുവരുന്ന മനുഷ്യരുടെയും അവരുടെ ജന്മാന്തരങ്ങളുടെയും രഹസ്യങ്ങൾ തെളിഞ്ഞുകിട്ടുകയുള്ളൂ.)

കുടുംബത്തിൽ ദുരിതങ്ങൾ വരുമ്പോൾ ആളുകൾ ജ്യോത്സ്യനെ സമീപിക്കുന്നു. ജ്യോത്സ്യനാണ് പിതൃദോഷം ഉണ്ടെങ്കിൽ ഗണിച്ച് കണ്ടുപിടിച്ച് തരുന്നത്. മോക്ഷമോ അല്ലെങ്കിൽ പുനർജ്ജന്മമോ കിട്ടാതെ, സദ്ഗതി ലഭിക്കാതെ വലയുന്ന പിതൃക്കൾ കാരണമാണ് ദോഷങ്ങൾ വരുന്നത് എന്നുപറയും. തിലഹവനവും കൂടെ സുദർശനവും മൃത്യുഞ്ജയവും നടത്താനായിരിക്കും ചാർത്ത് എഴുതിക്കൊടുക്കുക. മുന്നേ പോയ എത്രയോ തലമുറകളിലെ പിതൃക്കൾ നമുക്ക് ഉണ്ടായിരിക്കാം. അതൃപ്തരായ ആത്മാക്കൾ നമ്മെ വിപരീതമായി ബാധിക്കുന്നു. കൂടെ അവരുടെ ജീവിതകാലത്ത് ആരാധിച്ചുപോയതും നമ്മൾ അറിയാത്തതുമായ ആരാധനാമൂർത്തികളും നിൽക്കുന്നുണ്ടാവാം.

തന്ത്രവിദ്യ വഴിയല്ലാതെയാണ് എന്റെ ഗുരു ഈ ഗണത്തിൽ പെട്ട ആത്മാക്കൾക്ക് മോചനം നൽകിയിരുന്നത്. അനന്യനായ ഗുരുവിന്റെ സങ്കൽപം മാത്രമായിരുന്നു ഉപാധി. ഈ സൂക്ഷ്മകർമ്മം ഗുരുവിനു വലിയ വിഷമം ഉണ്ടാക്കുമായിരുന്നു. ഒരു സർപ്പം തീക്കുണ്ഡത്തിൽപ്പെട്ടാൽ തൊലി മാറി പച്ചമാംസംവുമായി തീക്കനലുകളിലൂടെ ഇഴയുമ്പോളുള്ളതിനേക്കാൾ വേദന വന്നിട്ടുണ്ട് എന്നാണ് പറഞ്ഞിരിക്കുന്നത്. ബ്രഹ്മനിശ്ചിതമായ ഈ ദൗത്യം ഗുരു ആയിരത്തിത്തൊള്ളായിരത്തി എഴുപതു മുതൽ നിർവഹിച്ചുപോന്നു. അതിന്റെ സത്യവും അതിന്റെ സദ്ഫലവും ഒട്ടേറെ കുടുംബങ്ങൾ അനുഭവിച്ചറിഞ്ഞു എന്ന് എനിക്കറിയാം. ഒരുപാട് പാവപ്പെട്ടവർ ഇക്കൂട്ടത്തിലുണ്ട്. പാവങ്ങളോട് കൂടുതൽ ആഭിമുഖ്യം ഗുരു കാണിച്ചിരുന്നു. എൺപതുകളുടെ മധ്യത്തിൽ ഞാൻ ഗുരുസന്നിധിയിൽ കുറച്ചുനാൾ നിന്നിരുന്നു. പലപ്പോഴും സന്ദർശകരെ കാണുമ്പോൾ ഗുരുവിന്റെ മുറിയിൽ നിൽക്കാൻ അനുവാദം കിട്ടിയിരുന്നു. ഒരുദിവസം രണ്ടു ചെറുപ്പക്കാർ വല്ലാതെ അസ്വസ്ഥതകൾ കാണിക്കുന്ന ഒരു സ്ത്രീയെ മുറിയിലേക്ക് കൊണ്ടുവന്നു. ഇരിക്കാനും നിൽക്കാനും വയ്യ അവർക്ക്. കിതയ്ക്കുകയും എന്തൊക്കെയോ പുലമ്പുകയും ചെയ്യുന്നുണ്ട്. അലങ്കോലമായ വേഷം. ഏതാണ്ട് അമ്പത്തഞ്ചു വയസ്സു കാണും. അവരെ കൊണ്ടുവന്ന മക്കൾ തയ്യൽക്കടയിൽ സഹായികളായി ജോലി ചെയ്യുന്നു. വളരെ പാവപ്പെട്ട സാഹചര്യത്തിൽ നിന്നാണവർ വരുന്നതെന്ന് കണ്ടാലറിയാം.

തുള്ളിപ്പറയുന്ന ഒരു സ്ഥലത്തുനിന്ന് മൂന്നു ദേവതകൾ കൂടിയതാണെന്ന് ഗുരു ചിന്തിച്ച് പറഞ്ഞു. അങ്ങനെ ഇവർ ഒരിടത്ത് പോയിട്ടുണ്ടെന്ന്

മക്കൾ അറിയിച്ചു. ഏതായാലും രണ്ടു ദിവസം കഴിഞ്ഞപ്പോൾ അവരെ സാധാരണ മട്ടിൽ കണ്ടു. കൗതുകം കൊണ്ട് ഞാൻ ഇവരെ പരിചയപ്പെട്ടിരുന്നു. രണ്ടോമൂന്നോ മാസം അവർ അവിടെ ഉണ്ടായിരുന്നു.

ഏതാണ്ട് രണ്ടു കൊല്ലം കഴിഞ്ഞ് ഒരിക്കൽ ഞാൻ ഗുരുവിനെ കാണാൻ വേണ്ടി ചെല്ലുന്ന വഴിയിൽ ബസ്സിറങ്ങിയപ്പോൾ മറ്റൊരു ബസ്സിറങ്ങി അവരും ഒപ്പം വന്നു. പഴയ ആളേ അല്ല. കുളിച്ച് ഭസ്മക്കുറിയിട്ട് നന്നായി അലക്കിയെടുത്ത വെളുത്ത മുണ്ടും ചെറിയ കസവുള്ള നേരിയതും ഉടുത്ത് ചേലായിരിക്കുന്നു. പഴുക്കാറായ ഒരു വാഴക്കുല താങ്ങിപ്പിടിച്ചിട്ടുണ്ട് ഗുരുവിനു കൊടുക്കാൻ. ഞാൻ ചോദിച്ചു, ഇപ്പോൾ എന്തെങ്കിലും വിഷമമുണ്ടോ എന്ന്. എന്നെ അദ്ഭുതപ്പെടുത്തിയ ഒരു ഉത്തരമാണ് ആ അമ്മ തന്നത്: "ഗുരുവും ആ ബ്രഹ്മനും ഉള്ളപ്പോൾ എന്തു വിഷമം!" എന്തൊരു അവസ്ഥാന്തരം.

ഗുരുശുദ്ധീകരണം നടത്തിയ കുടുംബങ്ങളിലൂടെ, അവരുടെ സന്തതിപരമ്പരകളിലൂടെ ഒരു നിശ്ശബ്ദവിപ്ലവം സമൂഹത്തിൽ നടക്കുന്നുണ്ടാവണം എന്നു ഞാൻ വിശ്വസിക്കുന്നു. മറ്റുയുഗങ്ങളിലെ കർമ്മദോഷങ്ങൾ കലിമാലിന്യമായി അടിഞ്ഞുകൂടിയിരിക്കുന്ന ദശാസന്ധിയാണെന്നും എങ്കിലും പതുക്കെ ബ്രഹ്മനിശ്ചിതമായ ഒരു മാറ്റം ഉണ്ടാവുമെന്നും ഗുരു പറയുമായിരുന്നു. പഴയ പ്രവചനങ്ങളിലും ചില സൂചനകൾ ഉള്ളതായി നമുക്കറിയാമല്ലോ. അടിച്ചമർത്തപ്പെട്ടവർക്കും സ്ത്രീകൾക്കും അന്തസ്സ് ആർജ്ജിക്കാൻ സഹായകമായ കാലമാണ്, ഋഷിഭാരതം ലോകത്തിനു വെളിച്ചമായിത്തീരേണ്ട കാലമാണ്, എന്നൊക്കെയാണല്ലോ പറയുന്നത്. 'ഋതുവായ പെണ്ണിനും ഇരപ്പവനും ദാഹകനും' ഈശ്വരനെ ഭജിക്കാം എന്ന് എഴുത്തച്ഛൻ പറഞ്ഞതിൽ നിന്ന് ഒരു കാര്യം വ്യക്തമാണ്. ആത്മീയമാർഗ്ഗങ്ങൾ ഇനി എല്ലാവരുടേതുമാണ്. ഏറ്റവും താഴെ എന്ന് സമൂഹം വിലയിരുത്തുന്നവർക്കും ഗുരുക്കന്മാർക്കുമേൽ അവകാശമുണ്ട്. ബ്രഹ്മനിശ്ചയത്താൽ നമുക്കിടയിൽ വരുന്ന ഗുരുക്കന്മാരാണല്ലോ പരമമായ ബ്രഹ്മശക്തിയിലേക്കുള്ള ആനന്ദമാർഗ്ഗങ്ങൾ.

ഏതാനും പേർ മാത്രമുള്ള ഒരു ചെറിയ സദസ്സിൽ സന്ദർഭവശാൽ എന്റെ ഗുരു ഇങ്ങനെ പറഞ്ഞു: "നിങ്ങൾ എവിടെ ആയിരുന്നാലും രണ്ടു തിരി കത്തിച്ചു വെച്ച് എന്നെ ഓർത്താൽ ഞാൻ അവിടെ ഉണ്ടാവും." പ്രത്യക്ഷമാവും എന്ന അർത്ഥത്തിൽ അല്ല, നിങ്ങളുടെ ഏതു വിഷമത്തിലും ഓർത്താൽ മതി ഞാൻ പങ്കുചേരും എന്ന അർത്ഥത്തിൽ. സ്ഥൂലത്തിൽ നിന്ന് സൂക്ഷ്മത്തിലേക്ക് പോയാലും ബ്രഹ്മനിയുക്തരായ ഗുരുക്കന്മാർ നമ്മുടെ ഹൃദയത്തിന്റെ തൊട്ടടുത്താണ്. എന്റെ ഗുരു വിശ്വസിച്ചു നിൽക്കുന്നവരുടേതു മാത്രമല്ല എല്ലാവരുടേതുമാണ്, നിങ്ങളുടേതും.

■

www.ingramcontent.com/pod-product-compliance
Lightning Source LLC
LaVergne TN
LVHW041605070526
838199LV00052B/3001
* 9 7 8 9 3 8 7 3 5 7 7 2 3 *